Gujarati Language:

101 Gujarati Verbs

By Chitral Karia

Contents

Gujarati Language

In India, many regional languages are spoken that differ by state. Although Hindi is the national language, some states have regional languages. In Gujarat state, Gujarati is an official language as well as a colloquial language. It originated from ancient Sanskrit, which is considered a religious language as well as the mother language of all Indian languages. Learning Gujarati is an interesting task, as it is the easiest language to learn compared with other regional languages used in India.

Gujarati Grammar

Similar to Hindi, Gujarati grammar chiefly includes nouns, adjectives, verbs, prepositions, and pronouns. Here, we concentrate on verbs in Gujarati.

Verbs

Typically, a verb describes any action that helps form a sentence. For example:

—He *is writing* an essay (*is writing* is the verb).
—I *listen* to music (*listen* is the verb).

Gujarati verbs (inflected) may be represented as *verb stem + infinitive*.

English	Gujarati	Gujarati (Translation)
To go	જવું	**ja**-vun
To speak	બોલવું	**bol**-vun
To laugh	હસવું	has-vun
To eat	ખાવું	**kha**-vun

In English, "to" starts an infinitive, whereas in Gujarati, *vun* is placed at the end. In English, "to" is stripped when using the verb in a sentence, so in Gujarati, *vun* is stripped. For example:

—I *write* it. (Here, the verb "to write" is used in this sentence as "write.")
—હું હસું છું. (Here, the verb *hans-vun* is used in this sentence as *hasun*.)

*Hun ha**sun** chhu.*
In Gujarati, verb is *kriyapad.*

Types of Verbs

Verbs may be classified as intransitive, transitive, or double transitive. They may also be simple or causative. In Gujarati, these are called *akarmak*, *sakarmak*, and *dwikarmak kriyapads*.

- અકર્મક ક્રિયાપદ *akarmak kriyapad* (intransitive verb) is a verb that does not need an object, and it stresses the subject.

  For example, Radha is crying (રાધા રડી રહી છે) (*Radha radi rahi chhe*.) Here, the object is missing, and the verb રડવું (*radvun*) stresses the subject *Radha*.

- સકર્મક ક્રિયાપદ *sakarmak kriyapad* (transitive verb) is a verb that needs an object.

  For example, Mohan drinks water (મોહન પાણી પીવે છે) (*Mohan pani pive chhe*). Here, પાણી is the object with the verb પીવું (*piven*).

- દ્વિકર્મક ક્રિયાપદ *dwikarmak kriyapad* (double transitive verb) is a verb that needs two objects.

  For example, Brother sent a letter to Sister (ભાઈએ બહેનને પત્ર મોકલ્યો) (*bhai-ye bahen ne patra mokalyo*). Here, બહેન and પત્ર are two objects for the verb મોકલવું (*mokalvun*).

More examples are shown in the table:

Verb in English	In Gujarati	Transliteration	Type of Verb
To laugh	હસવું	*has-vun*	Intransitive
To cry	રડવું	*rad-vun*	Intransitive
To cut	કાપવું	*kap-vun*	Transitive
To drink	પીવું	*pi-vun*	Transitive
To give	આપવું	*ap-vun*	Double transitive
To send	મોકલવું	*mokal-vun*	Double transitive

All these were examples of simple verbs. Causative verbs are verbs derived from simple verbs. The following are examples of causative verbs:

Meaning	In Gujarati	Transliteration
To make something laugh	હસાવવું	*has-av-vun*
To make someone laugh through another person	હસાવડાવવું	*has-av-da-vun*

There are six types of verbs, based on the sentence's structure and meaning.

S. No.	Verb (*Kriyapad*)	Meaning	Example
1	નિર્દેશાર્થ (nirdesharth)	Indicates the action.	(૧) ધન્વી ચોકલેટ ખાય છે. (1) *Dhanvi chocolate* ***khaa****y chhe.* (૨) પાયલ વડોદરા જશે. (2) *Payal Vadodara ja****she****.* (3) કૃણાલ કેનેડા ગયો હતો. (3) *Krunal Canada ga****yo*** *hato.*
2	આજ્ઞાર્થ (*agyarth*)	Shows the happening, request, or order of an action. Orders can only take place in present tense and future tense. Orders may be given in both the positive and the negative sense.	(૧) સવારે વહેલો ઊઠજે. (1) *Savare vahelo u****th****je.* (૨) આ પોશાક પહેરી લો. (2) *Aa poshak pa****he****ri lo.* (3) કૃપા કરી મને તમારી ‘ મોટરમાં લઇ જજો. (3) *Krupa kari mane tamari motarma* ***lai*** *jajo.* (૪) તમે એને બરાબર ભણાવજો.

			(4) *Tame mane barabar bha**na**vjo.*
3	વિધ્યર્થ (*vidhyarth*)	Shows duty and obligation.	(૧)ગુરુજનોને આદર આપવો જોઇએ. (1) *Gurujanone aadar **aa**pvo joiye.* (૨) આપણું ગૃહકાર્ય જાતે જ કરી લેવું. (2) *Aapnu gruhkary jate j ka**ri** levu.* (૩) શિયાળામાં વહેલી સવારે ફરવા જવું. (3) *Shiyadama vaheli savare farva **ja**vun.* (૪) પ્રાર્થના નિયમિત કરી લેવી. (4) *Prarthna niyamit ka**ri** levi.*
4	સંભાવનાર્થ (*sambhavnarth*)	Shows possibility or probability of any action.	(૧) તે કદાચ આવી પણ ગયો હોય. (1) *Te kadach aa**vi** pan gayo hoy.* (૨) તમે જશો તો મને દુઃખ થશે. (2) *Tame ja**sho** to mane dukh thashe.* (૩) તે અત્યારે શું કરતો હશે? (3) *Te atyare shu kar**to** hashe?*
5	ક્રિયાતિય પત્યર્થ (kriyatiy	Shows possibility for action not to happen. In *sambhavnarth*, the sense remains positive,	(૧) એને આપ્યું હોત તો એ જરૂર લઇ જાત. (1) *Ene **aa**pyu hot to ae*

	pattyarth)	and here, negation takes place.	*jaroor lai jaat.* (૨) તમારી જગ્યાએ હું હોત તો વિના વિલંબે દોડી ગયો હોત. (2) *Tamari jagya-e hu hot to vina vilambe do**di** gayo hot.*
6	અપેક્ષાર્થ (apeksharth)	Shows expectation of action happening shortly.	(૧) ઉર્મિલા પત્ર લખવાની છે. (1) *Urmila patra la**kh**vani chhe.* (૨) કૃણાલ તમારી સાથે આવવાનો છે. (2) *Krunal tamari sathe **aa**vvano che.*

The pattern of Gujarati inflected verbs is verb stem + inflectional material.
Inflectional material may consist of various features such as number, person, gender, and tenses.

Number:

In Gujarati, the two numbers are

1. એકવચન (*ekvachan*)(singular): Used for one person. Ex., હું (*hun*), તું (*tu*), છોકરી (*chhokri*).

2. બહુવચન (*bahuvachan*)(plural): Used for more than one person. Ex., અમે (*ame*), તમે (*tame*), છોકરીઓ (chhokrio). Generally, the ઓ suffix is used for plural.

Person:

The three persons in Gujarati are first person, second person, and third person. The verb may be singular or plural. Here is an example of the verb *ja-vun*:

Person	**Singular**	**Plural**
પ્રથમ પુરુષ *(pratham purush)*	હું (*hun*) Example, હું ખાવું છું. (*Hun **kha**vun chhu.*) (I eat.)	અમે (*ame*) Example, અમે ખાઈએ છીએ. (*Ame **kha**iye chiye.*) (We eat.)

દ્વિતીય પુરુષ *(dwitiy purush)*	તું *(tu)* Example, તું ખાય છે. (*Tu* ***khaa****y chhe.*) (You eat.)	તમે *(tame)* Example, તમે ખાવો છો. (*Tame* ***kha****vo chho.*) (You eat.)
તૃતીય પુરુષ *(trutiy purush)*	તે *(te)* Example, તે ખાય છે. (*Te* ***khaa****y chhe.*) (He/She/It eats.)	તેઓ *(teo)* Example, તેઓ ખાય છે. (*Teo* ***khaa****y chhe.*) (They eat.)

Gender:
There are three genders in Gujarati:

1. Masculine પુલ્લિંગ: It indicates the male gender.

Ex., મોહન સારો છોકરો છે. (*Mohan saro chhokro chhe.*) (Mohan is a good boy.)

2. Feminine સ્ત્રીલિંગ: It indicates the female gender.

Ex., રાધા સારી છોકરી છે. (*Radha sari chhokri chhe.*) (Radha is a good girl.)

3. Neuter નપુન્સકલિંગ: It indicates the neutral gender. Typically, it is used with "it."

Ex., આ સારું છે. (*Aa saru chhe.*) (It is good.)

Tenses:
Tenses refer to time—past, present and future. The verb tense indicates the time at which the action of the verb takes place. In Gujarati, there are the following 16 tenses:

1. **વર્તમાન કાળ (Present Tense)**: Present tense indicates that the action is present with respect to the time of the speaker or writer.

- સાદો વર્તમાન કાળ (simple present)
- ચાલુ વર્તમાન કાળ (present continuous)
- પૂર્ણ વર્તમાન કાળ (present perfect)
- ચાલુ પૂર્ણ વર્તમાન કાળ (present perfect continuous)

2. **ભૂતકાળ (Past Tense):** Past tense indicates past activity.

- સાદો ભૂતકાળ (simple past)
- ચાલુ ભૂતકાળ   (past continuous)
- પૂર્ણ ભૂતકાળ (past perfect)
- ચાલુ પૂર્ણ ભૂતકાળ (past perfect continuous)

3. **ભવિષ્યકાળ (Future Tense):** Future tense indicates future activity.

- સાદો ભવિષ્યકાળ (simple future)
- ચાલુ ભવિષ્યકાળ (future continuous)
- પૂર્ણ ભવિષ્યકાળ (future perfect)
- ચાલુ પૂર્ણ ભવિષ્યકાળ (future perfect continuous)

Now, let's look at what suffixes are used for these tenses.

Tense	(Main Suffix)	(Additional Suffix)
સાદો વર્તમાન કાળ	જાય છે *(jaay chhe)*	છું, છીએ, છો *(chhu, chhiye, chho)*
ચાલુ વર્તમાન કાળ	જાય છે *(jaay chhe)*	છું, છીએ, છો *(chhu, chhiye, chho)*
પૂર્ણ વર્તમાન કાળ	ગયો છે *(gayo chhe)*	નં. – પ્રમાણે *(No. pramane)*
ચાલુ પૂર્ણ વર્તમાન કાળ	રહ્યો છે *(rahyo chhe)*	નં. – પ્રમાણે *(No. pramane)*
સાદો ભૂતકાળ	ગયો *(gayo)*	યા, (કોઈક વાર) ધું, ધા, ધી, ધો *(ya, koik vaar dhun, dha, dhi, dho)*
ચાલુ ભૂતકાળ	જતો હતો *(jato hato)*	તો, તી, તું, તા *(to, ti, tu, ta)*
પૂર્ણ ભૂતકાળ	ગયો હતો *(gayo hato)*	ગયા હતા *(gaya hata)*
ચાલુ પૂર્ણ ભૂતકાળ	રહ્યો હતો *(rahyo hato)*	નં. – પ્રમાણે *(No. pramane)*

સાદો ભવિષ્યકાળ	જઈશ (jaish)	શું, શો, શે (shu, sho, she)
ચાલુ ભવિષ્યકાળ	જતો હશે (jato hashe)	તો, તી, તું, તાં (to, ti, tu, ta)
પૂર્ણ ભવિષ્યકાળ	ગયો હશે (gayo hashe)	હોઈશ, હશું, હશો (hoish, hashu, hasho)
ચાલુ પૂર્ણ ભવિષ્યકાળ	રહ્યો હશે (rahyo hashe)	નં. – પ્રમાણે (No. pramane)

In the below table, we give examples of "going to school" in all tenses for all persons and for singular/plural.

PRESENT TENSE:

સાદો વર્તમાન કાળ (Simple Present Tense)		
	એકવચન (Singular)	બહુવચન (Plural)
પ્રથમ પુરુષ (First person)	હું શાળાએ જવું છું.	અમે શાળાએ જઈએ છીએ.
બીજો પુરુષ (Second person)	તું શાળાએ જાય છે.	તમે શાળાએ જાવો છો.
ત્રીજો પુરુષ (Third person)	પુલ્લિંગ - તે શાળાએ જાય છે. સ્ત્રીલિંગ - તેણીની શાળાએ જાય છે. નપુન્સકલિંગ - તે શાળાએ જાય છે.	તેઓ શાળાએ જાય છે.
sado vartmaan kaal (Simple Present Tense)		
	ekvachan (Singular)	bahuvachan (Plural)
pratham purush (First person)	Hun shalae *ja*vun chhu.	Ame shalae *ja*ie chhiye.
bijo purush (Second person)	Tu shalae *jaa*y chhe.	Tame shalae *jaa*vo chho.
trijo purush (Third person)	pulling—Te shalae *jaa*y chhe. striling—Tenini shalae *jaa*y chhe. napunskling—Te shalae *jaa*y chhe.	Teo shalae *jaa*y chhe.

ચાલુ વર્તમાન કાળ (*Present Continuous Tense*)		
	એકવચન (*Singular*)	બહુવચન (*Plural*)
પ્રથમ પુરુષ (First person)	હું શાળાએ જઈ રહ્યો છું.	અમે શાળાએ જઈ રહ્યાં છીએ.
બીજો પુરુષ (Second person)	તું શાળાએ જઈ રહ્યો છે.	તમે શાળાએ જઈ રહ્યાં છો.
ત્રીજો પુરુષ (Third person)	પુલ્લિંગ - તે શાળાએ જઈ રહ્યો છે. સ્ત્રીલિંગ - તેણીની શાળાએ જઈ રહી છે. નપુન્સકલિંગ - તે શાળાએ જઈ રહ્યો છે.	તેઓ શાળાએ જઈ રહ્યાં છે.
chalu vartmaan kaal (*Present Continuous Tense*)		
	ekvachan (*Singular*)	bahuvachan (*Plural*)
pratham purush (First person)	*Hun shalae **jai** rahyo chhu.*	*Ame shalae **jai** rahya chhiye.*
bijo purush (Second person)	*Tu shalae **jai** rahyo chhe.*	*Tame shalae **jai** rahya chho.*
trijo purush (Third person)	*pulling—Te shalae **jai** rahyo chhe.* *striling—Tenini shalae **jai** rahi chhe.* *napunskling—Te shalae **jai** rahyo chhe.*	*Teo shalae **jai** rahya chhe.*
પૂર્ણ વર્તમાન કાળ (*Present Perfect Tense*)		
	એકવચન (*Singular*)	બહુવચન (*Plural*)
પ્રથમ પુરુષ (First person)	હું શાળાએ ગયો છું.	અમે શાળાએ ગયા છીએ.
બીજો પુરુષ (Second person)	તમે શાળાએ જાવો છો.	તમે શાળાએ જાવો છો.
ત્રીજો પુરુષ (Third person)	પુલ્લિંગ - તે શાળાએ ગયો છે. સ્ત્રીલિંગ - તેણીની શાળાએ ગઈ છે. નપુન્સકલિંગ - તે શાળાએ ગયો છે.	તેઓ શાળાએ ગયા છે.

purn vartmaan kaal (Present Perfect Tense)		
	ekvachan (Singular)	***bahuvachan (Plural)***
pratham purush (First person)	*Hun shalae **ga**yo chhu.*	*Ame shalae **ga**ya chhiye.*
bijo purush (Second person)	*Tame shalae **jaa**vo chho.*	*Tame shalae **jaa**vo chho.*
trijo purush (Third person)	*pulling—Te shalae **ga**yo chhe.* *striling—Tenini shalae **ga**i chhe.* *napunskling—Te shalae **ga**yo chhe.*	*Teo shalae **ga**ya chhe.*
ચાલુ પૂર્ણ વર્તમાન કાળ ***(Present Perfect Continuous Tense)***		
	એકવચન ***(Singular)***	બહુવચન ***(Plural)***
પ્રથમ પુરુષ (First person)	હું શાળાએ **જ**તો આવું છું.	અમે શાળાએ **જ**તા આવીએ છીએ.
બીજો પુરુષ (Second person)	તું શાળાએ **જ**તો આવે છે.	તમે શાળાએ **જ**તા આવો છો.
ત્રીજો પુરુષ (Third person)	પુલ્લિંગ - તે શાળાએ **જ**તો આવે છે. સ્ત્રીલિંગ - તેણીની શાળાએ **જ**તી આવે છે. નપુન્સકલિંગ - તે શાળાએ **જ**તો આવે છે.	તેઓ શાળાએ **જ**તા આવે છે.
chalu purn vartmaan kaal (Present Perfect Continuous Tense)		
	ekvachan (Singular)	***bahuvachan (Plural)***
pratham purush (First person)	*Hun shalae **ja**to aavun chhu.*	*Ame shalae **ja**ta aaviye chhiye.*
bijo purush (Second person)	*Tu shalae **ja**to aave chhe.*	*Tame shalae **ja**ta aavo chho.*
trijo purush (Third person)	*pulling—Te shalae **ja**to aave chhe.* *striling—Tenini shalae **ja**ti aave chhe.* *napunskling—Te shalae **ja**to aave chhe.*	*Teo shalae **ja**ta aave chhe.*

PAST TENSE:

સાદો ભૂત કાળ (*Simple Past Tense*)		
	એકવચન (*Singular*)	બહુવચન (*Plural*)
પ્રથમ પુરુષ (First person)	હું શાળાએ ગયો.	અમે શાળાએ ગયા.
બીજો પુરુષ (Second person)	તું શાળાએ ગયો.	તમે શાળાએ ગયા.
ત્રીજો પુરુષ (Third person)	પુલ્લિંગ - તે શાળાએ ગયો. સ્ત્રીલિંગ - તેણીની શાળાએ ગઈ. નપુન્સકલિંગ - તે શાળાએ ગયો.	તેઓ શાળાએ ગયા.

sado bhut kaal (*Simple Past Tense*)		
	ekvachan (*Singular*)	bahuvachan (*Plural*)
pratham purush (First person)	Hun shalae **ga**yo.	Ame shalae **ga**ya.
bijo purush (Second person)	Tu shalae **ga**yo.	Tame shalae **ga**ya.
trijo purush (Third person)	pulling—Te shalae **ga**yo. striling—Tenini shalae **ga**i. napunskling—Te shalae **ga**yo.	Teo shalae **ga**ya.

ચાલુ ભૂત કાળ (*Past Continuous Tense*)		
	એકવચન (*Singular*)	બહુવચન (*Plural*)
પ્રથમ પુરુષ (First person)	હું શાળાએ જતો હતો.	અમે શાળાએ જતા હતાં.
બીજો પુરુષ (Second person)	તું શાળાએ જતો હતો.	તમે શાળાએ જતા હતાં.
ત્રીજો પુરુષ (Third person)	પુલ્લિંગ - તે શાળાએ જતો હતો. સ્ત્રીલિંગ - તેણીની શાળાએ જતી હતી. નપુન્સકલિંગ - તે શાળાએ જતો હતો.	તેઓ શાળાએ જતા હતાં.

chalu bhut kaal (*Past Continuous Tense*)		
	ekvachan (*Singular*)	bahuvachan (*Plural*)
pratham purush (First person)	Hun shalae **ja**to hato.	Ame shalae **ja**ta hatan.

bijo purush (Second person)	*Tu shalae **ja**to hato.*	*Tame shalae **ja**ta hatan.*
trijo purush (Third person)	*pulling—Te shalae **ja**to hato.* *striling—Tenini shalae **ja**ti hati.* *napunskling—Te shalae **ja**to hato.*	*Teo shalae **ja**ta hatan.*
પૂર્ણ ભૂત કાળ (*Past Perfect Tense*)		
	એકવચન (*Singular*)	બહુવચન (*Plural*)
પ્રથમ પુરુષ (First person)	હું શાળાએ ગયો હતો.	અમે શાળાએ ગયા હતાં.
બીજો પુરુષ (Second person)	તું શાળાએ ગયો હતો.	તમે શાળાએ ગયા હતાં.
ત્રીજો પુરુષ (Third person)	પુલ્લિંગ - તે શાળાએ ગયો હતો. સ્ત્રીલિંગ - તેણીની શાળાએ ગઈ હતી. નપુન્સકલિંગ - તે શાળાએ ગયો હતો.	તેઓ શાળાએ ગયા હતાં.
purn bhut kaal (Past Perfect Tense)		
	ekvachan (Singular)	*bahuvachan (Plural)*
pratham purush (First person)	*Hun shalae **ga**yo hato.*	*Ame shalae **ga**ya hatan.*
bijo purush (Second person)	*Tu shalae **ga**yo hato.*	*Tame shalae **ga**ya hatan.*
trijo purush (Third person)	*pulling—Te shalae **ga**yo hato.* *striling—Tenini shalae **ga**i hati.* *napunskling—Te shalae **ga**yo hato.*	*Teo shalae **ga**ya hatan.*
ચાલુ પૂર્ણ ભૂત કાળ (*Past Perfect Continuous Tense*)		
	એકવચન (*Singular*)	બહુવચન (*Plural*)
પ્રથમ પુરુષ (First person)	હું શાળાએ જઈ રહ્યો હતો.	અમે શાળાએ જઈ રહ્યાં હતાં.
બીજો પુરુષ (Second person)	તું શાળાએ જઈ રહ્યો હતો.	તમે શાળાએ જઈ રહ્યાં હતાં.
ત્રીજો પુરુષ (Third person)	પુલ્લિંગ - તે શાળાએ જઈ રહ્યો હતો.	તેઓ શાળાએ જઈ રહ્યાં હતાં.

	સ્ત્રીલિંગ - તેણીની શાળાએ જઈ રહી હતી. નપુન્સકલિંગ - તે શાળાએ જઈ રહ્યો હતો.	
chalu purn bhut kaal (Past Perfect Continuous Tense)		
	ekvachan (Singular)	**bahuvachan (Plural)**
pratham purush (First person)	Hun shalae *ja*i rahyo hato.	Ame shalae *ja*i rahya hatan.
bijo purush (Second person)	Tu shalae *ja*i rahyo hato.	Tame shalae *ja*i rahya hatan.
trijo purush (Third person)	pulling—Te shalae *ja*i rahyo hato. striling—Tenini shalae *ja*i rahi hati. napunskling—Te shalae *ja*i rahyo hato.	Teo shalae *ja*i rahya hatan.

FUTURE TENSE:

સાદો ભવિષ્ય કાળ (Simple Future Tense)		
	એકવચન (Singular)	**બહુવચન (Plural)**
પ્રથમ પુરુષ (First person)	હું શાળાએ જઈશ.	અમે શાળાએ જઈશું.
બીજો પુરુષ (Second person)	તું શાળાએ જઈશ.	તમે શાળાએ જશો.
ત્રીજો પુરુષ (Third person)	પુલ્લિંગ - તે શાળાએ જશે. સ્ત્રીલિંગ - તેણીની શાળાએ જશે. નપુન્સકલિંગ - તે શાળાએ જશે.	તેઓ શાળાએ જશે.
sado bhavishy kaal (Simple Future Tense)		
	ekvachan (Singular)	**bahuvachan (Plural)**
pratham purush (First person)	Hun shalae *ja*ish.	Ame shalae *ja*ishu.
bijo purush (Second person)	Tu shalae *ja*ish.	Tame shalae *ja*sho.
trijo purush (Third person)	pulling—Te shalae *ja*she. striling—Tenini shalae *ja*she. napunskling—Te shalae *ja*she.	Teo shalae *ja*she.

ચાલુ ભવિષ્ય કાળ (Future Continuous Tense)		
	એકવચન (Singular)	બહુવચન (Plural)
પ્રથમ પુરુષ (First person)	હું શાળાએ જતો હોઈશ.	અમે શાળાએ જતા હોઈશું.
બીજો પુરુષ (Second person)	તું શાળાએ જતો હોઈશ.	તમે શાળાએ જતા હશો.
ત્રીજો પુરુષ (Third person)	પુલ્લિંગ - તે શાળાએ જતો હશે. સ્ત્રીલિંગ - તેણીની શાળાએ જતી હશે. નપુન્સકલિંગ - તે શાળાએ જતો હશે.	તેઓ શાળાએ હતાં હશે.
chalu bhavishy kaal (Future Continuous Tense)		
	ekvachan (Singular)	bahuvachan (Plural)
pratham purush (First person)	Hun shalae jato hoish.	Ame shalae jata hoishu.
bijo purush (Second person)	Tu shalae jato hoish.	Tame shalae jata hasho.
trijo purush (Third person)	pulling—Te shalae jato hashe. striling—Tenini shalae jati hashe. napunskling—Te shalae jato hashe.	Teo shalae hatan hashe.
પૂર્ણ ભવિષ્ય કાળ (Future Perfect Tense)		
	એકવચન (Singular)	બહુવચન (Plural)
પ્રથમ પુરુષ (First person)	હું શાળાએ ગયો હોઈશ.	અમે શાળાએ ગયા હશું.
બીજો પુરુષ (Second person)	તું શાળાએ ગયો હોઈશ.	તમે શાળાએ ગયા હશો
ત્રીજો પુરુષ (Third person)	પુલ્લિંગ - તે શાળાએ ગયો હશે. સ્ત્રીલિંગ - તેણીની શાળાએ ગઈ હશે. નપુન્સકલિંગ - તે શાળાએ ગયો હશે.	તેઓ શાળાએ ગયા હશે.
purn bhavishy kaal (Future Perfect Tense)		

	ekvachan (Singular)	bahuvachan (Plural)
pratham purush (First person)	Hun shalae **ga**yo hoish.	Ame shalae **ga**ya hashu.
bijo purush (Second person)	Tu shalae **ga**yo hoish.	Tame shalae **ga**ya hasho
trijo purush (Third person)	pulling—Te shalae **ga**yo hashe. striling—Tenini shalae **ga**i hashe. napunskling—Te shalae **ga**yo hashe.	Teo shalae **ga**ya hashe.

ચાલુ પૂર્ણ ભવિષ્ય કાળ (*Future Perfect Continuous Tense*)

	એકવચન (*Singular*)	બહુવચન (*Plural*)
પ્રથમ પુરુષ (First person)	હું શાળાએ જઈ રહ્યો હોઈશ.	અમે શાળાએ જઈ રહ્યાં હશું.
બીજો પુરુષ (Second person)	તું શાળાએ જઈ રહ્યો હોઈશ.	તમે શાળાએ જઈ રહ્યાં હશો.
ત્રીજો પુરુષ (Third person)	પુલ્લિંગ - તે શાળાએ જઈ રહ્યો હશે. સ્ત્રીલિંગ - તેણીની શાળાએ જઈ રહી હશે. નપુન્સકલિંગ - તે શાળાએ જઈ રહ્યો હશે.	તેઓ શાળાએ જઈ રહ્યાં હશે.

chalu purn bhavishy kaal (*Future Perfect Continuous Tense*)

	ekvachan (Singular)	bahuvachan (Plural)
pratham purush (First person)	Hun shalae **jai** rahyo hoish.	Ame shalae **jai** rahya hashu.
bijo purush (Second person)	Tu shalae **jai** rahyo hoish.	Tame shalae **jai** rahya hasho.
trijo purush (Third person)	pulling—Te shalae **jai** rahyo hashe. striling—Tenini shalae **jai** rahi hashe. napunskling—Te shalae **jai** rahyo hashe.	Teo shalae **jai** rahya hashe.

Conjugated Verbs

Conjugated verbs are verbs that have been changed to communicate one or more of the following: person, number, gender, tense, aspect, mood, or voice. Examples for the verb "to play" (રમવું):

સાદો વર્તમાન કાળ

હું રમું છું. *(Hun **ra**mun chhu.)* (I play.)

અમે રમીયે છીએ. *(Ame **ra**miye chhiye.)* (We play.)

તું રમે છે. *(Tu **ra**me chhe.)* (You play.)

તમે રમો છો. *(Tame **ra**mo chho.)* (You play.)

તે/તેણીની/તે રમે છે. *(Te **ra**me chhe.)* (He/she/it plays.)

તેઓ રમે છે. *(Teo **ra**me chhe.)* (They play.)

ચાલુ વર્તમાન કાળ

હું અત્યારે રમું છું. *(Hun atyare **ra**mun chhu.)* (I am playing.)

અમે અત્યારે રમીયે છીએ. *(Ame atyare **ra**miye chiye.)* (We are playing.)

તું અત્યારે રમે છે. *(Tu atyare **ra**me che.)* (You are playing.)

તમે અત્યારે રમો છો. *(Tame atyare **ra**mo chho.)* (You are playing.)

તે/તેણીની/તે અત્યારે રમે છે. *(Te atyare **ra**me chhe.)* (He/she/it is playing.)

તેઓ અત્યારે રમે છે. *(Teo atyare **ra**me chhe.)* (They are playing.)

As we can see, each different conjugation changes રમવું from its base form to tell us when and by whom the action takes place. Here, the verb stem રમ is used with different suffixes.

We have already discussed number, person, gender and tense. Now,

Aspect: The aspect of a verb tells us the degree to which it is completed.
The ચાલુ aspect tells us that the action is in progress.
હું શાળાએ જઈ રહ્યો છું. *(Hun shalae **jai** rahyo chhun.)* (I am going to school.)

The પૂર્ણ aspect tells us that the action is complete up to a certain point.
હું શાળાએ ગયો છું. *(Hun shalae ga**yo** chhu.)* (I went to school.)

Mood: Mood reflects the purpose of the sentence in which a verb is used.

Static (સામાન્ય) mood is used for statements.

હું જઈ રહ્યો છું. *(Hun shalae jai rahyo chhu.)* (I am going.)

Interrogative (પ્રશ્નાર્થ) mood is used for questions.

હું જઈ રહ્યો છું? *(Hun jai rahyo chhu.)* (Am I going?)

Conditional (સંકેતાર્થ) mood is used for statements that pose hypothetical scenarios and the outcomes that depend on them.

જો વરસાદ નહિ આવે, તો હું જઈશ. *(Jo varsaad nahi aave, to hun jaish.)* (I will go if it will not rain.)

પ્રયોગ (Voice): There are two voices in Gujarati: 1) active (કર્તરી પ્રયોગ) *(kartari prayog)* and 2) passive (કર્મણિ પ્રયોગ) *(karmani prayog)* voice. In active voice, the verb indicates that the subject of the sentence is the one doing the action. In passive voice, the subject is the recipient of the action done by someone/something else.

Formula:

કર્તરી: Thing doing action + verb + thing receiving action

Ex.

શિક્ષક વિધાર્થીઓને ભણાવે છે.

*(Shikshak vidhyarth*ione *bha**na**ve chhe.)*

The teacher teaches the students.

કર્મણી: Thing receiving action + be + past participle of verb + by + thing doing action

Ex.

વિધાર્થીઓને શિક્ષક દ્વારા ભણાવવામાં આવે છે.

*(Vidhyarth*ione *shikshak dwara bha**na**vvama aave chhe.)*

The students are taught by the teacher.

During pronunciation, stress is applied on the portion of the word marked in bold.

Verb Examples

1. To accept - સ્વીકારવું (swi**ka**rvun)

Conjugation:

સાદો વર્તમાન (Simple Present)

English	Gujarati	Transliteration
I accept	હું સ્વીકારું છું	hun swi**ka**run chhun
you accept	તું સ્વીકારે છે	tu swi**ka**re chhe
he/she/it accepts	તે/તેણીની/તે સ્વીકારે છે	te/tenini/te swi**ka**re chhe
we accept	અમે સ્વીકારીએ છીએ	ame swee**ka**riye chhe
you accept	તમે સ્વીકારો છો	tame swi**ka**ro chho
they accept	તેઓ સ્વીકારે છે	teo swi**ka**re chhe

ચાલુ વર્તમાન (Present Continuous)

English	Gujarati	Transliteration
I am accepting	હું (અત્યારે) સ્વીકારું છું	hun (atyare) swi**ka**run chhun
you are accepting	તું (અત્યારે)સ્વીકારે છે	tu (atyare) swi**ka**re chhe
he/she/it is accepting	તે/તેણીની/તે (અત્યારે) સ્વીકારે છે	te/tenini/te (atyare) swi**ka**re chhe
we are accepting	અમે (અત્યારે) સ્વીકારીએ છે	ame (atyare) swee**ka**riye chhe
you are accepting	તમે (અત્યારે) સ્વીકારો છો	tame (atyare) swi**ka**ro chho
they are accepting	તેઓ (અત્યારે) સ્વીકારે છે	teo (atyare) swi**ka**re chhe

પૂર્ણ વર્તમાન (Present Perfect)

English	Gujarati	Transliteration
I have accepted	મેં સ્વીકાર્યું છે	mein swi**ka**ryu chhe
you have accepted	તે સ્વીકાર્યું છે	te swi**ka**ryu chhe
he/she/it has accepted	તેણે સ્વીકાર્યું છે	tene swi**ka**ryu chhe
we have accepted	અમે સ્વીકાર્યું છે	ame swi**ka**ryu chhe
you have accepted	તમે સ્વીકાર્યું છે	tame swi**ka**ryu chhe
they have accepted	તેઓએ સ્વીકાર્યું છે	teoe swi**ka**ryu chhe

ચાલુ પૂર્ણ વર્તમાન (Present Perfect Continuous)

English	Gujarati	Transliteration
I have been accepting	હું સ્વીકારી રહ્યો છું	hun swikari rahyo chhun
you have been accepting	તું સ્વીકારી રહ્યો છે	tun swikari rahyo chhe
he/she/it has been accepting	તે સ્વીકારી રહ્યો છે	te swikari rahya chhe
we have been accepting	અમે સ્વીકારી રહ્યા છીએ	ame swikari rahya chhiye
you have been accepting	તમે સ્વીકારી રહ્યાં છો	tame swikari rahya chho
they have been accepting	તેઓ સ્વીકારી રહ્યા છે	teo swikari rahya chhe

સાદો ભૂત (Simple Past)

English	Gujarati	Transliteration
I accepted	મેં સ્વીકાર્યું	mein swikaryu
you accepted	તે સ્વીકાર્યું	te swikaryu
he/she/it accepted	તેણે સ્વીકાર્યું	tene swikaryu
we accepted	અમે સ્વીકાર્યું	ame swikaryu
you accepted	તમે સ્વીકાર્યું	tame swikaryu
they accepted	તેઓએ સ્વીકાર્યું	teoae swikaryu

ચાલુ ભૂત (Past Continuous)

English	Gujarati	Transliteration
I was accepting	હું સ્વીકારતો હતો	hu swikarto hato
you were accepting	તું સ્વીકારતો હતો	tu swikarto hato
he/she/it was accepting	તે સ્વીકારતો હતો	te swikarto hato
we were accepting	અમે સ્વીકારતા હતાં	ame swikarta hata
you were accepting	તમે સ્વીકારતા હતાં	tame swikarta hata
they were accepting	તેઓ સ્વીકારતા હતાં	teo swikarta hata

પૂર્ણ ભૂત (Past Perfect)

English	Gujarati	Transliteration
I had accepted	મેં સ્વીકાર્યું હતું	mein swikaryu hatu
you had accepted	તે સ્વીકાર્યું હતું	te swikaryu hatu
he/she/it had accepted	તેણે સ્વીકાર્યું હતું	tene swikaryu hatu
we had accepted	અમે સ્વીકાર્યું હતું	ame swikaryu hatu
you had accepted	તમે સ્વીકાર્યું હતું	tame swikaryu hatu
they had accepted	તેઓએ સ્વીકાર્યું હતું	teoae swikaryu hatu

ચાલુ પૂર્ણ ભૂત (Past Perfect Continuous)

English	Gujarati	Transliteration
I had been accepting	હું સ્વીકારી રહ્યો હતો	hu swikari rahyo hato
you had been accepting	તું સ્વીકારી રહ્યો હતો	tu swikari rahyo hato
he/she/it had been accepting	તે સ્વીકારી રહ્યો હતો	te swikari rahyo hato
we had been accepting	અમે સ્વીકારી રહ્યાં હતાં	ame swikari rahya hata
you had been accepting	તમે સ્વીકારી રહ્યાં હતાં	tame swikari rahya hata
they had been accepting	તેઓ સ્વીકારી રહ્યાં હતાં	teo swikari rahya hata

સાદો ભવિષ્ય (Simple Future)

English	Gujarati	Transliteration
I will accept	હું સ્વીકારીશ	hu swikarish
you will accept	તું સ્વીકારીશ	tu swikarish
he/she/it will accept	તે સ્વીકારશે	te swikarshe
we will accept	અમે સ્વીકારીશું	ame swikarishu
you will accept	તમે સ્વીકારશો	tame swikarsho
they will accept	તેઓ સ્વીકારશે	teo swikarshe

ચાલુ ભવિષ્ય (Future Continuous)

English	Gujarati	Transliteration
I will be accepting	હું સ્વીકારી રહ્યો હોઈશ	hu swikari rahyo hoish
you will be accepting	તું સ્વીકારી રહ્યો હશે	tu swikari rahyo hashe
he/she/it will be accepting	સ્વીકારી રહ્યો હશે	te swikari rahyo hashe
we will be accepting	અમે સ્વીકારી રહ્યાં હશું	ame swikari rahya hashu
you will be accepting	તમે સ્વીકારી રહ્યાં હશો	tame swikari rahya hashe
they will be accepting	તેઓ સ્વીકારી રહ્યાં હશે	teo swikari rahya hashe

પૂર્ણ ભવિષ્ય (Future Perfect)

English	Gujarati	Transliteration
I will have accepted	હું સ્વીકારતો હોઈશ	hu swikarto hoish
you will have accepted	તું સ્વીકારતો હોઈશ	tu swikarto hoish
he/she/it will have accepted	તે સ્વીકારતો હશે	te swikarto hashe
we will have accepted	અમે સ્વીકારતા હોઈશું	ame swikarta hoishu
you will have accepted	તમે સ્વીકારતા હશો	tame swikarta hasho
they will have accepted	તેઓ સ્વીકારતા હશે	teo swikarta hashe

ચાલુ પૂર્ણ ભવિષ્ય (Future Perfect Continuous)

English	Gujarati	Transliteration
I will have been accepting	હું સ્વીકારતો આવતો હોઈશ	hu swikarto aavto hoish
you will have been accepting	તું સ્વીકારતો આવતો હોઈશ	tu swikarto aavto hoish
he/she/it will have been accepting	તે સ્વીકારતો આવતો હશે	te swikarto aavto hashe
we will have been accepting	અમે સ્વીકારતા આવતા હોઈશું	ame swikarta aavta hoishu
you will have been accepting	તમે સ્વીકારતા આવતા હશો	tame swikarta aavta hasho
they will have been accepting	તેઓ સ્વીકારતા આવતા હશે	teo swikarta aavta hashe

2. To Admit - સ્વીકારવું (swi**kar**vun)

In Gujarati, admit and accept have same meaning. It is used in the sense સ્વીકારવું, માનવું.

સાદો વર્તમાન (Simple Present)

English	Gujarati	Transliteration
I admit	હું સ્વીકારું છું	hun swi**kar**un chhun
you admit	તું સ્વીકારે છે	tu swi**kar**e chhe
he/she/it admits	તે/તેણીની/તે સ્વીકારે છે	te/tenini/te swi**kar**e chhe
we admit	અમે સ્વીકારીએ છીએ	ame swee**kar**iye chhe
you admit	તમે સ્વીકારો છો	tame swi**kar**o chho
they admit	તેઓ સ્વીકારે છે	teo swi**kar**e chhe

ચાલુ વર્તમાન (Present Continuous)

English	Gujarati	Transliteration
I am admitting	હું (અત્યારે) સ્વીકારું છું	hun (atyare) swi**kar**un chhun
you are admitting	તું (અત્યારે)સ્વીકારે છે	tu (atyare) swi**kar**e chhe
he/she/it is admitting	તે/તેણીની/તે (અત્યારે) સ્વીકારે છે	te/tenini/te (atyare) swi**kar**e chhe
we are admitting	અમે (અત્યારે) સ્વીકારીએ છે	ame (atyare) swee**kar**iye chhe
you are admitting	તમે (અત્યારે) સ્વીકારો છો	tame (atyare) swi**kar**o chho
they are admitting	તેઓ (અત્યારે) સ્વીકારે છે	teo (atyare) swi**kar**e chhe

પૂર્ણ વર્તમાન (Present Perfect)

English	Gujarati	Transliteration
I have admitted	મેં સ્વીકાર્યું છે	mein swi**kar**yu chhe
you have admitted	તે સ્વીકાર્યું છે	te swi**kar**yu chhe
he/she/it has admitted	તેણે સ્વીકાર્યું છે	tene swi**kar**yu chhe
we have admitted	અમે સ્વીકાર્યું છે	ame swi**kar**yu chhe
you have admitted	તમે સ્વીકાર્યું છે	tame swi**kar**yu chhe
they have admitted	તેઓએ સ્વીકાર્યું છે	teoe swi**kar**yu chhe

ચ લુ પૂરણવરતમ ન (Present Perfect Continuous)

English	Gujarati	Transliteration
I have been admitting	હું સ્વીકારી રહ્યો છું	hun swi**ka**ri rahyo chhun
you have been admitting	તું સ્વીકારી રહ્યો છે	tun swi**ka**ri rahyo chhe
he/she/it has been admitting	તે સ્વીકારી રહ્યો છે	te swi**ka**ri rahya chhe
we have been admitting	અમે સ્વીકારી રહ્યા છીએ	ame swi**ka**ri rahya chhiye
you have been admitting	તમે સ્વીકારી રહ્યાં છો	tame swi**ka**ri rahya chho
they have been admitting	તેઓ સ્વીકારી રહ્યા છે	teo swi**ka**ri rahya chhe

સાદો ભૂત (Simple Past)

English	Gujarati	Transliteration
I admitted	મેં સ્વીકાર્યું	mein swi**ka**ryu
you admitted	તે સ્વીકાર્યું	te swi**ka**ryu
he/she/it admitted	તેણે સ્વીકાર્યું	tene swi**ka**ryu
we admitted	અમે સ્વીકાર્યું	ame swi**ka**ryu
you admitted	તમે સ્વીકાર્યું	tame swi**ka**ryu
they admitted	તેઓએ સ્વીકાર્યું	teoae swi**ka**ryu

ચાલુ ભૂત (Past Continuous)

English	Gujarati	Transliteration
I was admitting	હું સ્વીકારતો હતો	hu swi**ka**rto hato
you were admitting	તું સ્વીકારતો હતો	tu swi**ka**rto hato
he/she/it was admitting	તે સ્વીકારતો હતો	te swi**ka**rto hato
we were admitting	અમે સ્વીકારતા હતાં	ame swi**ka**rta hata
you were admitting	તમે સ્વીકારતા હતાં	tame swi**ka**rta hata
they were admitting	તેઓ સ્વીકારતા હતાં	teo swi**ka**rta hata

પૂર્ણ ભૂત (Past Perfect)

English	Gujarati	Transliteration
I had admitted	મેં સ્વીકાર્યું હતું	mein swikaryu hatu
you had admitted	તે સ્વીકાર્યું હતું	te swikaryu hatu
he/she/it had admitted	તેણે સ્વીકાર્યું હતું	tene swikaryu hatu
we had admitted	અમે સ્વીકાર્યું હતું	ame swikaryu hatu
you had admitted	તમે સ્વીકાર્યું હતું	tame swikaryu hatu
they had admitted	તેઓએ સ્વીકાર્યું હતું	teoae swikaryu hatu

ચાલુ પૂર્ણ ભૂત (Past Perfect Continuous)

English	Gujarati	Transliteration
I had been admitting	હું સ્વીકારી રહ્યો હતો	hu swikari rahyo hato
you had been admitting	તું સ્વીકારી રહ્યો હતો	tu swikari rahyo hato
he/she/it had been admitting	તે સ્વીકારી રહ્યો હતો	te swikari rahyo hato
we had been admitting	અમે સ્વીકારી રહ્યાં હતાં	ame swikari rahya hata
you had been admitting	તમે સ્વીકારી રહ્યાં હતાં	tame swikari rahya hata
they had been admitting	તેઓ સ્વીકારી રહ્યાં હતાં	teo swikari rahya hata

સાદો ભવિષ્ય (Simple Future)

English	Gujarati	Transliteration
I will admit	હું સ્વીકારીશ	hu swikarish
you will admit	તું સ્વીકારીશ	tu swikarish
he/she/it will admit	તે સ્વીકારશે	te swikarshe
we will admit	અમે સ્વીકારીશું	ame swikarishu
you will admit	તમે સ્વીકારશો	tame swikarsho
they will admit	તેઓ સ્વીકારશે	teo swikarshe

ચાલુ ભવિષ્ય (Future Continuous)

English	Gujarati	Transliteration
I will be admitting	હું સ્વીકારી રહ્યો હોઈશ	hu swikari rahyo hoish
you will be admitting	તું સ્વીકારી રહ્યો હશે	tu swikari rahyo hashe
he/she/it will be admitting	તે સ્વીકારી રહ્યો હશે	te swikari rahyo hashe
we will be admitting	અમે સ્વીકારી રહ્યાં હશું	ame swikari rahya hashu
you will be admitting	તમે સ્વીકારી રહ્યાં હશો	tame swikari rahya hashe
they will be admitting	તેઓ સ્વીકારી રહ્યાં હશે	teo swikari rahya hashe

પૂર્ણ ભવિષ્ય (Future Perfect)

English	Gujarati	Transliteration
I will have admitted	હું સ્વીકારતો હોઈશ	hu swikarto hoish
you will have admitted	તું સ્વીકારતો હોઈશ	tu swikarto hoish
he/she/it will have admitted	તે સ્વીકારતો હશે	te swikarto hashe
we will have admitted	અમે સ્વીકારતા હોઈશું	ame swikarta hoishu
you will have admitted	તમે સ્વીકારતા હશો	tame swikarta hasho
they will have admitted	તેઓ સ્વીકારતા હશે	teo swikarta hashe

ચાલુ પૂર્ણ ભવિષ્ય (Future Perfect Continuous)

English	Gujarati	Transliteration
I will have been admitting	હું સ્વીકારતો આવતો હોઈશ	hu swikarto aavto hoish
you will have been admitting	તું સ્વીકારતો આવતો હોઈશ	tu swikarto aavto hoish
he/she/it will have been admitting	તે સ્વીકારતો આવતો હશે	te swikarto aavto hashe
we will have been admitting	અમે સ્વીકારતા આવતા હોઈશું	ame swikarta aavta hoishu
you will have been admitting	તમે સ્વીકારતા આવતા હશો	tame swikarta aavta hasho
they will have been admitting	તેઓ સ્વીકારતા આવતા હશે	teo swikarta aavta hashe

3. To Answer - જવાબ આપવો (ja**wa**b aapvo)

<u>સાદો વર્તમાન (Simple Present)</u>

English	Gujarati	Transliteration
I answer	હું જવાબ આપું છું	hun ja**wa**b aapu chhun
you answer	તું જવાબ આપે છે	tu ja**wa**b aape chhe
he/she/it answers	તે/તેણીની/તે જવાબ આપે છે	te/tenini/te ja**wa**b aape chhe
we answer	અમે જવાબ આપીએ છીએ	ame ja**wa**b aapiye chhe
you answer	તમે જવાબ આપો છો	tame ja**wa**b aapo chho
they answer	તેઓ જવાબ આપે છે	teo ja**wa**b aape chhe

<u>ચાલુ વર્તમાન (Present Continuous)</u>

English	Gujarati	Transliteration
I am answering	હું (અત્યારે) જવાબ આપું છું	hun (atyare) ja**wa**b aapu chhun
you are answering	તું (અત્યારે)જવાબ આપે છે	tu (atyare) ja**wa**b aape chhe
he/she/it is answering	તે/તેણીની/તે (અત્યારે) જવાબ આપે છે	te/tenini/te (atyare) ja**wa**b aape chhe
we are answering	અમે (અત્યારે) જવાબ આપીએ છે	ame (atyare) ja**wa**b aapiye chhe
you are answering	તમે (અત્યારે) જવાબ આપો છો	tame (atyare) ja**wa**b aapo chho
they are answering	તેઓ (અત્યારે) જવાબ આપે છે	teo (atyare) ja**wa**b aape chhe

<u>પૂર્ણ વર્તમાન (Present Perfect)</u>

English	Gujarati	Transliteration
I have answered	મેં જવાબ આપ્યો છે	mein ja**wa**b aapyo chhe
you have answered	તે જવાબ આપ્યો છે	te ja**wa**b aapyo chhe
he/she/it has answered	તેણે જવાબ આપ્યો છે	tene ja**wa**b aapyo chhe
we have answered	અમે જવાબ આપ્યો છે	ame ja**wa**b aapyo chhe
you have answered	તમે જવાબ આપ્યો છે	tame ja**wa**b aapyo chhe
they have answered	તેઓએ જવાબ આપ્યો છે	teoe ja**wa**b aapyo chhe

ચાલુ પૂર્ણ વર્તમાન (Present Perfect Continuous)

English	Gujarati	Transliteration
I have been answering	હું જવાબ આપી રહ્યો છું	hun jawab aapi rahyo chhun
you have been answering	તું જવાબ આપી રહ્યો છે	tun jawab aapi rahyo chhe
he/she/it has been answering	તે જવાબ આપી રહ્યો છે	te jawab aapi rahya chhe
we have been answering	અમે જવાબ આપી રહ્યા છીએ	ame jawab aapi rahya chhiye
you have been answering	તમે જવાબ આપી રહ્યાં છો	tame jawab aapi rahya chho
they have been answering	તેઓ જવાબ આપી રહ્યા છે	teo jawab aapi rahya chhe

સાદો ભૂત (Simple Past)

English	Gujarati	Transliteration
I answered	મેં જવાબ આપ્યો	mein jawab aapyo
you answered	તે જવાબ આપ્યો	te jawab aapyo
he/she/it answered	તેણે જવાબ આપ્યો	tene jawab aapyo
we answered	અમે જવાબ આપ્યો	ame jawab aapyo
you answered	તમે જવાબ આપ્યો	tame jawab aapyo
they answered	તેઓએ જવાબ આપ્યો	teoae jawab aapyo

ચાલુ ભૂત (Past Continuous)

English	Gujarati	Transliteration
I was answering	હું જવાબ આપતો હતો	hu jawab aapto hato
you were answering	તું જવાબ આપતો હતો	tu jawab aapto hato
he/she/it was answering	તે જવાબ આપતો હતો	te jawab aapto hato
we were answering	અમે જવાબ આપતા હતાં	ame jawab aapta hata
you were answering	તમે જવાબ આપતા હતાં	tame jawab aapta hata
they were answering	તેઓ જવાબ આપતા હતાં	teo jawab aapta hata

પૂર્ણ ભૂત (Past Perfect)

English	Gujarati	Transliteration
I had answered	મેં જવાબ આપ્યો હતો	mein jawab aapyo hatu
you had answered	તે જવાબ આપ્યો હતો	te jawab aapyo hatu
he/she/it had answered	તેણે જવાબ આપ્યો હતો	tene jawab aapyo hatu
we had answered	અમે જવાબ આપ્યો હતો	ame jawab aapyo hatu
you had answered	તમે જવાબ આપ્યો હતો	tame jawab aapyo hatu
they had answered	તેઓએ જવાબ આપ્યો હતો	teoae jawab aapyo hatu

ચાલુ પૂર્ણ ભૂત (Past Perfect Continuous)

English	Gujarati	Transliteration
I had been answering	હું જવાબ આપી રહ્યો હતો	hu jawab aapi rahyo hato
you had been answering	તું જવાબ આપી રહ્યો હતો	tu jawab aapi rahyo hato
he/she/it had been answering	તે જવાબ આપી રહ્યો હતો	te jawab aapi rahyo hato
we had been answering	અમે જવાબ આપી રહ્યાં હતાં	ame jawab aapi rahya hata
you had been answering	તમે જવાબ આપી રહ્યાં હતાં	tame jawab aapi rahya hata
they had been answering	તેઓ જવાબ આપી રહ્યાં હતાં	teo jawab aapi rahya hata

સાદો ભવિષ્ય (Simple Future)

English	Gujarati	Transliteration
I will answer	હું જવાબ આપીશ	hu jawab aapish
you will answer	તું જવાબ આપીશ	tu jawab aapish
he/she/it will answer	તે જવાબ આપશે	te jawab aapshe
we will answer	અમે જવાબ આપીશું	ame jawab aapishu
you will answer	તમે જવાબ આપશો	tame jawab aapsho
they will answer	તેઓ જવાબ આપશે	teo jawab aapshe

ચાલુ ભવિષ્ય (Future Continuous)

English	Gujarati	Transliteration
I will be answering	હું જવાબ આપી રહ્યો હોઈશ	hu jawab aapi rahyo hoish
you will be answering	તું જવાબ આપી રહ્યો હશે	tu jawab aapi rahyo hashe
he/she/it will be answering	તે જવાબ આપી રહ્યો હશે	te jawab aapi rahyo hashe
we will be answering	અમે જવાબ આપી રહ્યાં હશું	ame jawab aapi rahya hashu
you will be answering	તમે જવાબ આપી રહ્યાં હશો	tame jawab aapi rahya hashe
they will be answering	તેઓ જવાબ આપી રહ્યાં હશે	teo jawab aapi rahya hashe

પૂર્ણ ભવિષ્ય (Future Perfect)

English	Gujarati	Transliteration
I will have answered	હું જવાબ આપતો હોઈશ	hu jawab aapto hoish
you will have answered	તું જવાબ આપતો હોઈશ	tu jawab aapto hoish
he/she/it will have answered	તે જવાબ આપતો હશે	te jawab aapto hashe
we will have answered	અમે જવાબ આપતા હોઈશું	ame jawab aapta hoishu
you will have answered	તમે જવાબ આપતા હશો	tame jawab aapta hasho
they will have answered	તેઓ જવાબ આપતા હશે	teo jawab aapta hashe

ચાલુ પૂર્ણ ભવિષ્ય (Future Perfect Continuous)

English	Gujarati	Transliteration
I will have been answering	હું જવાબ આપી આવતો હોઈશ	hu jawab aapi aavto hoish
you will have been answering	તું જવાબ આપી આવતો હોઈશ	tu jawab aapi aavto hoish
he/she/it will have been answering	તે જવાબ આપી આવતો હશે	te jawab aapi aavto hashe
we will have been answering	અમે જવાબ આપી આવતા હોઈશું	ame jawab aapi aavta hoishu
you will have been answering	તમે જવાબ આપી આવતા હશો	tame jawab aapi aavta hasho
they will have been answering	તેઓ જવાબ આપી આવતા હશે	teo jawab aapi aavta hashe

4. To appear - હાજર થવું (**haa**jar thavu)

સાદો વર્તમાન (**Simple Present**)

English	Gujarati	Transliteration
I appear	હું હાજર છું	hun **haa**jar chhun
you appear	તું હાજર છે	tu **haa**jar chhe
he/she/it appears	તે/તેણીની/તે હાજર છે	te/tenini/te **haa**jar chhe
we appear	અમે હાજર છીએ	ame **haa**jar chhiye
you appear	તમે હાજર છો	tame **haa**jar chho
they appear	તેઓ હાજર છે	teo **haa**jar chhe

ચાલુ વર્તમાન (**Present Continuous**)

English	Gujarati	Transliteration
I am appearing	હું (અત્યારે) હાજર છું	hun (atyare) **haa**jar chhun
you are appearing	તું (અત્યારે) હાજર છે	tu (atyare) **haa**jar chhe
he/she/it is appearing	તે/તેણીની/તે (અત્યારે) હાજર છે	te/tenini/te (atyare) **haa**jar chhe
we are appearing	અમે (અત્યારે) હાજર છે	ame (atyare) **haa**jar chhe
you are appearing	તમે (અત્યારે) હાજર છો	tame (atyare) **haa**jar chho
they are appearing	તેઓ (અત્યારે) હાજર છે	teo (atyare) **haa**jar chhe

પૂર્ણ વર્તમાન (**Present Perfect**)

English	Gujarati	Transliteration
I have appeared	હું હાજર થયો છું	mein **haa**jar thayo chhe
you have appeared	તું હાજર થયો છે	tu **haa**jar thayo chhe
he/she/it has appeared	તે હાજર થયો છે	te **haa**jar thayo chhe
we have appeared	અમે હાજર થયા છીએ	ame **haa**jar thaya chhiye
you have appeared	તમે હાજર થયા છો	tame **haa**jar thayo chho
they have appeared	તેઓ હાજર થયા છે	teoe **haa**jar thayo chhe

ચાલુ પૂર્ણ વર્તમાન (Present Perfect Continuous)

English	Gujarati	Transliteration
I have been appearing	હું હાજર થઇ રહ્યો છું	hun **haa**jar thai rahyo chhun
you have been appearing	તું હાજર થઇ રહ્યો છે	tun **haa**jar thai rahyo chhe
he/she/it has been appearing	તે હાજર થઇ રહ્યો છે	te **haa**jar thai rahya chhe
we have been appearing	અમે હાજર થઇ રહ્યા છીએ	ame **haa**jar thai rahya chhiye
you have been appearing	તમે હાજર થઇ રહ્યાં છો	tame **haa**jar thai rahya chho
they have been appearing	તેઓ હાજર થઇ રહ્યા છે	teo **haa**jar thai rahya chhe

સાદો ભૂત (Simple Past)

English	Gujarati	Transliteration
I appeared	હું હાજર થયો	hu **haa**jar thayo
you appeared	તું હાજર થયો	tu **haa**jar thayo
he/she/it appeared	તે હાજર થયો	te **haa**jar thayo
we appeared	અમે હાજર થયા	ame **haa**jar thaya
you appeared	તમે હાજર થયા	tame **haa**jar thaya
they appeared	તેઓ હાજર થયા	teo **haa**jar thaya

ચાલુ ભૂત (Past Continuous)

English	Gujarati	Transliteration
I was appearing	હું હાજર થતો હતો	hu **haa**jar thato hato
you were appearing	તું હાજર થતો હતો	tu **haa**jar thato hato
he/she/it was appearing	તે હાજર થતો હતો	te **haa**jar thato hato
we were appearing	અમે હાજર થતા હતાં	ame **haa**jar thata hata
you were appearing	તમે હાજર થતા હતાં	tame **haa**jar thata hata
they were appearing	તેઓ હાજર થતા હતાં	teo **haa**jar thata hata

પૂર્ણ ભૂત (Past Perfect)

English	Gujarati	Transliteration
I had appeared	હું હાજર થયો હતો	hu **haa**jar thayo hato
you had appeared	તું હાજર થયો હતો	tu **haa**jar thayo hato
he/she/it had appeared	તે હાજર થયો હતો	te **haa**jar thayo hato
we had appeared	અમે હાજર થયા હતા	ame **haa**jar thaya hata
you had appeared	તમે હાજર થયા હતા	tame **haa**jar thaya hata
they had appeared	તેઓ હાજર થયા હતા	teo **haa**jar thaya hata

ચાલુ પૂર્ણ ભૂત (Past Perfect Continuous)

English	Gujarati	Transliteration
I had been appearing	હું હાજર થઇ રહ્યો હતો	hu **haa**jar thai rahyo hato
you had been appearing	તું હાજર થઇ રહ્યો હતો	tu **haa**jar thai rahyo hato
he/she/it had been appearing	તે હાજર થઇ રહ્યો હતો	te **haa**jar thai rahyo hato
we had been appearing	અમે હાજર થઇ રહ્યાં હતાં	ame **haa**jar thai rahya hata
you had been appearing	તમે હાજર થઇ રહ્યાં હતાં	tame **haa**jar thai rahya hata
they had been appearing	તેઓ હાજર થઇ રહ્યાં હતાં	teo **haa**jar thai rahya hata

સાદો ભવિષ્ય (Simple Future)

English	Gujarati	Transliteration
I will appear	હું હાજર થઇશ	hu **haa**jar thaish
you will appear	તું હાજર થઇશ	tu **haa**jar thaish
he/she/it will appear	તે હાજર થશે	te **haa**jar thashe
we will appear	અમે હાજર થઇશું	ame **haa**jar thaishu
you will appear	તમે હાજર થશો	tame **haa**jar thasho
they will appear	તેઓ હાજર થશે	teo **haa**jar thashe

ચાલુ ભવિષ્ય (Future Continuous)

English	Gujarati	Transliteration
I will be appearing	હું હાજર થઇ રહ્યો હોઈશ	hu **haa**jar thai rahyo hoish
you will be appearing	તું હાજર થઇ રહ્યો હશે	tu **haa**jar thai rahyo hashe
he/she/it will be appearing	તે હાજર થઇ રહ્યો હશે	te **haa**jar thai rahyo hashe
we will be appearing	અમે હાજર થઇ રહ્યાં હશું	ame **haa**jar thai rahya hashu
you will be appearing	તમે હાજર થઇ રહ્યાં હશો	tame **haa**jar thai rahya hashe
they will be appearing	તેઓ હાજર થઇ રહ્યાં હશે	teo **haa**jar thai rahya hashe

પૂર્ણ ભવિષ્ય (Future Perfect)

English	Gujarati	Transliteration
I will have appeared	હું હાજર થતો હોઈશ	hu **haa**jar thato hoish
you will have appeared	તું હાજર થતો હોઈશ	tu **haa**jar thato hoish
he/she/it will have appeared	તે હાજર થતો હશે	te **haa**jar thato hashe
we will have appeared	અમે હાજર થતા હોઈશું	ame **haa**jar thata hoishu
you will have appeared	તમે હાજર થતા હશો	tame **haa**jar thata hasho
they will have appeared	તેઓ હાજર થતા હશે	teo **haa**jar thata hashe

ચાલુ પૂર્ણ ભવિષ્ય (Future Perfect Continuous)

English	Gujarati	Transliteration
I will have been appearing	હું હાજર થતો આવતો હોઈશ	hu **haa**jar thato aavto hoish
you will have been appearing	તું હાજર થતો આવતો હોઈશ	tu **haa**jar thato aavto hoish
he/she/it will have been appearing	તે હાજર થતો આવતો હશે	te **haa**jar thato aavto hashe
we will have been appearing	અમે હાજર થતા આવતા હોઈશું	ame **haa**jar thata aavta hoishu
you will have been appearing	તમે હાજર થતા આવતા હશો	tame **haa**jar thata aavta hasho
they will have been appearing	તેઓ હાજર થતા આવતા હશે	teo **haa**jar thata aavta hashe

5. To ask- પૂછવું (puchhavun)

સાદો વર્તમાન (Simple Present)

English	Gujarati	Transliteration
I ask	હું પૂછું છું	hun puchhu chhun
you ask	તું પૂછે છે	tu puchhe chhe
he/she/it asks	તે/તેણીની/તે પૂછે છે	te/tenini/te puchhe chhe
we ask	અમે પૂછીએ છીએ	ame puchhiye chiye
you ask	તમે પૂછો છો	tame puchho chho
they ask	તેઓ પૂછું છે	teo puchhe chhe

ચાલુ વર્તમાન (Present Continuous)

English	Gujarati	Transliteration
I am asking	હું (અત્યારે) પૂછું છું	hun (atyare) puchhu chhun
you are asking	તું (અત્યારે) પૂછું છે	tu (atyare) puchhe chhe
he/she/it is asking	તે/તેણીની/તે (અત્યારે) પૂછું છે	te/tenini/te (atyare) puchhe che
we are asking	અમે (અત્યારે) પૂછીએ છીએ	ame (atyare) puchhiye chhiye
you are asking	તમે (અત્યારે) પૂછો છો	tame (atyare) puchho chho
they are asking	તેઓ (અત્યારે) પૂછે છે	teo (atyare) puchhe chhe

પૂર્ણ વર્તમાન (Present Perfect)

English	Gujarati	Transliteration
I have asked	મેં પૂછ્યું છે	mein puchhyu chhe
you have asked	તે પૂછ્યું છે	te puchhyu chhe
he/she/it has asked	તેણે પૂછ્યું છે	tene puchhyu chhe
we have asked	અમે પૂછ્યું છે	ame puchhayu chhe
you have asked	તમે પૂછ્યું છે	tame puchhyun chhe
they have asked	તેઓએ પૂછ્યું છે	teoe puchhayun chhe

ચાલુ પૂર્ણ વર્તમાન (Present Perfect Continuous)

English	Gujarati	Transliteration
I have been asking	હું પૂછી રહ્યો છું	hun **pu**chhi rahyo chhun
you have been asking	તું પૂછી રહ્યો છે	tun **pu**chhi rahyo chhe
he/she/it has been asking	તે પૂછી રહ્યો છે	te **pu**chhi rahyo chhe
we have been asking	અમે પૂછી રહ્યા છીએ	ame **pu**chhi rahya chhiye
you have been asking	તમે પૂછી રહ્યાં છો	tame **pu**chhi rahya chho
they have been asking	તેઓ પૂછી રહ્યા છે	teo **pu**chhi rahya chhe

સાદો ભૂત (Simple Past)

English	Gujarati	Transliteration
I asked	મેં પૂછ્યું	mein **pu**chhyu
you asked	તે પૂછ્યું	te **pu**chhyu
he/she/it asked	તેણે પૂછ્યું	tene **pu**chhyu
we asked	અમે પૂછ્યું	ame **pu**chhyun
you asked	તમે પૂછ્યું	tame **pu**chhyun
they asked	તેઓએ પૂછ્યું	teoae **pu**chhyun

ચાલુ ભૂત (Past Continuous)

English	Gujarati	Transliteration
I was asking	હું પૂછતો હતો	hu **pu**chhto hato
you were asking	તું પૂછતો હતો	tu **pu**chhto hato
he/she/it was asking	તે પૂછતો હતો	te **pu**chhto hato
we were asking	અમે પૂછતાં હતાં	ame **pu**chhata hata
you were asking	તમે પૂછતાં હતાં	tame **pu**chhata hata
they were asking	તેઓ પૂછતાં હતાં	teo **pu**chhata hata

પૂર્ણ ભૂત (Past Perfect)

English	Gujarati	Transliteration
I had asked	મેં પૂછ્યું હતું	mein **pu**chhyu hatu
you had asked	તે પૂછ્યું હતું	te **pu**chhyu hatu
he/she/it had asked	તેણે પૂછ્યું હતું	tene **pu**chhyu hatu
we had asked	અમે પૂછ્યું હતું	ame **pu**chhyu hatu
you had asked	તમે પૂછ્યું હતું	tame **pu**chhyu hatu
they had asked	તેઓએ પૂછ્યું હતું	teoae **pu**chhyu hatu

ચાલુ પૂર્ણ ભૂત (Past Perfect Continuous)

English	Gujarati	Transliteration
I had been asking	હું પૂછી રહ્યો હતો	hu **pu**chhi rahyo hato
you had been asking	તું પૂછી રહ્યો હતો	tu **pu**chhi rahyo hato
he/she/it had been asking	તે પૂછે થઇ રહ્યો હતો	te **pu**chhi rahyo hato
we had been asking	અમે પૂછી રહ્યાં હતાં	ame **pu**chhi rahya hata
you had been asking	તમે પૂછી રહ્યાં હતાં	tame **pu**chhi rahya hata
they had been asking	તેઓ પૂછી રહ્યાં હતાં	teo **pu**chhi rahya hata

સાદો ભવિષ્ય (Simple Future)

English	Gujarati	Transliteration
I will ask	હું પૂછીશ	hu **pu**chhish
you will ask	તું પૂછીશ	tu **pu**chhish
he/she/it will ask	તે પૂછશે	te **pu**chhashe
we will ask	અમે પૂછીશું	ame **pu**chhishu
you will ask	તમે પૂછશો	tame **pu**chhasho
they will ask	તેઓ પૂછશે	teo **pu**chhashe

ચાલુ ભવિષ્ય (Future Continuous)

English	Gujarati	Transliteration
I will be asking	હું પૂછી રહ્યો હોઈશ	hu puchhi rahyo hoish
you will be asking	તું પૂછી રહ્યો હશે	tu puchhi rahyo hashe
he/she/it will be asking	તે પૂછે થઇ રહ્યો હશે	te puchhi rahyo hashe
we will be asking	અમે પૂછી રહ્યાં હશું	ame puchhi rahya hashu
you will be asking	તમે પૂછી રહ્યાં હશો	tame puchhi rahya hasho
they will be asking	તેઓ પૂછી રહ્યાં હશે	teo puchhi rahya hashe

પૂર્ણ ભવિષ્ય (Future Perfect)

English	Gujarati	Transliteration
I will have asked	હું પૂછતો હોઈશ	hu puchhato hoish
you will have asked	તું પૂછતો હોઈશ	tu puchhato hoish
he/she/it will have asked	તે પૂછતો હશે	te puchhato hashe
we will have asked	અમે પૂછતા હોઈશું	ame puchhata hoishu
you will have asked	તમે પૂછતા હશો	tame puchhata hasho
they will have asked	તેઓ પૂછતા હશે	teo puchhata hashe

ચાલુ પૂર્ણ ભવિષ્ય (Future Perfect Continuous)

English	Gujarati	Transliteration
I will have been asking	હું પૂછતો આવતો હોઈશ	hu puchhato aavto hoish
you will have been asking	તું પૂછતો આવતો હોઈશ	tu puchhato aavto hoish
he/she/it will have been asking	તે પૂછતો આવતો હશે	te puchhato aavto hashe
we will have been asking	અમે પૂછતા આવતા હોઈશું	ame puchhata aavta hoishu
you will have been asking	તમે પૂછતા આવતા હશો	tame puchhata aavta hasho
they will have been asking	તેઓ પૂછતા આવતા હશે	teo puchhata aavta hashe

6. To be - થવું (thavu)

સાદો વર્તમાન (Simple Present)

English	Gujarati	Transliteration
I am	હું છું	hun chhun
you are	તું છે	tu chhe
he/she/it is	તે/તેણીની/તે છે	te/tenini/te chhe
we are	અમે છીએ	ame chiye
you are	તમે છો	tame chho
they are	તેઓ છે	teo chhe

ચાલુ વર્તમાન (Present Continuous)

English	Gujarati	Transliteration
I am being	હું (અત્યારે) છું	hun (atyare) chhun
you are being	તું (અત્યારે) છે	tu (atyare) chhe
he/she/it is being	તે/તેણીની/તે (અત્યારે) છે	te/tenini/te (atyare) chhe
we are being	અમે (અત્યારે) છીએ	ame (atyare) chhiye
you are being	તમે (અત્યારે) છો	tame (atyare) chho
they are being	તેઓ (અત્યારે) છે	teo (atyare) chhe

પૂર્ણ વર્તમાન (Present Perfect)

English	Gujarati	Transliteration
I have been	હું થયો છું	hu **tha**yo chhu
you have been	તું થયો છે	tu **tha**yo chhe
he/she/it has been	તે થયો છે	te **tha**yo chhe
we have been	અમે થયા છીએ	ame **tha**ya chhiye
you have been	તમે થયા છો	tame **tha**ya chho
they have been	તેઓ થયા છે	teoe **tha**ya chhe

ચાલુ પૂર્ણ વર્તમાન (Present Perfect Continuous)

English	Gujarati	Transliteration
I have been being	હું થઇ રહ્યો છું	hun **thai** rahyo chhun
you have been being	તું થઇ રહ્યો છે	tun **thai** rahyo chhe
he/she/it has been being	તે થઇ રહ્યો છે	te **thai** rahyo chhe
we have been being	અમે થઇ રહ્યા છીએ	ame **thai** rahya chhiye
you have been being	તમે થઇ રહ્યાં છો	tame **thai** rahya chho
they have been being	તેઓ થઇ રહ્યા છે	teo **thai** rahya chhe

સાદો ભૂત (Simple Past)

English	Gujarati	Transliteration
I was	હું થયો	hun **tha**yo
you were	તું થયો	tun **tha**yo
he/she/it was	તે થયો	te **tha**yo
we were	અમે થયા	ame **tha**ya
you were	તમે થયા	tame **tha**ya
they were	તેઓ થયા	teoae **tha**ya

ચાલુ ભૂત (Past Continuous)

English	Gujarati	Transliteration
I was being	હું થતો હતો	hu **tha**to hato
you were being	તું થતો હતો	tu **tha**to hato
he/she/it was being	તે થતો હતો	te **tha**to hato
we were being	અમે થતા હતાં	ame **tha**ta hata
you were being	તમે થતા હતાં	tame **tha**ta hata
they were being	તેઓ થતા હતાં	teo **tha**ta hata

પૂર્ણ ભૂત (Past Perfect)

English	Gujarati	Transliteration
I had been	હું થયો હતો	hu **tha**yo hato
you had been	તું થયો હતો	tu **tha**yo hato
he/she/it had been	તે થયો હતો	te **tha**yo hato
we had been	અમે થયા હતાં	ame **tha**ya hata
you had been	તમે થયા હતાં	tame **tha**ya hata
they had been	તેઓ થયા હતાં	teo **tha**ya hata

ચાલુ પૂર્ણ ભૂત (Past Perfect Continuous)

English	Gujarati	Transliteration
I had been being	હું થઇ રહ્યો હતો	hu **tha**i rahyo hato
you had been being	તું થઇ રહ્યો હતો	tu **tha**i rahyo hato
he/she/it had been being	તે થઇ રહ્યો હતો	te **tha**i rahyo hato
we had been being	અમે થઇ રહ્યાં હતાં	ame **tha**i rahyo hata
you had been being	તમે થઇ રહ્યાં હતાં	tame **tha**i rahyo hata
they had been being	તેઓ થઇ રહ્યાં હતાં	teo **tha**i rahyo hata

સાદો ભવિષ્ય (Simple Future)

English	Gujarati	Transliteration
I will be	હું થઈશ	hu **tha**ish
you will be	તું થઈશ	tu **tha**ish
he/she/it will be	તે થશે	te **tha**se
we will be	અમે થઈશું	ame **tha**ishu
you will be	તમે થશો	tame **tha**sho
they will be	તેઓ થશે	teo **tha**se

ચાલુ ભવિષ્ય (Future Continuous)

English	Gujarati	Transliteration
I will be being	હું થઇ રહ્યો હોઈશ	hu **tha**i rahyo hoish
you will be being	તું થઇ રહ્યો હશે	tu **tha**i rahyo hashe
he/she/it will be being	તે થઇ રહ્યો હશે	te **tha**i rahyo hashe
we will be being	અમે થઇ રહ્યાં હશું	ame **tha**i rahya hashu
you will be being	તમે થઇ રહ્યાં હશો	tame **tha**i rahya hashe
they will be being	તેઓ થઇ રહ્યાં હશે	teo **tha**i rahya hashe

પૂર્ણ ભવિષ્ય (Future Perfect)

English	Gujarati	Transliteration
I will have been	હું થતો હોઈશ	hu **tha**to hoish
you will have been	તું થતો હોઈશ	tu **tha**to hoish
he/she/it will have been	તે થતો હશે	te **tha**to hashe
we will have been	અમે થતા હોઈશું	ame **tha**ta hoishu
you will have been	તમે થતા હશો	tame **tha**ta hasho
they will have been	તેઓ થતા હશે	teo **tha**ta hashe

ચાલુ પૂર્ણ ભવિષ્ય (Future Perfect Continuous)

English	Gujarati	Transliteration
I will have been being	હું થતો આવતો હોઈશ	hu **tha**to aavto hoish
you will have been being	તું થતો આવતો હોઈશ	tu **tha**to aavto hoish
he/she/it will have been being	તે થતો આવતો હશે	te **tha**to aavto hashe
we will have been being	અમે થતા આવતા હોઈશું	ame **tha**ta aavta hoishu
you will have been being	તમે થતા આવતા હશો	tame **tha**ta aavta hasho
they will have been being	તેઓ થતા આવતા હશે	teo **tha**ta aavta hashe

7. To be able to - સમર્થ હોવું (samarth hovun)

સાદો વર્તમાન (Simple Present)

English	Gujarati	Transliteration
I am able to	હું સમર્થ છું	hun samarth chhun
you are able to	તું સમર્થ છે	tu samarth chhe
he/she/it is able to	તે/તેણીની/તે સમર્થ છે	te/tenini/te samarth chhe
we are able to	અમે સમર્થ છીએ	ame samarth chiye
you are able to	તમે સમર્થ છો	tame samarth chho
they are able to	તેઓ સમર્થ છે	teo samarth chhe

ચાલુ વર્તમાન (Present Continuous)

English	Gujarati	Transliteration
I am being able to	હું (અત્યારે) સમર્થ છું	hun (atyare) samarth chhun
you are being able to	તું (અત્યારે) સમર્થ છે	tu (atyare) samarth chhe
he/she/it is being able to	તે/તેણીની/તે (અત્યારે) સમર્થ છે	te/tenini/te (atyare) samarth che
we are being able to	અમે (અત્યારે) સમર્થ છીએ	ame (atyare) samarth chhiye
you are being able to	તમે (અત્યારે) સમર્થ છો	tame (atyare) samarth chho
they are being able to	તેઓ (અત્યારે) સમર્થ છે	teo (atyare) samarth chhe

પૂર્ણ વર્તમાન (Present Perfect)

English	Gujarati	Transliteration
I have been able to	હું સમર્થ થયો છું	hu samarth thayo chhu
you have been able to	તું સમર્થ થયો છું	tu samarth thayo chhu
he/she/it has been able to	તે સમર્થ થયો છે	te samarth thayo chhu
we have been able to	અમે સમર્થ થયા છીએ	ame samarth thaya chhiye
you have been able to	તમે સમર્થ થયા છો	tame samarth thaya chho
they have been able to	તેઓ સમર્થ થયા છે	teo samarth thaya chhe

ચાલુ પૂર્ણ વર્તમાન (Present Perfect Continuous)

English	Gujarati	Transliteration
I have been being able to	હું સમર્થ થઇ રહ્યો છું	hun samarth thai rahyo chhun
you have been being able to	તું સમર્થ થઇ રહ્યો છે	tun samarth thai rahyo chhe
he/she/it has been being able to	તે સમર્થ થઇ રહ્યો છે	te samarth thai rahyo chhe
we have been being able to	અમે સમર્થ થઇ રહ્યા છીએ	ame samarth thai rahya chhiye
you have been being able to	તમે સમર્થ થઇ રહ્યાં છો	tame samarth thai rahya chho
they have been being able to	તેઓ સમર્થ થઇ રહ્યા છે	teo samarth thai rahya chhe

સાદો ભૂત (Simple Past)

English	Gujarati	Transliteration
I was able to	હું સમર્થ થયો	hun samarth thayo
you were able to	તું સમર્થ થયો	tun samarth thayo
he/she/it was able to	તે સમર્થ થયો	te samarth thayo
we were able to	અમે સમર્થ થયા	ame samarth thaya
you were able to	તમે સમર્થ થયા	tame samarth thaya
they were able to	તેઓ સમર્થ થયા	teoae samarth thaya

ચાલુ ભૂત (Past Continuous)

English	Gujarati	Transliteration
I was being able to	હું સમર્થ થયો હતો	hu samarth thayo hato
you were being able to	તું સમર્થ થયો હતો	tu samarth thayo hato
he/she/it was being able to	તે સમર્થ થયો હતો	te samarth thayo hato
we were being able to	અમે સમર્થ થયા હતાં	ame samarth thaya hata
you were being able to	તમે સમર્થ થયા હતાં	tame samarth thaya hata
they were being able to	તેઓ સમર્થ થયા હતાં	teo samarth thaya hata

પૂર્ણ ભૂત (Past Perfect)

English	Gujarati	Transliteration
I had been able to	હું સમર્થ થયો હતો	hu samarth thayo hato
you had been able to	તું સમર્થ થયો હતો	tu samarth thayo hato
he/she/it had been able to	તે સમર્થ થયો હતો	te samarth thayo hato
we had been able to	અમે સમર્થ થયા હતાં	ame samarth thaya hata
you had been able to	તમે સમર્થ થયા હતાં	tame samarth thaya hata
they had been able to	તેઓ સમર્થ થયા હતાં	teo samarth thaya hata

ચાલુ પૂર્ણ ભૂત (Past Perfect Continuous)

English	Gujarati	Transliteration
I had been being able to	હું સમર્થ થઇ રહ્યો હતો	hu samarth thai rahyo hato
you had been being able to	તું સમર્થ થઇ રહ્યો હતો	tu samarth thai rahyo hato
he/she/it had been being able to	તે સમર્થ થઇ રહ્યો હતો	te samarth thai rahyo hato
we had been being able to	અમે સમર્થ થઇ રહ્યાં હતાં	ame samarth thai rahyo hata
you had been being able to	તમે સમર્થ થઇ રહ્યાં હતાં	tame samarth thai rahyo hata
they had been being able to	તેઓ સમર્થ થઇ રહ્યાં હતાં	teo samarth thai rahyo hata

સાદો ભવિષ્ય (Simple Future)

English	Gujarati	Transliteration
I will be able to	હું સમર્થ થઈશ	hu samarth thaish
you will be able to	તું સમર્થ થઈશ	tu samarth thaish
he/she/it will be able to	તે સમર્થ થશે	te samarth thase
we will be able to	અમે સમર્થ થઈશું	ame samarth thaishu
you will be able to	તમે સમર્થ થશો	tame samarth thasho
they will be able to	તેઓ સમર્થ થશે	teo samarth thase

ચાલુ ભવિષ્ય (Future Continuous)

English	Gujarati	Transliteration
I will be being able to	હું સમર્થ થઇ રહ્યો હોઈશ	hu samarth thai rahyo hoish
you will be being able to	તું સમર્થ થઇ રહ્યો હશે	tu samarth thai rahyo hashe
he/she/it will be being able to	તે સમર્થ થઇ રહ્યો હશે	te samarth thai rahyo hashe
we will be being able to	અમે સમર્થ થઇ રહ્યાં હશું	ame samarth thai rahya hashu
you will be being able to	તમે સમર્થ થઇ રહ્યાં હશો	tame samarth thai rahya hashe
they will be being able to	તેઓ સમર્થ થઇ રહ્યાં હશે	teo samarth thai rahya hashe

પૂર્ણ ભવિષ્ય (Future Perfect)

English	Gujarati	Transliteration
I will have been able to	હું સમર્થ થતો હોઈશ	hu samarth thato hoish
you will have been able to	તું સમર્થ થતો હોઈશ	tu samarth thato hoish
he/she/it will have been able to	તે સમર્થ થતો હશે	te samarth thato hashe
we will have been able to	અમે સમર્થ થતા હોઈશું	ame samarth thaya hoishu
you will have been able to	તમે સમર્થ થતા હશો	tame samarth thaya hasho
they will have been able to	તેઓ સમર્થ થતા હશે	teo samarth thaya hashe

ચાલુ પૂર્ણ ભવિષ્ય (Future Perfect Continuous)

English	Gujarati	Transliteration
I will have been being able to	હું સમર્થ થતો આવતો હોઈશ	hu samarth thato aavto hoish
you will have been being able to	તું સમર્થ થતો આવતો હોઈશ	tu samarth thato aavto hoish
he/she/it will have been being able to	તે સમર્થ થતો આવતો હશે	te samarth thato aavto hashe
we will have been being able to	અમે સમર્થ થતા આવતા હોઈશું	ame samarth thaya aavta hoishu
you will have been being able to	તમે સમર્થ થતા આવતા હશો	tame samarth thaya aavta hasho
they will have been being able to	તેઓ સમર્થ થતા આવતા હશે	teo samarth thaya aavta hashe

8. To become- બનવું (banvun)

સાદો વર્તમાન (Simple Present)

English	Gujarati	Transliteration
I become	હું બનું છું	hun banu chhun
you become	તું બને છે	tu bane chhe
he/she/it becomes	તે/તેણી ની/તે બને છે	te/tenini/te bane chhe
we become	અમે બનીએ છીએ	ame baniye chiye
you become	તમે બનો છો	tame bano chho
they become	તેઓ બને છે	teo bane chhe

ચાલુ વર્તમાન (Present Continuous)

English	Gujarati	Transliteration
I am becoming	હું (અત્યારે) બનું છું	hun (atyare) banu chhun
you are becoming	તું બને છે	tu bane chhe
he/she/it is becoming	તે/તેણી ની/તે બને છે	te/tenini/te bane chhe
we are becoming	અમે બનીએ છીએ	ame baniye chiye
you are becoming	તમે બનો છો	tame bano chho
they are becoming	તેઓ બને છે	teo bane chhe

પૂર્ણ વર્તમાન (Present Perfect)

English	Gujarati	Transliteration
I have become	હું બન્યો છું	hun banyo chhun
you have become	તું બન્યો છે	tu banyo chhe
he/she/it have becomes	તે/તેણી ની/તે બન્યો છે	te/tenini/te banyo chhe
we have become	અમે બનીયા છીએ	ame baniya chiye
you have become	તમે બનીયા છો	tame baniya chho
they have become	તેઓ બનીયા છે	teo baniya chhe

ચાલુ પૂર્ણ વર્તમાન (Present Perfect Continuous)

English	Gujarati	Transliteration
I have been becoming	હું બની રહ્યો છું	hun **ba**ni rahyo chhun
you have been becoming	તું બની રહ્યો છે	tu **ba**ni rahyo chhe
he/she/it has been becoming	તે/તેણીની/તે બની રહ્યો છે	te/tenini/te **ba**ni rahyo chhe
we have been becoming	અમે બની રહ્યાં છીએ	ame **ba**ni rahya chhiye
you have been becoming	તમે બની રહ્યાં છો	tame **ba**ni rahya chho
they have been becoming	તેઓ બની રહ્યાં છે	teo **ba**ni rahya chhe

સાદો ભૂત (Simple Past)

English	Gujarati	Transliteration
I became	હું બન્યો	hun **ba**niya
you became	તું બન્યો	tu **ba**niya
he/she/it became	તે/તેણીની/તે બન્યા	te/tenini/te **ba**niya
we became	અમે બન્યા	ame **ba**niya chiye
you became	તમે બન્યા	tame **ba**niya chho
they became	તેઓ બન્યા	teo **ba**niya

ચાલુ ભૂત (Past Continuous)

English	Gujarati	Transliteration
I was becoming	હું બનતો હતો	hun **ba**nto hato
you were becoming	તું બનતો હતો	tu **ba**nto hato
he/she/it was becoming	તે/તેણીની/તે બનતો હતો	te/tenini/te **ba**nto hato
we were becoming	અમે બનતા હતાં	ame **ba**nta hata
you were becoming	તમે બનતા હતાં	tame **ba**nta hata
they were becoming	તેઓ બનતા હતાં	teo **ba**nta hata

પૂર્ણ ભૂત (Past Perfect)

English	Gujarati	Transliteration
I had become	હું બન્યો હતો	hun **ba**nyo hato
you had become	તું બન્યો હતો	tu **ba**nyo hato
he/she/it had become	તે/તેણીની/તે બન્યો હતો	te/tenini/te **ba**nyo hato
we had become	અમે બન્યા હતાં	ame **ba**niya hata
you had become	તમે બન્યા હતાં	tame **ba**niya hata
they had become	તેઓ બન્યા હતાં	teo **ba**niya hata

ચાલુ પૂર્ણ ભૂત (Past Perfect Continuous)

English	Gujarati	Transliteration
I had been becoming	હું બની રહ્યો હતો	hun **ba**ni rahyo hato
you had been becoming	તું બની રહ્યો હતો	tu **ba**ni rahyo hato
he/she/it had been becoming	તે/તેણીની/તે બની રહ્યો હતો	te/tenini/te **ba**ni rahyo hato
we had been becoming	અમે બની રહ્યાં હતાં	ame **ba**ni rahya hata
you had been becoming	તમે બની રહ્યાં હતાં	tame **ba**ni rahya hata
they had been becoming	તેઓ બની રહ્યાં હતાં	teo **ba**ni rahya hata

સાદો ભવિષ્ય (Simple Future)

English	Gujarati	Transliteration
I will become	હું બનીશ	hun **ba**nish
you will become	તું બનીશ	tu **ba**nish
he/she/it will become	તે/તેણીની/તે બનશે	te/tenini/te **ba**nshe
we will become	અમે બનીશું	ame **ba**nish
you will become	તમે બનશો	tame **ba**nsho
they will become	તેઓ બનશે	teo **ba**nshee

ચાલુ ભવિષ્ય (Future Continuous)

English	Gujarati	Transliteration
I will be becoming	હું બની રહ્યો હોઈશ	hun **bani** rahyo hoish
you will be becoming	તું બની રહ્યો હોઈશ	tu **ba**ni rahyo hoish
he/she/it will be becoming	તે/તેણીની/તે બની રહ્યો હશે	te/tenini/te **ba**ni rahyo hashe
we will be becoming	અમે બની રહ્યાં હોઈશું	ame **ba**ni rahya hashu
you will be becoming	તમે બની રહ્યાં હશો	tame **ba**ni rahya hasho
they will be becoming	તેઓ બની રહ્યાં હશે	Teo **ba**ni rahya hashe

પૂર્ણ ભવિષ્ય (Future Perfect)

English	Gujarati	Transliteration
I will have became	હું બનતો હોઈશ	hun **ba**nto hoish
you will have became	તું બનતો હોઈશ	tu **ba**nto hoish
he/she/it will have became	તે/તેણીની/તે બનતો હશે	te/tenini/te **ba**nto hashe
we will have became	અમે બનતા હોઈશું	ame **ba**nta hoishu
you will have became	તમે બનતા હશો	tame **ba**nta hasho
they will have became	તેઓ બનતા હશે	teo **ba**nta hashe

ચાલુ પૂર્ણ ભવિષ્ય (Future Perfect Continuous)

English	Gujarati	Transliteration
I will have been becoming	હું બનતો આવતો હોઈશ	hun **ba**nto aavto hoish
you will have been becoming	તું બનતો આવતો હોઈશ	tu **ba**nto aavto hoish
he/she/it will have been becoming	તે/તેણીની/તે બનતો આવતો હશે	te/tenini/te **ba**nto aavto hashe
we will have been becoming	અમે બનતા આવતા હોઈશું	ame **ba**nta aavta hoishu
you will have been becoming	તમે બનતા આવતા હશો	tame **ba**nta aavta hasho
they will have been becoming	તેઓ બનતા આવતા હશે	teo **ba**nta aavta hashe

9. To begin- આરંભ કરવો (aRambh karvo)

સાદો વર્તમાન (Simple Present)

English	Gujarati	Transliteration
I begin	હું આરંભ કરું છું	hun aRambh karun chhun
you begin	તું આરંભ કરે છે	tu aRambh kare chhe
he/she/it begins	તે/તેણીની/તે આરંભ કરે છે	te/tenini/te aRambh kare chhe
we begin	અમે આરંભ કરીએ છીએ	ame aRambh kariye chiye
you begin	તમે આરંભ કરો છો	tame aRambh karo chho
they begin	તેઓ આરંભ કરે છે	teo aRambh kare chhe

ચાલુ વર્તમાન (Present Continuous)

English	Gujarati	Transliteration
I am beginning	હું (અત્યારે) આરંભ કરું છું	hun (atyare) aRambh karun chhun
you are beginning	તું આરંભ કરે છે	tu aRambh kare chhe
he/she/it is beginning	તે/તેણીની/તે આરંભ કરે છે	te/tenini/te aRambh kare chhe
we are beginning	અમે આરંભ કરીએ છીએ	ame aRambh kariye chiye
you are beginning	તમે આરંભ કરો છો	tame aRambh karo chho
they are beginning	તેઓ આરંભ કરે છે	teo aRambh kare chhe

પૂર્ણ વર્તમાન (Present Perfect)

English	Gujarati	Transliteration
I have begun	મેં આરંભ કર્યો છે	mein aRambh karyo chhun
you have begun	તે આરંભ કર્યો છે	tu aRambh karyo chhe
he/she/it has begun	તેણે આરંભ કર્યો છે	tene aRambh karyo chhe
we have begun	અમે આરંભ કર્યો છે	ame aRambh karyo chhe
you have begun	તમે આરંભ કર્યો છે	tame aRambh karyo chhe
they have begun	તેઓએ આરંભ કર્યો છે	teo aRambh karyo chhe

ચાલુ પૂર્ણ વર્તમાન (Present Perfect Continuous)

English	Gujarati	Transliteration
I have been beginning	હું આરંભ કરી રહ્યો છું	hun aarambh kari rahyo chhun
you have been beginning	તું આરંભ કરી રહ્યો છે	tu aarambh kari rahyo chhe
he/she/it has been beginning	તે/તેણીની/તે આરંભ કરી રહ્યો છે	te/tenini/te aarambh kari rahyo chhe
we have been beginning	અમે આરંભ કરી રહ્યાં છીએ	ame aarambh kari rahya chhiye
you have been beginning	તમે આરંભ કરી રહ્યાં છો	tame aarambh kari rahya chho
they have been beginning	તેઓ આરંભ કરી રહ્યાં છે	teo aarambh kari rahya chhe

સાદો ભૂત (Simple Past)

English	Gujarati	Transliteration
I began	મેં આરંભ કર્યો	mein arambh karyo
you began	તે આરંભ કર્યો	te arambh karyo
he/she/it began	તેણે આરંભ કર્યો	tene arambh karyo
we began	અમે આરંભ કર્યો	ame arambh karyo
you began	તમે આરંભ કર્યો	tame arambh karyo
they began	તેઓએ આરંભ કર્યો	teoae arambh karyo

ચાલુ ભૂત (Past Continuous)

English	Gujarati	Transliteration
I was beginning	મેં આરંભ કર્યો હતો	mein arambh karyo hato
you were beginning	તે આરંભ કર્યો હતો	te arambh karyo hato
he/she/it was beginning	તેણે આરંભ કર્યો હતો	tene arambh karyo hato
we were beginning	અમે આરંભ કર્યો હતો	ame arambh karyo hato
you were beginning	તમે આરંભ કર્યો હતો	tame arambh karyo hato
they were beginning	તેઓએ આરંભ કર્યો હતો	teoae arambh karyo hato

પૂર્ણ ભૂત (Past Perfect)

English	Gujarati	Transliteration
I had begun	મે આરંભ કર્યો હતો	mein arambh karyo hato
you had begun	તે આરંભ કર્યો હતો	te arambh karyo hato
he/she/it had begun	તેણે આરંભ કર્યો હતો	tene arambh karyo hato
we had begun	અમે આરંભ કર્યો	ame arambh karyo hato
you had begun	તમે આરંભ કર્યો	tame arambh karyo hato
they had begun	તેઓએ આરંભ કર્યો	Teoae arambh karyo hato

ચાલુ પૂર્ણ ભૂત (Past Perfect Continuous)

English	Gujarati	Transliteration
I had been beginning	હું આરંભ કરી રહ્યો હતો	hun aarambh kari rahyo hato
you had been beginning	તું આરંભ કરી રહ્યો હતો	tu aarambh kari rahyo hato
he/she/it had been beginning	તે/તેણીની/તે આરંભ કરી રહ્યો હતો	te/tenini/te aarambh kari rahyo hato
we had been beginning	અમે આરંભ કરી રહ્યાં હતાં	ame aarambh kari rahya hata
you had been beginning	તમે આરંભ કરી રહ્યાં હતાં	tame aarambh kari rahya hata
they had been beginning	તેઓ આરંભ કરી રહ્યાં હતાં	teo aarambh kari rahya hata

સાદો ભવિષ્ય (Simple Future)

English	Gujarati	Transliteration
I will begin	હું આરંભ કરીશ	hun arambh karish
you will begin	તું આરંભ કરીશ	tu arambh karish
he/she/it will begin	તે/તેણીની/તે આરંભ કરશે	te/tenini/te arambh karshe
we will begin	અમે આરંભ કરીશું	ame arambh karishu
you will begin	તમે આરંભ કરશો	tame arambh karsho
they will begin	તેઓ આરંભ કરશે	teo arambh karshe

ચાલુ ભવિષ્ય (Future Continuous)

English	Gujarati	Transliteration
I will be beginning	હું આરંભ કરી રહ્યો હોઈશ	hun arambh kari rahyo hoish
you will be beginning	તું આરંભ કરી રહ્યો હોઈશ	tu arambh kari rahyo hoish
he/she/it will be beginning	તે/તેણીની/તે આરંભ કરી રહ્યો હશે	te/tenini/te arambh kari rahyo hashe
we will be beginning	અમે આરંભ કરી રહ્યાં હોઈશું	ame arambh kari rahya hashu
you will be beginning	તમે આરંભ કરી રહ્યાં હશો	tame arambh kari rahya hasho
they will be beginning	તેઓ આરંભ કરી રહ્યાં હશે	teo arambh kari rahya hashe

પૂર્ણ ભવિષ્ય (Future Perfect)

English	Gujarati	Transliteration
I will have begun	હું આરંભ કરતો હોઈશ	hun arambh karto hoish
you will have begun	તું આરંભ કરતો હોઈશ	tu arambh karto hoish
he/she/it will has begun	તે/તેણીની/તે આરંભ કરતો હશે	te/tenini/te arambh karto hashe
we will have begun	અમે આરંભ કરતા હોઈશું	ame arambh karta hoishu
you will have begun	તમે આરંભ કરતા હશો	tame arambh karta hasho
they will have begun	તેઓ આરંભ કરતા હશે	teo arambh karta hashe

ચાલુ પૂર્ણ ભવિષ્ય (Future Perfect Continuous)

English	Gujarati	Transliteration
I will have been beginning	હું આરંભ કરતો આવતો હોઈશ	hun arambh karto aavto hoish
you will have been beginning	તું આરંભ કરતો આવતો હોઈશ	tu arambh karto aavto hoish
he/she/it will have been beginning	તે/તેણીની/તે આરંભ કરતો આવતો હશે	te/tenini/te arambh karto aavto hashe
we will have been beginning	અમે આરંભ કરતા આવતા હોઈશું	ame arambh karta aavta hoishu
you will have been beginning	તમે આરંભ કરતા આવતા હશો	tame arambh karta aavta hasho
they will have been beginning	તેઓ આરંભ કરતા આવતા હશે	teo arambh karta aavta hashe

10. **To break-** તોડવું (**to**dvun)

સાદો વર્તમાન (Simple Present)

English	Gujarati	Transliteration
I break	હું તોડું છું	hun **to**dun chhun
you break	તું તોડે છે	tu **to**de chhe
he/she/it breaks	તે/તેણીની/તે તોડે છે	te/tenini/te **to**de chhe
we break	અમે તોડીયે છીએ	ame **to**diye chiye
you break	તમે તોડો છો	tame **to**do chho
they break	તેઓ તોડે છે	teo **to**de chhe

ચાલુ વર્તમાન (Present Continuous)

English	Gujarati	Transliteration
I am breaking	હું (અત્યારે) તોડું છું	hun (atyare) **to**dun chhun
you are breaking	તું તોડે છે	tu **to**de chhe
he/she/it is breaking	તે/તેણીની/તે તોડે છે	te/tenini/te **to**de chhe
we are breaking	અમે તોડીયે છીએ	ame **to**diye chiye
you are breaking	તમે તોડો છો	tame **to**do chho
they are breaking	તેઓ તોડે છે	teo **to**de chhe

પૂર્ણ વર્તમાન (Present Perfect)

English	Gujarati	Transliteration
I have broken	મેં તોડ્યું છે	mein **to**dyu chhe
you have broken	તે તોડ્યું છે	te **to**dyu chhe
he/she/it has broken	તેણે તોડ્યું છે	tene **to**dyu chhe
we have broken	અમે તોડ્યું છે	ame **to**dyu chhe
you have broken	તમે તોડ્યું છે	tame **to**dyu chhe
they have broken	તેઓએ તોડ્યું છે	teoye **to**dyu chhe

ચાલુ પૂર્ણ વર્તમાન (Present Perfect Continuous)

English	Gujarati	Transliteration
I have been breaking	હું તોડી રહ્યો છું	hun **to**di rahyo chhun
you have been breaking	તું તોડી રહ્યો છે	tu **to**di rahyo chhe
he/she/it has been breaking	તે/તેણીની/તે તોડી રહ્યો છે	te/tenini/te **to**di rahyo chhe
we have been breaking	અમે તોડી રહ્યાં છીએ	ame **to**di rahya chhiye
you have been breaking	તમે તોડી રહ્યાં છો	tame **to**di rahya chho
they have been breaking	તેઓ તોડી રહ્યાં છે	teo **to**di rahya chhe

સાદો ભૂત (Simple Past)

English	Gujarati	Transliteration
I broke ;break	મેં તોડ્યું	mein **to**dyu
you broke ;break	તે તોડ્યું	te **to**dyu
he/she/it broke ;break	તે/તેણીની/તે તોડ્યું	tene **to**dyu
we broke ;break	અમે તોડ્યું	ame **to**dyu
you broke ;break	તમે તોડ્યું	tame **to**dyu
they broke ;break	તેઓએ તોડ્યું	teoye **to**dyu

ચાલુ ભૂત (Past Continuous)

English	Gujarati	Transliteration
I was breaking	હું તોડતો હતો	hun **to**dto hato
you were breaking	તું તોડતો હતો	tu **to**dto hato
he/she/it was breaking	તે/તેણીની/તે તોડતો હતો	te/tenini/te **to**dto hato
we were breaking	અમે તોડતા હતાં	ame **to**dta hata
you were breaking	તમે તોડતા હતાં	tame **to**dta hata
they were breaking	તેઓ તોડતા હતાં	teo **to**dta hata

પૂર્ણ ભૂત (Past Perfect)

English	Gujarati	Transliteration
I had broken	મે તોડ્યું હતું	mein **to**dyu hatu
you had broken	તે તોડ્યું હતું	te **to**dyu hatu
he/she/it had broken	તેણે તોડ્યું હતું	tene **to**dyu hatu
we had broken	અમે તોડ્યું હતું	ame **to**dyu hatu
you had broken	તમે તોડ્યું હતુ	tame **to**dyu hatu
they had broken	તેઓએ તોડ્યું હતું	teoye **to**dyu hatu

ચાલુ પૂર્ણ ભૂત (Past Perfect Continuous)

English	Gujarati	Transliteration
I had been breaking	હું તોડી રહ્યો હતો	hun **to**di rahyo hato
you had been breaking	તું તોડી રહ્યો હતો	tu **to**di rahyo hato
he/she/it had been breaking	તે/તેણીની/તે તોડી રહ્યો હતો	te/tenini/te **to**di rahyo hato
we had been breaking	અમે તોડી રહ્યાં હતાં	ame **to**di rahya hata
you had been breaking	તમે તોડી રહ્યાં હતાં	tame **to**di rahya hata
they had been breaking	તેઓ તોડી રહ્યાં હતાં	teo **to**di rahya hata

સાદો ભવિષ્ય (Simple Future)

English	Gujarati	Transliteration
I will break	હું તોડીશ	hun **to**dish
you will break	તું તોડીશ	tu **to**dish
he/she/it will break	તે/તેણીની/તે તોડશે	te/tenini/te **to**dshe
we will break	અમે તોડીશું	ame **to**dishu
you will break	તમે તોડશો	tame **to**dsho
they will break	તેઓ તોડશે	teo **to**dshe

ચાલુ ભવિષ્ય (Future Continuous)

English	Gujarati	Transliteration
I will be breaking	હું તોડી રહ્યો હોઈશ	hun **to**di rahyo hoish
you will be breaking	તું તોડી રહ્યો હોઈશ	tu **to**di rahyo hoish
he/she/it will be breaking	તે/તેણીની/તે તોડી રહ્યો હશે	te/tenini/te **to**di rahyo hashe
we will be breaking	અમે તોડી રહ્યાં હોઈશું	ame **to**di rahya hashu
you will be breaking	તમે તોડી રહ્યાં હશો	tame **to**di rahya hasho
they will be breaking	તેઓ તોડી રહ્યાં હશે	teo **to**di rahya hashe

પૂર્ણ ભવિષ્ય (Future Perfect)

English	Gujarati	Transliteration
I will have broken	હું તોડતો હોઈશ	hun **to**dto hoish
you will have broken	તું તોડતો હોઈશ	tu **to**dto hoish
he/she/it will has broken	તે/તેણીની/તે તોડતો હશે	te/tenini/te **to**dto hashe
we will have broken	અમે તોડતા હોઈશું	ame **to**dta hoishu
you will have broken	તમે તોડતા હશો	tame **to**dta hasho
they will have broken	તેઓ તોડતા હશે	teo **to**dta hashe

ચાલુ પૂર્ણ ભવિષ્ય (Future Perfect Continuous)

English	Gujarati	Transliteration
I will have been breaking	હું તોડતો આવતો હોઈશ	hun **to**dto aavto hoish
you will have been breaking	તું તોડતો આવતો હોઈશ	tu **to**dto aavto hoish
he/she/it will have been breaking	તે/તેણીની/તે તોડતો આવતો હશે	te/tenini/te **to**dto aavto hashe
we will have been breaking	અમે તોડતા આવતા હોઈશું	ame **to**dta aavta hoishu
you will have been breaking	તમે તોડતા આવતા હશો	tame **to**dta aavta hasho
they will have been breaking	તેઓ તોડતા આવતા હશે	teo **to**dta aavta hashe

11. To breathe- શ્વાસ લેવો (**swa**s levo)

<u>સાદો વર્તમાન (Simple Present)</u>

English	Gujarati	Transliteration
I breathe	હું શ્વાસ લઉં છું	hun **swa**s lun chhun
you breathe	તું શ્વાસ લે છે	tu **swa**s le chhe
he/she/it breathes	તે/તેણીની/તે શ્વાસ લે છે	te/tenini/te **swa**s le chhe
we breathe	અમે શ્વાસ લઈએ છીએ	ame **swa**s laiye chiye
you breathe	તમે શ્વાસ લો છો	tame **swa**s lo chho
they breathe	તેઓ શ્વાસ લે છે	teo **swa**s le chhe

<u>ચાલુ વર્તમાન (Present Continuous)</u>

English	Gujarati	Transliteration
I am breathing	હું (અત્યારે) શ્વાસ લઉં છું	hun (atyare) **swa**s lun chhun
you are breathing	તું શ્વાસ લે છે	tu **swa**s le chhe
he/she/it is breathing	તે/તેણીની/તે શ્વાસ લે છે	te/tenini/te **swa**s le chhe
we are breathing	અમે શ્વાસ લઈએ છીએ	ame **swa**s laiye chiye
you are breathing	તમે શ્વાસ લો છો	tame **swa**s lo chho
they are breathing	તેઓ શ્વાસ લે છે	teo **swa**s le chhe

<u>પૂર્ણ વર્તમાન (Present Perfect)</u>

English	Gujarati	Transliteration
I have breathed	મેં શ્વાસ લીધો છે	mein **swa**s lidho chhe
you have breathed	તે શ્વાસ લીધો છે	tu **swa**s lidho chhe
he/she/it has breathed	તેણે શ્વાસ લીધો છે	tene **swa**s lidho chhe
we have breathed	અમે શ્વાસ લીધો છે	ame **swa**s lidho chhe
you have breathed	તમે શ્વાસ લીધો છે	tame **swa**s lidho chhe
they have breathed	તેઓએ શ્વાસ લીધો છે	teoae **swa**s lidho chhe

ચાલુ પૂર્ણ વર્તમાન (Present Perfect Continuous)

English	Gujarati	Transliteration
I have been breathing	હું શ્વાસ લઇ રહ્યો છું	hun **swa**s lai rahyo chhun
you have been breathing	તું શ્વાસ લઇ રહ્યો છે	tu **swa**s lai rahyo chhe
he/she/it has been breathing	તે/તેણીની/તે શ્વાસ લઇ રહ્યો છે	te/tenini/te **swa**s lai rahyo chhe
we have been breathing	અમે શ્વાસ લઇ રહ્યાં છીએ	ame **swa**s lai rahya chhiye
you have been breathing	તમે શ્વાસ લઇ રહ્યાં છો	tame **swa**s lai rahya chho
they have been breathing	તેઓ શ્વાસ લઇ રહ્યાં છે	teo **swa**s lai rahya chhe

સાદો ભૂત (Simple Past)

English	Gujarati	Transliteration
I breathed	મેં શ્વાસ લીધો	mein **swa**s lidho
you breathed	તે શ્વાસ લીધો	te **swa**s lidho
he/she/it breathed	તેણે શ્વાસ લીધો	tene **swa**s lidho
we breathed	અમે શ્વાસ લીધો	ame **swa**s lidho
you breathed	તમે શ્વાસ લીધો	tame **swa**s lidho
they breathed	તેઓએ શ્વાસ લીધો	teoae **swa**s lidho

ચાલુ ભૂત (Past Continuous)

English	Gujarati	Transliteration
I was breathing	હું શ્વાસ લેતો હતો	hun **swa**s leto hato
you were breathing	તું શ્વાસ લેતો હતો	tu **swa**s leto hato
he/she/it was breathing	તે/તેણીની/તે શ્વાસ લેતો હતો	te/tenini/te **swa**s leto hato
we were breathing	અમે શ્વાસ લેતા હતાં	ame **swa**s leta hata
you were breathing	તમે શ્વાસ લેતા હતાં	tame **swa**s leta hata
they were breathing	તેઓ શ્વાસ લેતા હતાં	teo **swa**s leta hata

પૂર્ણ ભૂત (Past Perfect)

English	Gujarati	Transliteration
I had breathed	મે શ્વાસ લીધો હતો	mein swas lidho hato
you had breathed	તે શ્વાસ લીધો હતો	te swas lidho hato
he/she/it had breathed	તેણે શ્વાસ લીધો હતો	tene swas lidho hato
we had breathed	અમે શ્વાસ લીધો હતો	ame swas lidho hato
you had breathed	તમે શ્વાસ લીધો હતો	tame swas lidho hato
they had breathed	તેઓએ શ્વાસ લીધો હતો	Teoae swas lidho hato

ચાલુ પૂર્ણ ભૂત (Past Perfect Continuous)

English	Gujarati	Transliteration
I had been breathing	હું શ્વાસ લઇ રહ્યો હતો	hun swas lai rahyo hato
you had been breathing	તું શ્વાસ લઇ રહ્યો હતો	tu swas lai rahyo hato
he/she/it had been breathing	તે/તેણીની/તે શ્વાસ લઇ રહ્યો હતો	te/tenini/te swas lai rahyo hato
we had been breathing	અમે શ્વાસ લઇ રહ્યાં હતાં	ame swas lai rahya hata
you had been breathing	તમે શ્વાસ લઇ રહ્યાં હતાં	tame swas lai rahya hata
they had been breathing	તેઓ શ્વાસ લઇ રહ્યાં હતાં	teo swas lai rahya hata

સાદો ભવિષ્ય (Simple Future)

English	Gujarati	Transliteration
I will breathe	હું શ્વાસ લઇશ	hun swas laish
you will breathe	તું શ્વાસ લઇશ	tu swas laish
he/she/it will breathe	તે/તેણીની/તે શ્વાસ લેશે	te/tenini/te swas leshe
we will breathe	અમે શ્વાસ લઇશું	ame swas laishu
you will breathe	તમે શ્વાસ લેશો	tame swas lesho
they will breathe	તેઓ લેશે	teo swas leshe

ચાલુ ભવિષ્ય (Future Continuous)

English	Gujarati	Transliteration
I will be breathing	હું શ્વાસ લઇ રહ્યો હોઈશ	hun **swa**s lai rahyo hoish
you will be breathing	તું શ્વાસ લઇ રહ્યો હોઈશ	tu **swa**s lai rahyo hoish
he/she/it will be breathing	તે/તેણીની/તે શ્વાસ લઇ રહ્યો હશે	te/tenini/te **swa**s lai rahyo hashe
we will be breathing	અમે શ્વાસ લઇ રહ્યાં હોઈશું	ame **swa**s lai rahya hashu
you will be breathing	તમે શ્વાસ લઇ રહ્યાં હશો	tame **swa**s lai rahya hasho
they will be breathing	તેઓ શ્વાસ લઇ રહ્યાં હશે	teo **swa**s lai rahya hashe

પૂર્ણ ભવિષ્ય (Future Perfect)

English	Gujarati	Transliteration
I will have breathed	હું શ્વાસ લેતો હોઈશ	hun **swa**s leto hoish
you will have breathed	તું શ્વાસ લેતો હોઈશ	tu **swa**s leto hoish
he/she/it will has breathed	તે/તેણીની/તે શ્વાસ લેતો હશે	te/tenini/te **swa**s leto hashe
we will have breathed	અમે શ્વાસ લેતા હોઈશું	ame **swa**s leta hoishu
you will have breathed	તમે શ્વાસ લેતા હશો	tame **swa**s leta hasho
they will have breathed	તેઓ શ્વાસ લેતા હશે	teo **swa**s leta hashe

ચાલુ પૂર્ણ ભવિષ્ય (Future Perfect Continuous)

English	Gujarati	Transliteration
I will have been breathing	હું શ્વાસ લેતો આવતો હોઈશ	hun **swa**s leto aavto hoish
you will have been breathing	તું શ્વાસ લેતો આવતો હોઈશ	tu **swa**s leto aavto hoish
he/she/it will have been breathing	તે/તેણીની/તે શ્વાસ લેતો આવતો હશે	te/tenini/te **swa**s leto aavto hashe
we will have been breathing	અમે શ્વાસ લેતા આવતા હોઈશું	ame **swa**s leta aavta hoishu
you will have been breathing	તમે શ્વાસ લેતા આવતા હશો	tame **swa**s leta aavta hasho
they will have been breathing	તેઓ શ્વાસ લેતા આવતા હશે	teo **swa**s leta aavta hashe

12. To buy- ખરીદવું (kha**ri**davun)

<u>સાદો વર્તમાન (Simple Present)</u>

English	Gujarati	Transliteration
I buy	હું ખરીદું છું	hun kha**ri**dun chhun
you buy	તું ખરીદે છે	tu kha**ri**de chhe
he/she/it buys	તે/તેણીની/તે ખરીદે છે	te/tenini/te kha**ri**de chhe
we buy	અમે ખરીદીયે છીએ	ame kha**ri**diye chiye
you buy	તમે ખરીદો છો	tame kha**ri**do chho
they buy	તેઓ ખરીદે છે	teo kha**ri**de chhe

<u>ચાલુ વર્તમાન (Present Continuous)</u>

English	Gujarati	Transliteration
I am buying	હું (અત્યારે) ખરીદું છું	hun (atyare) kha**ri**dun chhun
you are buying	તું ખરીદે છે	tu kha**ri**de chhe
he/she/it is buying	તે/તેણીની/તે ખરીદે છે	te/tenini/te kha**ri**de chhe
we are buying	અમે ખરીદીયે છીએ	ame kha**ri**diye chiye
you are buying	તમે ખરીદો છો	tame kha**ri**do chho
they are buying	તેઓ ખરીદે છે	teo kha**ri**de chhe

<u>પૂર્ણ વર્તમાન (Present Perfect)</u>

English	Gujarati	Transliteration
I have bought	મેં ખરીદયું છે	mein kha**ri**dyun chhe
you have bought	તે ખરીદયું છે	te kha**ri**dyun chhe
he/she/it has bought	તેણે ખરીદયું છે	tene kha**ri**dyun chhe
we have bought	અમે ખરીદયું છે	ame kha**ri**dyun chhe
you have bought	તમે ખરીદયું છે	tame kha**ri**dyun chhe
they have bought	તેઓએ ખરીદયું છે	teoye kha**ri**dyun chhe

ચાલુ પૂર્ણ વર્તમાન (Present Perfect Continuous)

English	Gujarati	Transliteration
I have been buying	હું ખરીદી કરી રહ્યો છું	hun kharidi kari rahyo chhun
you have been buying	તું ખરીદી કરી રહ્યો છે	tu kharidi kari rahyo chhe
he/she/it has been buying	તે/તેણીની/તે ખરીદી કરી રહ્યો છે	te/tenini/te kharidi kari rahyo chhe
we have been buying	અમે ખરીદી કરી રહ્યાં છીએ	ame kharidi kari rahya chhiye
you have been buying	તમે ખરીદી કરી રહ્યાં છો	tame kharidi kari rahya chho
they have been buying	તેઓ ખરીદી કરી રહ્યાં છે	teo kharidi kari rahya chhe

સાદો ભૂત (Simple Past)

English	Gujarati	Transliteration
I bought	મેં ખરીદયું	mein kharidyun
you bought	તે ખરીદયું	te kharidyun
he/she/it bought	તેણે ખરીદયું	tene kharidyun
we bought	અમે ખરીદયું	ame kharidyun
you bought	તમે ખરીદયું	tame kharidyun
they bought	તેઓએ ખરીદયું	teoye kharidyun

ચાલુ ભૂત (Past Continuous)

English	Gujarati	Transliteration
I was buying	હું ખરીદતો હતો	hun kharidto hato
you were buying	તું ખરીદતો હતો	tu kharidto hato
he/she/it was buying	તે/તેણીની/તે ખરીદતો હતો	te/tenini/te kharidto hato
we were buying	અમે ખરીદતા હતાં	ame kharidta hato
you were buying	તમે ખરીદતા હતાં	tame kharidta hato
they were buying	તેઓ ખરીદતા હતાં	teoae kharidta hato

પૂર્ણ ભૂત (Past Perfect)

English	Gujarati	Transliteration
I had bought	મે ખરીદયું હતું	mein kharidyun hatun
you had bought	તે ખરીદયું હતું	te kharidyun hatun
he/she/it had bought	તેણે ખરીદયું હતું	tene kharidyun hatun
we had bought	અમે ખરીદયું હતું	ame kharidyun hatun
you had bought	તમે ખરીદયું હતું	tame kharidyun hatun
they had bought	તેઓએ ખરીદયું હતું	teoye kharidyun hatun

ચાલુ પૂર્ણ ભૂત (Past Perfect Continuous)

English	Gujarati	Transliteration
I had been buying	હું ખરીદી કરી રહ્યો હતો	hun kharidi kari rahyo hato
you had been buying	તું ખરીદી કરી રહ્યો હતો	tu kharidi kari rahyo hato
he/she/it had been buying	તે/તેણીની/તે ખરીદી કરી રહ્યો હતો	te/tenini/te kharidi kari rahyo hato
we had been buying	અમે ખરીદી કરી રહ્યાં હતાં	ame kharidi kari rahya hata
you had been buying	તમે ખરીદી કરી રહ્યાં હતાં	tame kharidi kari rahya hata
they had been buying	તેઓ ખરીદી કરી રહ્યાં હતાં	teo kharidi kari rahya hata

સાદો ભવિષ્ય (Simple Future)

English	Gujarati	Transliteration
I will buy	હું ખરીદી કરીશ	hun kharidi karish
you will buy	તું ખરીદી કરીશ	tu kharidi karish
he/she/it will buy	તે/તેણીની/તે ખરીદશે	te/tenini/te kharidshe
we will buy	અમે ખરીદી કરીશું	ame kharidi karishu
you will buy	તમે ખરીદશો	tame kharidsho
they will buy	તેઓ ખરીદશે	teo kharidi karshe

ચાલુ ભવિષ્ય (Future Continuous)

English	Gujarati	Transliteration
I will be buying	હું ખરીદી કરી રહ્યો હોઈશ	hun kharidi kari rahyo hoish
you will be buying	તું ખરીદી કરી રહ્યો હોઈશ	tu kharidi kari rahyo hoish
he/she/it will be buying	તે/તેણીની/તે ખરીદી કરી રહ્યો હશે	te/tenini/te kharidi kari rahyo hashe
we will be buying	અમે ખરીદી કરી રહ્યાં હોઈશું	ame kharidi kari rahya hashu
you will be buying	તમે ખરીદી કરી રહ્યાં હશો	tame kharidi kari rahya hasho
they will be buying	તેઓ ખરીદી કરી રહ્યાં હશે	teo kharidi kari rahya hashe

પૂર્ણ ભવિષ્ય (Future Perfect)

English	Gujarati	Transliteration
I will have bought	હું ખરીદતો હોઈશ	hun kharidto hoish
you will have bought	તું ખરીદતો હોઈશ	tu kharidto hoish
he/she/it will has bought	તે/તેણીની/તે ખરીદતો હશે	te/tenini/te kharidto hashe
we will have bought	અમે ખરીદતા હોઈશું	ame kharidta hoishu
you will have bought	તમે ખરીદતા હશો	tame kharidta hasho
they will have bought	તેઓ ખરીદતા હશે	teo kharidta hashe

ચાલુ પૂર્ણ ભવિષ્ય (Future Perfect Continuous)

English	Gujarati	Transliteration
I will have been buying	હું ખરીદતો આવતો હોઈશ	hun kharidto aavto hoish
you will have been buying	તું ખરીદતો આવતો હોઈશ	tu kharidto aavto hoish
he/she/it will have been buying	તે/તેણીની/તે ખરીદતો આવતો હશે	te/tenini/te kharidto aavto hashe
we will have been buying	અમે ખરીદતા આવતા હોઈશું	ame kharidta aavta hoishu
you will have been buying	તમે ખરીદતા આવતા હશો	tame kharidta aavta hasho
they will have been buying	તેઓ ખરીદતા આવતા હશે	teo kharidta aavta hashe

13. To call - બોલાવવું, ફોન કરવો (bo**la**vvun, **pho**ne karvo)

સાદો વર્તમાન **(Simple Present)**

English	Gujarati	Transliteration
I call	હું બોલવું છું	hun bo**la**vun chhun
you call	તું બોલાવે છે	tu bo**la**ve chhe
he/she/it calls	તે/તેણીની/તે બોલાવે છે	te/tenini/te bo**la**ve chhe
we call	અમે બોલાવીયે છીએ	ame bo**la**viye chiye
you call	તમે બોલાવો છો	tame bo**la**vo chho
they call	તેઓ બોલાવે છે	teo bo**la**ve chhe

ચાલુ વર્તમાન **(Present Continuous)**

English	Gujarati	Transliteration
I am calling	હું (અત્યારે) બોલવું છું	hun (atyare) bo**la**vun chhun
you are calling	તું બોલાવે છે	tu bo**la**ve chhe
he/she/it is calling	તે/તેણીની/તે બોલાવે છે	te/tenini/te bo**la**ve chhe
we are calling	અમે બોલાવીયે છીએ	ame bo**la**viye chiye
you are calling	તમે બોલાવો છો	tame bo**la**vo chho
they are calling	તેઓ બોલાવે છે	teo bo**la**ve chhe

પૂર્ણ વર્તમાન **(Present Perfect)**

English	Gujarati	Transliteration
I have called	મેં બોલાવ્યા છે	mein bolvya chhe
you have called	તે બોલાવ્યા છે	te bolvya chhe
he/she/it has called	તેણે બોલાવ્યા છે	tene bolvya chhe
we have called	અમે બોલાવ્યા છે	ame bolvya chhe
you have called	તમે બોલાવ્યા છે	tame bolvya chhe
they have called	તેઓએ બોલાવ્યા છે	teoye bolvya chhe

ચાલુ પૂર્ણ વર્તમાન (Present Perfect Continuous)

English	Gujarati	Transliteration
I have been calling	હું બોલાવી રહ્યો છું	hun bolavi rahyo chhun
you have been calling	તું બોલાવી રહ્યો છે	tu bolavi rahyo chhe
he/she/it has been calling	તે/તેણીની/તે બોલાવી રહ્યો છે	te/tenini/te bolavi rahyo chhe
we have been calling	અમે બોલાવી રહ્યાં છીએ	ame bolavi rahya chhiye
you have been calling	તમે બોલાવી રહ્યાં છો	tame bolavi rahya chho
they have been calling	તેઓ બોલાવી રહ્યાં છે	teo bolavi rahya chhe

સાદો ભૂત (Simple Past)

English	Gujarati	Transliteration
I called	મેં બોલાવ્યા	mein bolvya
you called	તે બોલાવ્યા	te bolvya
he/she/it called	તેણે બોલાવ્યા	tene bolvya
we called	અમે બોલાવ્યા	ame bolvya
you called	તમે બોલાવ્યા	tame bolvya
they called	તેઓએ બોલાવ્યા	teoye bolvya

ચાલુ ભૂત (Past Continuous)

English	Gujarati	Transliteration
I was calling	હું બોલાવતો હતો	hun bolavto hato
you were calling	તું બોલાવતો હતો	tu bolavto hato
he/she/it was calling	તે/તેણીની/તે બોલાવતો હતો	te/tenini/te bolavto hato
we were calling	અમે બોલાવતા હતાં	ame bolavta hata
you were calling	તમે બોલાવતા હતાં	tame bolavta hata
they were calling	તેઓ બોલાવતા હતાં	teo bolavta hata

68

પૂર્ણ ભૂત (Past Perfect)

English	Gujarati	Transliteration
I had called	મે બોલાવ્યા હતાં	mein bolvya hatan
you had called	તે બોલાવ્યા હતાં	te bolvya hatan
he/she/it had called	તેણે બોલાવ્યા હતાં	tene bolvya hatan
we had called	અમે બોલાવ્યા હતાં	ame bolvya hatan
you had called	તમે બોલાવ્યા હતાં	tame bolvya hatan
they had called	તેઓએ બોલાવ્યા હતાં	teoye bolvya hatan

ચાલુ પૂર્ણ ભૂત (Past Perfect Continuous)

English	Gujarati	Transliteration
I had been calling	હું બોલાવી રહ્યો હતો	hun bolavi rahyo hato
you had been calling	તું બોલાવી રહ્યો હતો	tu bolavi rahyo hato
he/she/it had been calling	તે/તેણીની/તે બોલાવી રહ્યો હતો	te/tenini/te bolavi rahyo hato
we had been calling	અમે બોલાવી રહ્યાં હતાં	ame bolavi rahya hata
you had been calling	તમે બોલાવી રહ્યાં હતાં	tame bolavi rahya hata
they had been calling	તેઓ બોલાવી રહ્યાં હતાં	teo bolavi rahya hata

સાદો ભવિષ્ય (Simple Future)

English	Gujarati	Transliteration
I will call	હું બોલાવીશ	hun bolavish
you will call	તું બોલાવીશ	tu bolavish
he/she/it will call	તે/તેણીની/તે બોલાવશે	te/tenini/te bolavshe
we will call	અમે બોલાવીશું	ame bolavishu
you will call	તમે બોલાવશો	tame bolavsho
they will call	તેઓ બોલાવશે	teo bolavshe

ચાલુ ભવિષ્ય (Future Continuous)

English	Gujarati	Transliteration
I will be calling	હું બોલાવી રહ્યો હોઈશ	hun bolavi rahyo hoish
you will be calling	તું બોલાવી રહ્યો હોઈશ	tu bolavi rahyo hoish
he/she/it will be calling	તે/તેણીની/તે બોલાવી રહ્યો હશે	te/tenini/te bolavi rahyo hashe
we will be calling	અમે બોલાવી રહ્યાં હોઈશું	ame bolavi rahya hashu
you will be calling	તમે બોલાવી રહ્યાં હશો	tame bolavi rahya hasho
they will be calling	તેઓ બોલાવી રહ્યાં હશે	teo bolavi rahya hashe

પૂર્ણ ભવિષ્ય (Future Perfect)

English	Gujarati	Transliteration
I will have called	હું બોલાવતો હોઈશ	hun bolavto hoish
you will have called	તું બોલાવતો હોઈશ	tu bolavto hoish
he/she/it will has called	તે/તેણીની/તે બોલાવતો હશે	te/tenini/te bolavto hashe
we will have called	અમે બોલાવતા હોઈશું	ame bolavta hoishu
you will have called	તમે બોલાવતા હશો	tame bolavta hasho
they will have called	તેઓ બોલાવતા હશે	teo bolavta hashe

ચાલુ પૂર્ણ ભવિષ્ય (Future Perfect Continuous)

English	Gujarati	Transliteration
I will have been calling	હું બોલાવતો આવતો હોઈશ	hun bolavto aavto hoish
you will have been calling	તું બોલાવતો આવતો હોઈશ	tu bolavto aavto hoish
he/she/it will have been calling	તે/તેણીની/તે બોલાવતો આવતો હશે	te/tenini/te bolavto aavto hashe
we will have been calling	અમે બોલાવતા આવતા હોઈશું	ame bolavta aavta hoishu
you will have been calling	તમે બોલાવતા આવતા હશો	tame bolavta aavta hasho
they will have been calling	તેઓ બોલાવતા આવતા હશે	teo bolavta aavta hashe

14. To can - શકવું (shakvu)

સાદો વર્તમાન (Simple Present)

English	Gujarati	Transliteration
I can	હું શકું છું	hun shakun chhun
you can	તું શકે છે	tu shake chhe
he/she/it cans	તે/તેણીની/તે શકે છે	te/tenini/te shake chhe
we can	અમે શકીયે છીએ	ame shakiye chiye
you can	તમે શકો છો	tame shako chho
they can	તેઓ શકે છે	teo shake chhe

ચાલુ વર્તમાન (Present Continuous)

English	Gujarati	Transliteration
I am canning	હું (અત્યારે) શકું છું	hun (atyare) shakun chhun
you are canning	તું શકે છે	tu shake chhe
he/she/it is canning	તે/તેણીની/તે શકે છે	te/tenini/te shake chhe
we are canning	અમે શકીયે છીએ	ame shakiye chiye
you are canning	તમે શકો છો	tame shako chho
they are canning	તેઓ શકે છે	teo shake chhe

પૂર્ણ વર્તમાન (Present Perfect)

English	Gujarati	Transliteration
I have canned	હું શક્યો છું	hun shakyo chhun
you have canned	તું શક્યો છે	tu shakyo chhe
he/she/it has canned	તે/તેણીની/તે શક્યો છે	te/tenini/te shakyo chhe
we have canned	અમે શક્યા છે	ame shakya chhe
you have canned	તમે શક્યા છે	tame shakya chhe
they have canned	તેઓ શક્યા છે	teo shakya chhe

ચાલુ પૂર્ણ વર્તમાન (Present Perfect Continuous)

English	Gujarati	Transliteration
I have been canning	હું શકી રહ્યો છું	hun **sha**ki rahyo chhun
you have been canning	તું શકી રહ્યો છે	tu **sha**ki rahyo chhe
he/she/it has been canning	તે/તેણીની/તે શકી રહ્યો છે	te/tenini/te **sha**ki rahyo chhe
we have been canning	અમે શકી રહ્યાં છીએ	ame **sha**ki rahya chhiye
you have been canning	તમે શકી રહ્યાં છો	tame **sha**ki rahya chho
they have been canning	તેઓ શકી રહ્યાં છે	teo **sha**ki rahya chhe

સાદો ભૂત (Simple Past)

English	Gujarati	Transliteration
I canned	હું શક્યો	hun **sha**kyo
you canned	તું શક્યો	tu **sha**kyo
he/she/it canned	તે/તેણીની/તે શક્યો	te/tenini/te **sha**kyo
we canned	અમે શક્યા	ame **sha**kya
you canned	તમે શક્યા	tame **sha**kya
they canned	તેઓ શક્યા	teo **sha**kya

ચાલુ ભૂત (Past Continuous)

English	Gujarati	Transliteration
I was canning	હું શકતો હતો	hun **sha**kto hato
you were canning	તું શકતો હતો	tu **sha**kto hato
he/she/it was canning	તે/તેણીની/તે શકતો હતો	te/tenini/te **sha**kto hato
we were canning	અમે શકતા હતાં	ame **sha**kta hata
you were canning	તમે શકતા હતાં	tame **sha**kta hata
they were canning	તેઓ શકતા હતાં	teo **sha**kta hata

પૂર્ણ ભૂત (Past Perfect)

English	Gujarati	Transliteration
I had canned	હું શક્યો હતો	hun **sha**kyo hato
you had canned	તું શક્યો હતો	tu **sha**kyo hato
he/she/it had canned	તે શક્યો હતો	te/tenini/te **sha**kyo hato
we had canned	અમે શક્યા હતાં	ame **sha**kya hata
you had canned	તમે શક્યા હતાં	tame **sha**kya hata
they had canned	તેઓ શક્યા હતાં	Teo **sha**kya hata

ચાલુ પૂર્ણ ભૂત (Past Perfect Continuous)

English	Gujarati	Transliteration
I had been canning	હું શકી રહ્યો હતો	hun **sha**ki rahyo hato
you had been canning	તું શકી રહ્યો હતો	tu **sha**ki rahyo hato
he/she/it had been canning	તે/તેણીની/તે શકી રહ્યો હતો	te/tenini/te **sha**ki rahyo hato
we had been canning	અમે શકી રહ્યાં હતાં	ame **sha**ki rahya hata
you had been canning	તમે શકી રહ્યાં હતાં	tame **sha**ki rahya hata
they had been canning	તેઓ શકી રહ્યાં હતાં	teo **sha**ki rahya hata

સાદો ભવિષ્ય (Simple Future)

English	Gujarati	Transliteration
I will can	હું શકીશ	hun **sha**kish
you will can	તું શકીશ	tu **sha**kish
he/she/it will can	તે/તેણીની/તે શકશે	te/tenini/te **sha**kshe
we will can	અમે શકીશું	ame **sha**kishu
you will can	તમે શકશો	tame **sha**ksho
they will can	તેઓ શકશે	teo **sha**kshe

ચાલુ ભવિષ્ય (Future Continuous)

English	Gujarati	Transliteration
I will be canning	હું શકી રહ્યો હોઈશ	hun **sha**ki rahyo hoish
you will be canning	તું શકી રહ્યો હોઈશ	tu **sha**ki rahyo hoish
he/she/it will be canning	તે/તેણીની/તે શકી રહ્યો હશે	te/tenini/te **sha**ki rahyo hashe
we will be canning	અમે શકી રહ્યાં હોઈશું	ame **sha**ki rahya hashu
you will be canning	તમે શકી રહ્યાં હશો	tame **sha**ki rahya hasho
they will be canning	તેઓ શકી રહ્યાં હશે	teo **sha**ki rahya hashe

પૂર્ણ ભવિષ્ય (Future Perfect)

English	Gujarati	Transliteration
I will have canned	હું શકતો હોઈશ	hun **sha**kto hoish
you will have canned	તું શકતો હોઈશ	tu **sha**kto hoish
he/she/it will has canned	તે/તેણીની/તે શકતો હશે	te/tenini/te **sha**kto hashe
we will have canned	અમે શકતા હોઈશું	ame **sha**kta hoishu
you will have canned	તમે શકતા હશો	tame **sha**kta hasho
they will have canned	તેઓ શકતા હશે	teo **sha**kta hashe

ચાલુ પૂર્ણ ભવિષ્ય (Future Perfect Continuous)

English	Gujarati	Transliteration
I will have been canning	હું શકતો આવતો હોઈશ	hun **sha**kto aavto hoish
you will have been canning	તું શકતો આવતો હોઈશ	tu **sha**kto aavto hoish
he/she/it will have been canning	તે/તેણીની/તે શકતો આવતો હશે	te/tenini/te **sha**kto aavto hashe
we will have been canning	અમે શકતા આવતા હોઈશું	ame **sha**kta aavta hoishu
you will have been canning	તમે શકતા આવતા હશો	tame **sha**kta aavta hasho
they will have been canning	તેઓ શકતા આવતા હશે	teo **sha**kta aavta hashe

15. To choose - પસંદ કરવું (pasand karvun)

સાદો વર્તમાન (Simple Present)

English	Gujarati	Transliteration
I choose	હું પસંદ કરું છું	hun pasand karun chhun
you choose	તું પસંદ કરે છે	tu pasand kare chhe
he/she/it chooses	તે/તેણીની/તે પસંદ કરે છે	te/tenini/te pasand kare chhe
we choose	અમે પસંદ કરીએ છીએ	ame pasand kariye chiye
you choose	તમે પસંદ કરો છો	tame pasand karo chho
they choose	તેઓ પસંદ કરે છે	teo pasand kare chhe

ચાલુ વર્તમાન (Present Continuous)

English	Gujarati	Transliteration
I am choosing	હું (અત્યારે) પસંદ કરું છું	hun (atyare) pasand karun chhun
you are choosing	તું પસંદ કરે છે	tu pasand kare chhe
he/she/it is choosing	તે/તેણીની/તે પસંદ કરે છે	te/tenini/te pasand kare chhe
we are choosing	અમે પસંદ કરીએ છીએ	ame pasand kariye chiye
you are choosing	તમે પસંદ કરો છો	tame pasand karo chho
they are choosing	તેઓ પસંદ કરે છે	teo pasand kare chhe

પૂર્ણ વર્તમાન (Present Perfect)

English	Gujarati	Transliteration
I have chosen	મેં પસંદ કર્યું છે	mein pasand karyu chhe
you have chosen	તે પસંદ કર્યું છે	te pasand karyu chhe
he/she/it has chosen	તેણે પસંદ કર્યું છે	tene pasand karyu chhe
we have chosen	અમે પસંદ કર્યું છે	ame pasand karyu chhe
you have chosen	તમે પસંદ કર્યું છે	tame pasand karyu chhe
they have chosen	તેઓએ પસદ કર્યુ છે	teoye pasand karyu chhe

ચાલુ પૂર્ણ વર્તમાન (Present Perfect Continuous)

English	Gujarati	Transliteration
I have been choosing	હું પસંદ કરી રહ્યો છું	hun pasand kari rahyo chhun
you have been choosing	તું પસંદ કરી રહ્યો છે	tu pasand kari rahyo chhe
he/she/it has been choosing	તે/તેણીની/તે પસંદ કરી રહ્યો છે	te/tenini/te pasand kari rahyo chhe
we have been choosing	અમે પસંદ કરી રહ્યાં છીએ	ame pasand kari rahya chhiye
you have been choosing	તમે પસંદ કરી રહ્યાં છો	tame pasand kari rahya chho
they have been choosing	તેઓ પસંદ કરી રહ્યાં છે	teo pasand kari rahya chhe

સાદો ભૂત (Simple Past)

English	Gujarati	Transliteration
I chose	મેં પસંદ કર્યું	mein pasand karyu
you chose	તે પસંદ કર્યું	te pasand karyu
he/she/it chose	તેણે પસંદ કર્યું	tene pasand karyu
we chose	અમે પસંદ કર્યું	ame pasand karyu
you chose	તમે પસંદ કર્યું	tame pasand karyu
they chose	તેઓએ પસંદ કર્યું	teoye pasand karyu

ચાલુ ભૂત (Past Continuous)

English	Gujarati	Transliteration
I was choosing	હું પસંદ કરતો હતો	hun pasand karto hato
you were choosing	તું પસંદ કરતો હતો	tu pasand karto hato
he/she/it was choosing	તે/તેણીની/તે પસંદ કરતો હતો	te/tenini/te pasand karto hato
we were choosing	અમે પસંદ કરતા હતાં	ame pasand karta hata
you were choosing	તમે પસંદ કરતા હતાં	tame pasand karta hata
they were choosing	તેઓ પસંદ કરતા હતાં	teo pasand karta hata

પૂર્ણ ભૂત (Past Perfect)

English	Gujarati	Transliteration
I had chose	મેં પસંદ કર્યું હતું	mein pa**san**d karyu hatun
you had chose	તે પસંદ કર્યું હતું	te pa**san**d karyu hatun
he/she/it had chose	તેણે પસંદ કર્યું હતું	tene pa**san**d karyu hatun
we had chose	અમે પસંદ કર્યું હતું	ame pa**san**d karyu hatun
you had chose	તમે પસંદ કર્યું હતું	tame pa**san**d karyu hatun
they had chose	તેઓએ પસંદ કર્યું હતું	teoye pa**san**d karyu hatun

ચાલુ પૂર્ણ ભૂત (Past Perfect Continuous)

English	Gujarati	Transliteration
I had been choosing	હું પસંદ કરી રહ્યો હતો	hun pa**san**d kari rahyo hato
you had been choosing	તું પસંદ કરી રહ્યો હતો	tu pa**san**d kari rahyo hato
he/she/it had been choosing	તે/તેણીની/તે પસંદ કરી રહ્યો હતો	te/tenini/te pa**san**d kari rahyo hato
we had been choosing	અમે પસંદ કરી રહ્યાં હતાં	ame pa**san**d kari rahya hata
you had been choosing	તમે પસંદ કરી રહ્યાં હતાં	tame pa**san**d kari rahya hata
they had been choosing	તેઓ પસંદ કરી રહ્યાં હતાં	teo pa**san**d kari rahya hata

સાદો ભવિષ્ય (Simple Future)

English	Gujarati	Transliteration
I will choose	હું પસંદ કરીશ	hun pa**san**d karish
you will choose	તું પસંદ કરીશ	tu pa**san**d karish
he/she/it will choose	તે/તેણીની/તે પસંદ કરશે	te/tenini/te pa**san**d karshe
we will choose	અમે પસંદ કરીશું	ame pa**san**d karishu
you wIll choose	તમે પસંદ કરશો	tame pa**san**d karsho
they will choose	તેઓ પસંદ કરશે	teo pa**san**d karshe

ચાલુ ભવિષ્ય (Future Continuous)

English	Gujarati	Transliteration
I will be choosing	હું પસંદ કરી રહ્યો હોઈશ	hun pasand kari rahyo hoish
you will be choosing	તું પસંદ કરી રહ્યો હોઈશ	tu pasand kari rahyo hoish
he/she/it will be choosing	તે/તેણીની/તે પસંદ કરી રહ્યો હશે	te/tenini/te pasand kari rahyo hashe
we will be choosing	અમે પસંદ કરી રહ્યાં હોઈશું	ame pasand kari rahya hashu
you will be choosing	તમે પસંદ કરી રહ્યાં હશો	tame pasand kari rahya hasho
they will be choosing	તેઓ પસંદ કરી રહ્યાં હશે	teo pasand kari rahya hashe

પૂર્ણ ભવિષ્ય (Future Perfect)

English	Gujarati	Transliteration
I will have chosen	હું પસંદ કરતો હોઈશ	hun pasand karto hoish
you will have chosen	તું પસંદ કરતો હોઈશ	tu pasand karto hoish
he/she/it will has chosen	તે/તેણીની/તે પસંદ કરતો હશે	te/tenini/te pasand karto hashe
we will have chosen	અમે પસંદ કરતા હોઈશું	ame pasand karta hoishu
you will have chosen	તમે પસંદ કરતા હશો	tame pasand karta hasho
they will have chosen	તેઓ પસંદ કરતા હશે	teo pasand karta hashe

ચાલુ પૂર્ણ ભવિષ્ય (Future Perfect Continuous)

English	Gujarati	Transliteration
I will have been choosing	હું પસંદ કરતો આવતો હોઈશ	hun pasand karto aavto hoish
you will have been choosing	તું પસંદ કરતો આવતો હોઈશ	tu pasand karto aavto hoish
he/she/it will have been choosing	તે/તેણીની/તે પસંદ કરતો આવતો હશે	te/tenini/te pasand karto aavto hashe
we will have been choosing	અમે પસંદ કરતા આવતા હોઈશું	ame pasand karta aavta hoishu
you will have been choosing	તમે પસંદ કરતા આવતા હશો	tame pasand karta aavta hasho
they will have been choosing	તેઓ પસંદ કરતા આવતા હશે	teo pasand karta aavta hashe

16. To close - બંધ કરવું (**ban**dh karvun)

સાદો વર્તમાન (**Simple Present**)

English	Gujarati	Transliteration
I close	હું બંધ કરું છું	hun **ban**dh karun chhun
you close	તું બંધ કરે છે	tu **ban**dh kare chhe
he/she/it closes	તે/તેણીની/તે બંધ કરે છે	te/tenini/te **ban**dh kare chhe
we close	અમે બંધ કરીએ છીએ	ame **ban**dh kariye chiye
you close	તમે બંધ કરો છો	tame **ban**dh karo chho
they close	તેઓ બંધ કરે છે	teo **ban**dh kare chhe

ચાલુ વર્તમાન (**Present Continuous**)

English	Gujarati	Transliteration
I am closing	હું (અત્યારે) બંધ કરું છું	hun (atyare) **ban**dh karun chhun
you are closing	તું બંધ કરે છે	tu **ban**dh kare chhe
he/she/it is closing	તે/તેણીની/તે બંધ કરે છે	te/tenini/te **ban**dh kare chhe
we are closing	અમે બંધ કરીએ છીએ	ame **ban**dh kariye chiye
you are closing	તમે બંધ કરો છો	tame **ban**dh karo chho
they are closing	તેઓ બંધ કરે છે	teo **ban**dh kare chhe

પૂર્ણ વર્તમાન (**Present Perfect**)

English	Gujarati	Transliteration
I have closed	મેં બંધ કર્યું છે	mein **ban**dh karyu chhe
you have closed	તે બંધ કર્યું છે	te **ban**dh karyu chhe
he/she/It has closed	તેણે બંધ કર્યું છે	tene **ban**dh karyu chhe
we have closed	અમે બંધ કર્યું છે	ame **ban**dh karyu chhe
you have closed	તમે બંધ કર્યું છે	tame **ban**dh karyu chhe
they have closed	તેઓએ બંધ કર્યું છે	teoye **ban**dh karyu chhe

ચાલુ પૂર્ણ વર્તમાન (Present Perfect Continuous)

English	Gujarati	Transliteration
I have been closing	હું બંધ કરી રહ્યો છું	hun **ban**dh kari rahyo chhun
you have been closing	તું બંધ કરી રહ્યો છે	tu **ban**dh kari rahyo chhe
he/she/it has been closing	તે/તેણીની/તે બંધ કરી રહ્યો છે	te/tenini/te **ban**dh kari rahyo chhe
we have been closing	અમે બંધ કરી રહ્યાં છીએ	ame **ban**dh kari rahya chhiye
you have been closing	તમે બંધ કરી રહ્યાં છો	tame **ban**dh kari rahya chho
they have been closing	તેઓ બંધ કરી રહ્યાં છે	teo **ban**dh kari rahya chhe

સાદો ભૂત (Simple Past)

English	Gujarati	Transliteration
I closed	મેં બંધ કર્યું	mein **ban**dh karyu
you closed	તે બંધ કર્યું	te **ban**dh karyu
he/she/it closed	તેણે બંધ કર્યું	tene **ban**dh karyu
we closed	અમે બંધ કર્યું	ame **ban**dh karyu
you closed	તમે બંધ કર્યું	tame **ban**dh karyu
they closed	તેઓએ બંધ કર્યું	teoye **ban**dh karyu

ચાલુ ભૂત (Past Continuous)

English	Gujarati	Transliteration
I was closing	હું બંધ કરતો હતો	hun **ban**dh karto hato
you were closing	તું બંધ કરતો હતો	tu **ban**dh karto hato
he/she/it was closing	તે/તેણીની/તે બંધ કરતો હતો	te/tenini/te **ban**dh karto hato
we were closing	અમે બંધ કરતા હતાં	ame **ban**dh karta hata
you were closing	તમે બંધ કરતા હતાં	tame **ban**dh karta hata
they were closing	તેઓ બંધ કરતા હતાં	teoae **ban**dh karta hata

પૂર્ણ ભૂત (Past Perfect)

English	Gujarati	Transliteration
I had closed	મેં બંધ કર્યું હતું	mein **ban**dh karyu hatun
you had closed	તે બંધ કર્યું હતું	te **ban**dh karyu hatun
he/she/it had closed	તેણે બંધ કર્યું હતું	tene **ban**dh karyu hatun
we had closed	અમે બંધ કર્યું હતું	ame **ban**dh karyu hatun
you had closed	તમે બંધ કર્યું હતું	tame **ban**dh karyu hatun
they had closed	તેઓએ બંધ કર્યું હતું	teoye **ban**dh karyu hatun

ચાલુ પૂર્ણ ભૂત (Past Perfect Continuous)

English	Gujarati	Transliteration
I had been closing	હું બંધ કરી રહ્યો હતો	hun **ban**dh kari rahyo hato
you had been closing	તું બંધ કરી રહ્યો હતો	tu **ban**dh kari rahyo hato
he/she/it had been closing	તે/તેણીની/તે બંધ કરી રહ્યો હતો	te/tenini/te **ban**dh kari rahyo hato
we had been closing	અમે બંધ કરી રહ્યાં હતાં	ame **ban**dh kari rahya hata
you had been closing	તમે બંધ કરી રહ્યાં હતાં	tame **ban**dh kari rahya hata
they had been closing	તેઓ બંધ કરી રહ્યાં હતાં	teo **ban**dh kari rahya hata

સાદો ભવિષ્ય (Simple Future)

English	Gujarati	Transliteration
I will close	હું બંધ કરીશ	hun **ban**dh karish
you will close	તું બંધ કરીશ	tu **ban**dh karish
he/she/it will close	તે/તેણીની/તે બંધ કરશે	te/tenini/te **ban**dh karshe
we will close	અમે બંધ કરીશું	ame **ban**dh karishu
you will close	તમે બંધ કરશો	tame **ban**dh karsho
they will close	તેઓ બંધ કરશે	teo **ban**dh karshe

ચાલુ ભવિષ્ય (Future Continuous)

English	Gujarati	Transliteration
I will be closing	હું બંધ કરી રહ્યો હોઈશ	hun **ban**dh kari rahyo hoish
you will be closing	તું બંધ કરી રહ્યો હોઈશ	tu **ban**dh kari rahyo hoish
he/she/it will be closing	તે/તેણીની/તે બંધ કરી રહ્યો હશે	te/tenini/te **ban**dh kari rahyo hashe
we will be closing	અમે બંધ કરી રહ્યાં હોઈશું	ame **ban**dh kari rahya hashu
you will be closing	તમે બંધ કરી રહ્યાં હશો	tame **ban**dh kari rahya hasho
they will be closing	તેઓ બંધ કરી રહ્યાં હશે	teo **ban**dh kari rahya hashe

પૂર્ણ ભવિષ્ય (Future Perfect)

English	Gujarati	Transliteration
I will have closed	હું બંધ કરતો હોઈશ	hun **ban**dh karto hoish
you will have closed	તું બંધ કરતો હોઈશ	tu **ban**dh karto hoish
he/she/it will has closed	તે/તેણીની/તે બંધ કરતો હશે	te/tenini/te **ban**dh karto hashe
we will have closed	અમે બંધ કરતા હોઈશું	ame **ban**dh karta hoishu
you will have closed	તમે બંધ કરતા હશો	tame **ban**dh karta hasho
they will have closed	તેઓ બંધ કરતા હશે	teo **ban**dh karta hashe

ચાલુ પૂર્ણ ભવિષ્ય (Future Perfect Continuous)

English	Gujarati	Transliteration
I will have been closing	હું બંધ કરતો આવતો હોઈશ	hun **ban**dh karto aavto hoish
you will have been closing	તું બંધ કરતો આવતો હોઈશ	tu **ban**dh karto aavto hoish
he/she/it will have been closing	તે/તેણીની/તે બંધ કરતો આવતો હશે	te/tenini/te **ban**dh karto aavto hashe
we will have been closing	અમે બંધ કરતા આવતા હોઈશું	ame **ban**dh karta aavta hoishu
you will have been closing	તમે બંધ કરતા આવતા હશો	tame **ban**dh karta aavta hasho
they will have been closing	તેઓ બંધ કરતા આવતા હશે	teo **ban**dh karta aavta hashe

17. To come- આવવું (aavvun)

સાદો વર્તમાન (Simple Present)

English	Gujarati	Transliteration
I come	હું આવું છું	hun **aa**vun chhun
you come	તું આવે છે	tu **aa**ve chhe
he/she/it comes	તે/તેણીની/તે આવે છે	te/tenini/te **aa**ve chhe
we come	અમે આવીયે છીએ	ame **aa**viye chiye
you come	તમે આવો છો	tame **aa**vo chho
they come	તેઓ આવે છે	teo **aa**ve chhe

ચાલુ વર્તમાન (Present Continuous)

English	Gujarati	Transliteration
I am coming	હું (અત્યારે) આવું છું	hun (atyare) **aa**vun chhun
you are coming	તું આવે છે	tu **aa**ve chhe
he/she/it is coming	તે/તેણીની/તે આવે છે	te/tenini/te **aa**ve chhe
we are coming	અમે આવીયે છીએ	ame **aa**viye chiye
you are coming	તમે આવો છો	tame **aa**vo chho
they are coming	તેઓ આવે છે	teo **aa**ve chhe

પૂર્ણ વર્તમાન (Present Perfect)

English	Gujarati	Transliteration
I have come	હું આવ્યો છું	hu **aa**vyo chhun
you have come	તું આવ્યો છે	tu **aa**vyo chhe
he/she/it has come	તે/તેણીની/તે આવ્યો છે	te/tenini/te **aa**vyo chhe
we have come	અમે આવ્યા છીએ	ame **aa**vya chhiye
you have come	તમે આવ્યા છો	tame **aa**vya chho
they have come	તેઓ આવ્યા છે	teo **aa**vya chhe

ચાલુ પૂર્ણ વર્તમાન (Present Perfect Continuous)

English	Gujarati	Transliteration
I have been coming	હું આવી રહ્યો છું	hun **aa**vi rahyo chhun
you have been coming	તું આવી રહ્યો છે	tu **aa**vi rahyo chhe
he/she/it has been coming	તે/તેણીની/તે આવી રહ્યો છે	te/tenini/te **aa**vi rahyo chhe
we have been coming	અમે આવી રહ્યાં છીએ	ame **aa**vi rahya chhiye
you have been coming	તમે આવી રહ્યાં છો	tame **aa**vi rahya chho
they have been coming	તેઓ આવી રહ્યાં છે	teo **aa**vi rahya chhe

સાદો ભૂત (Simple Past)

English	Gujarati	Transliteration
I came	હું આવ્યો	hu **aa**vyo
you came	તું આવ્યો	tu **aa**vyo
he/she/it came	તે આવ્યો	te/tenini/te **aa**vyo
we came	અમે આવ્યા	ame **aa**vya
you came	તમે આવ્યા	tame **aa**vya
they came	તેઓ આવ્યા	teo **aa**vya

ચાલુ ભૂત (Past Continuous)

English	Gujarati	Transliteration
I was coming	હું આવતો હતો	hun **aa**vto hato
you were coming	તું આવતો હતો	tu **aa**vto hato
he/she/it was coming	તે/તેણીની/તે આવતો હતો	te/tenini/te **aa**vto hato
we were coming	અમે આવતા હતાં	ame **aa**vta hata
you were coming	તમે આવતા હતાં	tame **aa**vta hata
they were coming	તેઓ આવતા હતાં	teo **aa**vta hata

પૂર્ણ ભૂત (Past Perfect)

English	Gujarati	Transliteration
I had come	હું આવ્યો હતો	hun **aa**vyo hato
you had come	તું આવ્યો હતો	tu **aa**vyo hato
he/she/it had come	તે આવ્યો હતો	te/tenini/te **aa**vyo hato
we had come	અમે આવ્યા હતાં	ame **aa**vya hata
you had come	તમે આવ્યા હતાં	tame **aa**vya hata
they had come	તેઓ આવ્યા હતાં	teo **aa**vya hata

ચાલુ પૂર્ણ ભૂત (Past Perfect Continuous)

English	Gujarati	Transliteration
I had been coming	હું આવી રહ્યો હતો	hun **aa**vi rahyo hato
you had been coming	તું આવી રહ્યો હતો	tu **aa**vi rahyo hato
he/she/it had been coming	તે/તેણીની/તે આવી રહ્યો હતો	te/tenini/te **aa**vi rahyo hato
we had been coming	અમે આવી રહ્યાં હતાં	ame **aa**vi rahya hata
you had been coming	તમે આવી રહ્યાં હતાં	tame **aa**vi rahya hata
they had been coming	તેઓ આવી રહ્યાં હતાં	teo **aa**vi rahya hata

સાદો ભવિષ્ય (Simple Future)

English	Gujarati	Transliteration
I will come	હું આવીશ	hun **aa**vish
you will come	તું આવીશ	tu **aa**vish
he/she/it will come	તે/તેણીની/તે આવશે	te/tenini/te **aa**vshe
we will come	અમે આવીશું	ame **aa**vishu
you will come	તમે આવશો	tame **aa**vsho
they will come	તેઓ આવશે	teo **aa**vshe

ચાલુ ભવિષ્ય (Future Continuous)

English	Gujarati	Transliteration
I will be coming	હું આવી રહ્યો હોઈશ	hun **aa**vi rahyo hoish
you will be coming	તું આવી રહ્યો હોઈશ	tu **aa**vi rahyo hoish
he/she/it will be coming	તે/તેણીની/તે આવી રહ્યો હશે	te/tenini/te **aa**vi rahyo hashe
we will be coming	અમે આવી રહ્યાં હોઈશું	ame **aa**vi rahya hashu
you will be coming	તમે આવી રહ્યાં હશો	tame **aa**vi rahya hasho
they will be coming	તેઓ આવી રહ્યાં હશે	teo **aa**vi rahya hashe

પૂર્ણ ભવિષ્ય (Future Perfect)

English	Gujarati	Transliteration
I will have come	હું આવતો હોઈશ	hun **aa**vto hoish
you will have come	તું આવતો હોઈશ	tu **aa**vto hoish
he/she/it will has come	તે/તેણીની/તે આવતો હશે	te/tenini/te **aa**vto hashe
we will have come	અમે આવતા હોઈશું	ame **aa**vta hoishu
you will have come	તમે આવતા હશો	tame **aa**vta hasho
they will have come	તેઓ આવતા હશે	teo **aa**vta hashe

ચાલુ પૂર્ણ ભવિષ્ય (Future Perfect Continuous)

English	Gujarati	Transliteration
I will have been coming	હું આવતો હોઈશ	hun **aa**vto hoish
you will have been coming	તું આવતો હોઈશ	tu **aa**vto hoish
he/she/it will have been coming	તે/તેણીની/તે આવતો હશે	te/tenini/te **aa**vto hashe
we will have been coming	અમે આવતા હોઈશું	ame **aa**vta hoishu
you will have been coming	તમે આવતા હશો	tame **aa**vta hasho
they will have been coming	તેઓ આવતા હશે	teo **aa**vta hashe

18. To cook - રાંધવું (randhavun)

સાદો વર્તમાન (Simple Present)

English	Gujarati	Transliteration
I cook	હું રાંધુ છું	hun randhun chhun
you cook	તું રાંધે છે	tu randhe chhe
he/she/it cooks	તે/તેણીની/તે રાંધે છે	te/tenini/te randhe chhe
we cook	અમે રાંધીયે છીએ	ame randhiye chiye
you cook	તમે રાંધો છો	tame randho chho
they cook	તેઓ રાંધે છે	teo randhe chhe

ચાલુ વર્તમાન (Present Continuous)

English	Gujarati	Transliteration
I am cooking	હું (અત્યારે) રાંધુ છું	hun (atyare) randhun chhun
you are cooking	તું રાંધે છે	tu randhe chhe
he/she/it is cooking	તે/તેણીની/તે રાંધે છે	te/tenini/te randhe chhe
we are cooking	અમે રાંધીયે છીએ	ame randhiye chiye
you are cooking	તમે રાંધો છો	tame randho chho
they are cooking	તેઓ રાંધે છે	teo randhe chhe

પૂર્ણ વર્તમાન (Present Perfect)

English	Gujarati	Transliteration
I have cooked	મેં રાંધ્યું છે	mein randhyun chhe
you have cooked	તે રાંધ્યું છે	te randhyun chhe
he/she/it has cooked	તેણે રાંધ્યું છે	tene randhyun chhe
we have cooked	અમે રાંધ્યું છે	ame randhyun chhe
you have cooked	તમે રાંધ્યું છે	tame randhyun chhe
they have cooked	તેઓએ રાંધ્યું છે	teoye randhyun chhe

ચાલુ પૂર્ણ વર્તમાન (Present Perfect Continuous)

English	Gujarati	Transliteration
I have been cooking	હું રાંધી રહ્યો છું	hun **ran**dhi rahyo chhun
you have been cooking	તું રાંધી રહ્યો છે	tu **ran**dhi rahyo chhe
he/she/it has been cooking	તે/તેણીની/તે રાંધી રહ્યો છે	te/tenini/te **ran**dhi rahyo chhe
we have been cooking	અમે રાંધી રહ્યાં છીએ	ame **ran**dhi rahya chhiye
you have been cooking	તમે રાંધી રહ્યાં છો	tame **ran**dhi rahya chho
they have been cooking	તેઓ રાંધી રહ્યાં છે	teo **ran**dhi rahya chhe

સાદો ભૂત (Simple Past)

English	Gujarati	Transliteration
I cooked	મેં રાંધ્યું	mein **ran**dhyun
you cooked	તે રાંધ્યું	te **ran**dhyun
he/she/it cooked	તેણે રાંધ્યું	tene **ran**dhyun
we cooked	અમે રાંધ્યું	ame **ran**dhyun
you cooked	તમે રાંધ્યું	tame **ran**dhyun
they cooked	તેઓએ રાંધ્યું	teoye **ran**dhyun

ચાલુ ભૂત (Past Continuous)

English	Gujarati	Transliteration
I was cooking	હું રાંધતો હતો	hun **ran**dhto hato
you were cooking	તું રાંધતો હતો	te **ran**dhto hato
he/she/it was cooking	તે/તેણીની/તે રાંધતો હતો	te/tenini/te **ran**dhto hato
we were cooking	અમે રાંધતા હતાં	ame **ran**dhta hata
you were cooking	તમે રાંધતા હતાં	tame **ran**dhta hata
they were cooking	તેઓ રાંધતા હતાં	Teo **ran**dhta hata

88

પૂર્ણ ભૂત (Past Perfect)

English	Gujarati	Transliteration
I had cooked	મેં રાંધ્યું હતું	mein **ran**dhyun hatun
you had cooked	તે રાંધ્યું હતું	te **ran**dhyun hatun
he/she/it had cooked	તેને રાંધ્યું હતું	tene **ran**dhyun hatun
we had cooked	અમે રાંધ્યું હતું	ame **ran**dhyun hatun
you had cooked	તમે રાંધ્યું હતું	tame **ran**dhyun hatun
they had cooked	તેઓએ રાંધ્યું હતું	teoye **ran**dhyun hatun

ચાલુ પૂર્ણ ભૂત (Past Perfect Continuous)

English	Gujarati	Transliteration
I had been cooking	હું રાંધી રહ્યો હતો	hun **ran**dhi rahyo hato
you had been cooking	તું રાંધી રહ્યો હતો	tu **ran**dhi rahyo hato
he/she/it had been cooking	તે/તેણીની/તે રાંધી રહ્યો હતો	te/tenini/te **ran**dhi rahyo hato
we had been cooking	અમે રાંધી રહ્યાં હતાં	ame **ran**dhi rahya hata
you had been cooking	તમે રાંધી રહ્યાં હતાં	tame **ran**dhi rahya hata
they had been cooking	તેઓ રાંધી રહ્યાં હતાં	teo **ran**dhi rahya hata

સાદો ભવિષ્ય (Simple Future)

English	Gujarati	Transliteration
I will cook	હું રાંધીશ	hun **ran**dhish
you will cook	તું રાંધીશ	tu **ran**dhish
he/she/it will cook	તે/તેણીની/તે રાંધશે	te/tenini/te **ran**dhshe
we will cook	અમે રાંધીશું	ame **ran**dhishu
you will cook	તમે રાંધશો	tame **ran**dhsho
they will cook	તેઓ રાંધશે	teo **ran**dhshe

ચાલુ ભવિષ્ય (Future Continuous)

English	Gujarati	Transliteration
I will be cooking	હું રાંધી રહ્યો હોઈશ	hun **ran**dhi rahyo hoish
you will be cooking	તું રાંધી રહ્યો હોઈશ	tu **ran**dhi rahyo hoish
he/she/it will be cooking	તે/તેણીની/તે રાંધી રહ્યો હશે	te/tenini/te **ran**dhi rahyo hashe
we will be cooking	અમે રાંધી રહ્યાં હોઈશું	ame **ran**dhi rahya hashu
you will be cooking	તમે રાંધી રહ્યાં હશો	tame **ran**dhi rahya hasho
they will be cooking	તેઓ રાંધી રહ્યાં હશે	teo **ran**dhi rahya hashe

પૂર્ણ ભવિષ્ય (Future Perfect)

English	Gujarati	Transliteration
I will have cooked	હું રાંધતો હોઈશ	hun **ran**dhto hoish
you will have cooked	તું રાંધતો હોઈશ	tu **ran**dhto hoish
he/she/it will has cook	તે/તેણીની/તે રાંધતો હશે	te/tenini/te **ran**dhto hashe
we will have cooked	અમે રાંધતા હોઈશું	ame **ran**dhta hoishu
you will have cooked	તમે રાંધતા હશો	tame **ran**dhta hasho
they will have cooked	તેઓ રાંધતા હશે	teo **ran**dhta hashe

ચાલુ પૂર્ણ ભવિષ્ય (Future Perfect Continuous)

English	Gujarati	Transliteration
I will have been cooking	હું રાંધતો આવતો હોઈશ	hun **ran**dhto aavto hoish
you will have been cooking	તું રાંધતો આવતો હોઈશ	tu **ran**dhto aavto hoish
he/she/it will have been cooking	તે/તેણીની/તે રાંધતો આવતો હશે	te/tenini/te **ran**dhto aavto hashe
we will have been cooking	અમે રાંધતા આવતા હોઈશું	ame **ran**dhta aavta hoishu
you will have been cooking	તમે રાંધતા આવતા હશો	tame **ran**dhta aavta hasho
they will have been cooking	તેઓ રાંધતા આવતા હશે	teo **ran**dhta aavta hashe

19. To cry - રોવું (**ro**vu)

સાદો વર્તમાન (Simple Present)

English	Gujarati	Transliteration
I cry	હું રોવું છું	hun **ro**vun chhun
you cry	તું રોવે છે	tu **ro**ve chhe
he/she/it cries	તે/તેણીની/તે રોવે છે	te/tenini/te **ro**ve chhe
we cry	અમે રોઇએ છીએ	ame **ro**iye chiye
you cry	તમે રોવો છો	tame **ro**vo chho
they cry	તેઓ રોવે છે	teo **ro**ve chhe

ચાલુ વર્તમાન (Present Continuous)

English	Gujarati	Transliteration
I am crying	હું (અત્યારે) રોવું છું	hun (atyare) **ro**vun chhun
you are crying	તું રોવે છે	tu **ro**ve chhe
he/she/it is crying	તે/તેણીની/તે રોવે છે	te/tenini/te **ro**ve chhe
we are crying	અમે રોઇએ છીએ	ame **ro**iye chiye
you are crying	તમે રોવો છો	tame **ro**vo chho
they are crying	તેઓ રોવે છે	teo **ro**ve chhe

પૂર્ણ વર્તમાન (Present Perfect)

English	Gujarati	Transliteration
I have cried	હું રોયો છું	hun **ro**yo chhun
you have cried	તું રોયો છે	tu **ro**yo chhe
he/she/it has cried	તે રોયો છે	te/tenini/te **ro**yo chhe
we have cried	અમે રોયા છીએ	ame **ro**ya chhe
you have cried	તમે રોયા છો	tame **ro**ya chhe
they have cried	તેઓ રોયા છે	teo **ro**ya chhe

ચાલુ પૂર્ણ વર્તમાન (Present Perfect Continuous)

English	Gujarati	Transliteration
I have been crying	હું રોઈ રહ્યો છું	hun **roi** rahyo chhun
you have been crying	તું રોઈ રહ્યો છે	tu **roi** rahyo chhe
he/she/it has been crying	તે/તેણીની/તે રોઈ રહ્યો છે	te/tenini/te **roi** rahyo chhe
we have been crying	અમે રોઈ રહ્યાં છીએ	ame **roi** rahya chhiye
you have been crying	તમે રોઈ રહ્યાં છો	tame **roi** rahya chho
they have been crying	તેઓ રોઈ રહ્યાં છે	teo **roi** rahya chhe

સાદો ભૂત (Simple Past)

English	Gujarati	Transliteration
I cried	હું રોયો	hun **ro**yo
you cried	તું રોયો	tu **ro**yo
he/she/it cried	તે રોયો	te/tenini/te **ro**yo
we cried	અમે રોયા	ame **ro**ya
you cried	તમે રોયા	tame **ro**ya
they cried	તેઓ રોયા	teo **ro**ya

ચાલુ ભૂત (Past Continuous)

English	Gujarati	Transliteration
I was crying	હું રોતો હતો	hun **ro**to hato
you were crying	તું રોતો હતો	tu **ro**to hato
he/she/it was crying	તે/તેણીની/તે રોતો હતો	te/tenini/te **ro**to hato
we were crying	અમે રોતા હતાં	ame **ro**ta hata
you were crying	તમે રોતા હતાં	tame **ro**ta hata
they were crying	તેઓ રોતા હતાં	teo **ro**ta hata

પૂર્ણ ભૂત (Past Perfect)

English	Gujarati	Transliteration
I had cried	હું રોયો હતો	hun **ro**yo hato
you had cried	તું રોયો હતો	tu **ro**yo hato
he/she/it had cried	તે રોયો હતો	te/tenini/te **ro**yo hato
we had cried	અમે રોયા હતાં	ame **ro**ya hata
you had cried	તમે રોયા હતાં	tame **ro**ya hata
they had cried	તેઓ રોયા હતાં	teo **ro**ya hata

ચાલુ પૂર્ણ ભૂત (Past Perfect Continuous)

English	Gujarati	Transliteration
I had been crying	હું રોઈ રહ્યો હતો	hun **ro**i rahyo hato
you had been crying	તું રોઈ રહ્યો હતો	tu **ro**i rahyo hato
he/she/it had been crying	તે/તેણીની/તે રોઈ રહ્યો હતો	te/tenini/te **ro**i rahyo hato
we had been crying	અમે રોઈ રહ્યાં હતાં	ame **ro**i rahya hata
you had been crying	તમે રોઈ રહ્યાં હતાં	tame **ro**i rahya hata
they had been crying	તેઓ રોઈ રહ્યાં હતાં	teo **ro**i rahya hata

સાદો ભવિષ્ય (Simple Future)

English	Gujarati	Transliteration
I will cry	હું રોઈશ	hun **ro**ish
you will cry	તું રોઈશ	tu **ro**ish
he/she/it will cry	તે/તેણીની/તે રોશે	te/tenini/te **ro**she
we will cry	અમે રોઈશું	ame **ro**ishu
you will cry	તમે રોશો	tame **ro**sho
they will cry	તેઓ રોશે	teo **ro**she

ચાલુ ભવિષ્ય (Future Continuous)

English	Gujarati	Transliteration
I will be crying	હું રોઈ રહ્યો હોઈશ	hun **roi** rahyo hoish
you will be crying	તું રોઈ રહ્યો હોઈશ	tu **roi** rahyo hoish
he/she/it will be crying	તે/તેણીની/તે રોઈ રહ્યો હશે	te/tenini/te **roi** rahyo hashe
we will be crying	અમે રોઈ રહ્યાં હોઈશું	ame **roi** rahya hashu
you will be crying	તમે રોઈ રહ્યાં હશો	tame **roi** rahya hasho
they will be crying	તેઓ રોઈ રહ્યાં હશે	teo **roi** rahya hashe

પૂર્ણ ભવિષ્ય (Future Perfect)

English	Gujarati	Transliteration
I will have cried	હું રોતો હોઈશ	hun **roto** hoish
you will have cried	તું રોતો હોઈશ	tu **roto** hoish
he/she/it will has cry	તે/તેણીની/તે રોતો હશે	te/tenini/te **roto** hashe
we will have cried	અમે રોતા હોઈશું	ame **rota** hoishu
you will have cried	તમે રોતા હશો	tame **rota** hasho
they will have cried	તેઓ રોતા હશે	teo **rota** hashe

ચાલુ પૂર્ણ ભવિષ્ય (Future Perfect Continuous)

English	Gujarati	Transliteration
I will have been crying	હું રોતો આવતો હોઈશ	hun **roto** aavto hoish
you will have been crying	તું રોતો આવતો હોઈશ	tu **roto** aavto hoish
he/she/it will have been crying	તે/તેણીની/તે રોતો આવતો હશે	te/tenini/te **roto** aavto hashe
we will have been crying	અમે રોતા આવતા હોઈશું	ame **rota** aavta hoishu
you will have been crying	તમે રોતા આવતા હશો	tame **rota** aavta hasho
they will have been crying	તેઓ રોતા આવતા હશે	teo **rota** aavta hashe

20. **To dance** - નાચવું (**na**chvun)

સાદો વર્તમાન (**Simple Present**)

English	Gujarati	Transliteration
I dance	હું નાચું છું	hun **na**chun chhun
you dance	તું નાચે છે	tu **na**che chhe
he/she/it dances	તે/તેણીની/તે નાચે છે	te/tenini/te **na**che chhe
we dance	અમે નાચીયે છીએ	ame **na**chiye chiye
you dance	તમે નાચો છો	tame **na**cho chho
they dance	તેઓ નાચે છે	teo **na**che chhe

ચાલુ વર્તમાન (**Present Continuous**)

English	Gujarati	Transliteration
I am dancing	હું (અત્યારે) નાચું છું	hun (atyare) **na**chun chhun
you are dancing	તું નાચે છે	tu **na**che chhe
he/she/it is dancing	તે/તેણીની/તે નાચે છે	te/tenini/te **na**che chhe
we are dancing	અમે નાચીયે છીએ	ame **na**chiye chiye
you are dancing	તમે નાચો છો	tame **na**cho chho
they are dancing	તેઓ નાચે છે	teo **na**che chhe

પૂર્ણ વર્તમાન (**Present Perfect**)

English	Gujarati	Transliteration
I have danced	હું નાચ્યો છું	hun **na**chyo chhun
you have danced	તું નાચ્યો છે	tu **na**chyo chhe
he/she/it has danced	તે નાચ્યો છે	te/tenini/te **na**chyo chhe
we have danced	અમે નાચીયા છીએ	ame **na**chiya chhiye
you have danced	તમે નાચીયા છો	tame **na**chiya chho
they have danced	તેઓ નાચીયા છે	teo **na**chiya chhe

ચાલુ પૂર્ણ વર્તમાન (Present Perfect Continuous)

English	Gujarati	Transliteration
I have been dancing	હું નાચી રહ્યો છું	hun **na**chi rahyo chhun
you have been dancing	તું નાચી રહ્યો છે	tu **na**chi rahyo chhe
he/she/it has been dancing	તે/તેણીની/તે નાચી રહ્યો છે	te/tenini/te **na**chi rahyo chhe
we have been dancing	અમે નાચી રહ્યાં છીએ	ame **na**chi rahya chhiye
you have been dancing	તમે નાચી રહ્યાં છો	tame **na**chi rahya chho
they have been dancing	તેઓ નાચી રહ્યાં છે	teo **na**chi rahya chhe

સાદો ભૂત (Simple Past)

English	Gujarati	Transliteration
I danced	હું નાચ્યો	hun **na**chyo
you danced	તું નાચ્યો	tu **na**chyo
he/she/it danced	તે નાચ્યો	te/tenini/te **na**chyo
we danced	અમે નાચીયા	ame **na**chiya
you danced	તમે નાચીયા	tame **na**chiya
they danced	તેઓ નાચીયા	teo **na**chiya

ચાલુ ભૂત (Past Continuous)

English	Gujarati	Transliteration
I was dancing	હું નાચતો હતો	hun **na**chto hato
you were dancing	તું નાચતો હતો	te **na**chto hato
he/she/it was dancing	તે/તેણીની/તે નાચતો હતો	te/tenini/te **na**chto hato
we were dancing	અમે નાચતા હતાં	ame **na**chta hata
you were dancing	તમે નાચતા હતાં	tame **na**chta hata
they were dancing	તેઓ નાચતા હતાં	teo **na**chta hata

પૂર્ણ ભૂત (Past Perfect)

English	Gujarati	Transliteration
I had danced	હું નાચ્યો હતો	hun nachyo hato
you had danced	તું નાચ્યો હતો	tu nachyo hato
he/she/it had danced	તે નાચ્યો હતો	te/tenini/te nachyo hato
we had danced	અમે નાચીયા હતાં	ame nachya hata
you had danced	તમે નાચીયા હતાં	tame nachya hata
they had danced	તેઓ નાચીયા હતાં	Teo nachya hata

ચાલુ પૂર્ણ ભૂત (Past Perfect Continuous)

English	Gujarati	Transliteration
I had been dancing	હું નાચી રહ્યો હતો	hun nachi rahyo hato
you had been dancing	તું નાચી રહ્યો હતો	tu nachi rahyo hato
he/she/it had been dancing	તે/તેણીની/તે નાચી રહ્યો હતો	te/tenini/te nachi rahyo hato
we had been dancing	અમે નાચી રહ્યાં હતાં	ame nachi rahya hata
you had been dancing	તમે નાચી રહ્યાં હતાં	tame nachi rahya hata
they had been dancing	તેઓ નાચી રહ્યાં હતાં	teo nachi rahya hata

સાદો ભવિષ્ય (Simple Future)

English	Gujarati	Transliteration
I will dance	હું નાચીશ	hun nachish
you will dance	તું નાચીશ	tu nachish
he/she/it will dance	તે/તેણીની/તે નાચશે	te/tenini/te nachshe
we will dance	અમે નાચીશું	ame nachishu
you will dance	તમે નાચશો	tame nachsho
they will dance	તેઓ નાચશે	teo nachshe

97

ચાલુ ભવિષ્ય (Future Continuous)

English	Gujarati	Transliteration
I will be dancing	હું નાચી રહ્યો હોઈશ	hun **na**chi rahyo hoish
you will be dancing	તું નાચી રહ્યો હોઈશ	tu **na**chi rahyo hoish
he/she/it will be dancing	તે/તેણીની/તે નાચી રહ્યો હશે	te/tenini/te **na**chi rahyo hashe
we will be dancing	અમે નાચી રહ્યાં હોઈશું	ame **na**chi rahya hashu
you will be dancing	તમે નાચી રહ્યાં હશો	tame **na**chi rahya hasho
they will be dancing	તેઓ નાચી રહ્યાં હશે	teo **na**chi rahya hashe

પૂર્ણ ભવિષ્ય (Future Perfect)

English	Gujarati	Transliteration
I will have danced	હું નાચતો હોઈશ	hun **na**chto hoish
you will have danced	તું નાચતો હોઈશ	tu **na**chto hoish
he/she/it will has dance	તે/તેણીની/તે નાચતો હશે	te/tenini/te **na**chto hashe
we will have danced	અમે નાચતા હોઈશું	ame **na**chta hoishu
you will have danced	તમે નાચતા હશો	tame **na**chta hasho
they will have danced	તેઓ નાચતા હશે	teo **na**chta hashe

ચાલુ પૂર્ણ ભવિષ્ય (Future Perfect Continuous)

English	Gujarati	Transliteration
I will have been dancing	હું નાચતો આવતો હોઈશ	hun **na**chto aavto hoish
you will have been dancing	તું નાચતો આવતો હોઈશ	tu **na**chto aavto hoish
he/she/it will have been dancing	તે/તેણીની/તે નાચતો આવતો હશે	te/tenini/te **na**chto aavto hashe
we will have been dancing	અમે નાચતા આવતા હોઈશું	ame **na**chta aavta hoishu
you will have been dancing	તમે નાચતા આવતા હશો	tame **na**chta aavta hasho
they will have been dancing	તેઓ નાચતા આવતા હશે	teo **na**chta aavta hashe

21. To decide - નક્કી કરવું (na**kki** karvun)

સાદો વર્તમાન (Simple Present)

English	Gujarati	Transliteration
I decide	હું નક્કી કરું છું	hun na**kki** karun chhun
you decide	તું નક્કી કરે છે	tu na**kki** kare chhe
he/she/it decides	તે/તેણીની/તે નક્કી કરે છે	te/tenini/te na**kki** kare chhe
we decide	અમે નક્કી કરીએ છીએ	ame na**kki** kariye chiye
you decide	તમે નક્કી કરો છો	tame na**kki** karo chho
they decide	તેઓ નક્કી કરે છે	teo na**kki** kare chhe

ચાલુ વર્તમાન (Present Continuous)

English	Gujarati	Transliteration
I am deciding	હું (અત્યારે) નક્કી કરું છું	hun (atyare) na**kki** karun chhun
you are deciding	તું નક્કી કરે છે	tu na**kki** kare chhe
he/she/it is deciding	તે/તેણીની/તે નક્કી કરે છે	te/tenini/te na**kki** kare chhe
we are deciding	અમે નક્કી કરીએ છીએ	ame na**kki** kariye chiye
you are deciding	તમે નક્કી કરો છો	tame na**kki** karo chho
they are deciding	તેઓ નક્કી કરે છે	teo na**kki** kare chhe

પૂર્ણ વર્તમાન (Present Perfect)

English	Gujarati	Transliteration
I have decided	મેં નક્કી કર્યું છું	mein na**kki** karyu chhun
you have decided	તે નક્કી કર્યું છે	te na**kki** karyu chhe
he/she/it has decided	તેણે નક્કી કર્યું છે	tene na**kki** karyu chhe
we have decided	અમે નક્કી કર્યું છીએ	ame na**kki** karyu chhe
you have decided	તમે નક્કી કર્યું છે	tame na**kki** karyu chhe
they have decided	તેઓએ નક્કી કર્યું છે	teoae na**kki** karyu chhe

ચાલુ પૂર્ણ વર્તમાન (Present Perfect Continuous)

English	Gujarati	Transliteration
I have been deciding	હું નક્કી કરી રહ્યો છું	hun nakki kari rahyo chhun
you have been deciding	તું નક્કી કરી રહ્યો છે	tu nakki kari rahyo chhe
he/she/it has been deciding	તે/તેણીની/તે નક્કી કરી રહ્યો છે	te/tenini/te nakki kari rahyo chhe
we have been deciding	અમે નક્કી કરી રહ્યાં છીએ	ame nakki kari rahya chhiye
you have been deciding	તમે નક્કી કરી રહ્યાં છો	tame nakki kari rahya chho
they have been deciding	તેઓ નક્કી કરી રહ્યાં છે	teo nakki kari rahya chhe

સાદો ભૂત (Simple Past)

English	Gujarati	Transliteration
I decided	મેં નક્કી કર્યું	mein nakki karyu
you decided	તે નક્કી કર્યું	te nakki karyu
he/she/it decided	તેણે નક્કી કર્યું	tene nakki karyu
we decided	અમે નક્કી કર્યું	ame nakki karyu
you decided	તમે નક્કી કર્યું	tame nakki karyu
they decided	તેઓએ નક્કી કર્યું	teoae nakki karyu

ચાલુ ભૂત (Past Continuous)

English	Gujarati	Transliteration
I was deciding	હું નક્કી કરતો હતો	hun nakki karto hato
you were deciding	તું નક્કી કરતો હતો	tu nakki karto hato
he/she/it was deciding	તે/તેણીની/તે નક્કી કરતો હતો	te/tenini/te nakki karto hato
we were deciding	અમે નક્કી કરતા હતાં	ame nakki karta hata
you were deciding	તમે નક્કી કરતા હતાં	tame nakki karta hata
they were deciding	તેઓ નક્કી કરતા હતાં	teo nakki karta hata

પૂર્ણ ભૂત (Past Perfect)

English	Gujarati	Transliteration
I had decided	મેં નક્કી કર્યું હતું	mein nakki karyu hatu
you had decided	તે નક્કી કર્યું હતું	te nakki karyu hatu
he/she/it had decided	તેણે નક્કી કર્યું હતું	tene nakki karyu hatu
we had decided	અમે નક્કી કર્યું હતું	ame nakki karyu hatu
you had decided	તમે નક્કી કર્યું હતું	tame nakki karyu hatu
they had decided	તેઓએ નક્કી કર્યું હતું	Teoae nakki karyu hatu

ચાલુ પૂર્ણ ભૂત (Past Perfect Continuous)

English	Gujarati	Transliteration
I had been deciding	હું નક્કી કરી રહ્યો હતો	hun nakki kari rahyo hato
you had been deciding	તું નક્કી કરી રહ્યો હતો	tu nakki kari rahyo hato
he/she/it had been deciding	તે/તેણીની/તે નક્કી કરી રહ્યો હતો	te/tenini/te nakki kari rahyo hato
we had been deciding	અમે નક્કી કરી રહ્યાં હતાં	ame nakki kari rahya hata
you had been deciding	તમે નક્કી કરી રહ્યાં હતાં	tame nakki kari rahya hata
they had been deciding	તેઓ નક્કી કરી રહ્યાં હતાં	teo nakki kari rahya hata

સાદો ભવિષ્ય (Simple Future)

English	Gujarati	Transliteration
I will decide	હું નક્કી કરીશ	hun nakki karish
you will decide	તું નક્કી કરીશ	tu nakki karish
he/she/it will decide	તે/તેણીની/તે નક્કી કરશે	te/tenini/te nakki karish
we will decide	અમે નક્કી કરીશું	ame nakki karishu
you will decide	તમે નક્કી કરશો	tame nakki karisho
they will decide	તેઓ નક્કી કરશે	teo nakki karishe

ચાલુ ભવિષ્ય (Future Continuous)

English	Gujarati	Transliteration
I will be deciding	હું નક્કી કરી રહ્યો હોઈશ	hun na**kk**i kari rahyo hoish
you will be deciding	તું નક્કી કરી રહ્યો હોઈશ	tu na**kk**i kari rahyo hoish
he/she/it will be deciding	તે/તેણીની/તે નક્કી કરી રહ્યો હશે	te/tenini/te na**kk**i kari rahyo hashe
we will be deciding	અમે નક્કી કરી રહ્યાં હોઈશું	ame na**kk**i kari rahya hashu
you will be deciding	તમે નક્કી કરી રહ્યાં હશો	tame na**kk**i kari rahya hasho
they will be deciding	તેઓ નક્કી કરી રહ્યાં હશે	teo na**kk**i kari rahya hashe

પૂર્ણ ભવિષ્ય (Future Perfect)

English	Gujarati	Transliteration
I will have decided	હું નક્કી કરતો હોઈશ	hun na**kk**i karto hoish
you will have decided	તું નક્કી કરતો હોઈશ	tu na**kk**i karto hoish
he/she/it will has decide	તે/તેણીની/તે નક્કી કરતો હશે	te/tenini/te na**kk**i karto hashe
we will have decided	અમે નક્કી કરતા હોઈશું	ame na**kk**i karta hoishu
you will have decided	તમે નક્કી કરતા હશો	tame na**kk**i karta hasho
they will have decided	તેઓ નક્કી કરતા હશે	teo na**kk**i karta hashe

ચાલુ પૂર્ણ ભવિષ્ય (Future Perfect Continuous)

English	Gujarati	Transliteration
I will have been deciding	હું નક્કી કરતો આવતો હોઈશ	hun na**kk**i karto aavto hoish
you will have been deciding	તું નક્કી કરતો આવતો હોઈશ	tu na**kk**i karto aavto hoish
he/she/it will have been deciding	તે/તેણીની/તે નક્કી કરતો આવતો હશે	te/tenini/te na**kk**i karto aavto hashe
we will have been deciding	અમે નક્કી કરતા આવતા હોઈશું	ame na**kk**i karta aavta hoishu
you will have been deciding	તમે નક્કી કરતા આવતા હશો	tame na**kk**i karta aavta hasho
they will have been deciding	તેઓ નક્કી કરતા આવતા હશે	teo na**kk**i karta aavta hashe

22. To decrease - ઘટવું (**gha**tvun)

સાદો વર્તમાન (Simple Present)

English	Gujarati	Transliteration
I decrease	હું ઘટાડું છું	hun **gha**tadun chhun
you decrease	તું ઘટાડે છે	tu **gha**tade chhe
he/she/it decreases	તે/તેણીની/તે ઘટાડે છે	te/tenini/te **gha**tade chhe
we decrease	અમે ઘટાડીએ છીએ	ame **gha**tadiye chiye
you decrease	તમે ઘટાડો છો	tame **gha**tado chho
they decrease	તેઓ ઘટાડે છે	teo **gha**tade chhe

ચાલુ વર્તમાન (Present Continuous)

English	Gujarati	Transliteration
I am decreasing	હું (અત્યારે) ઘટાડું છું	hun (atyare) **gha**tadun chhun
you are decreasing	તું ઘટાડે છે	tu **gha**tade chhe
he/she/it is decreasing	તે/તેણીની/તે ઘટાડે છે	te/tenini/te **gha**tade chhe
we are decreasing	અમે ઘટાડીએ છીએ	ame **gha**tadiye chiye
you are decreasing	તમે ઘટાડો છો	tame **gha**tado chho
they are decreasing	તેઓ ઘટાડે છે	teo **gha**tade chhe

પૂર્ણ વર્તમાન (Present Perfect)

English	Gujarati	Transliteration
I have decreased	મેં ઘટાડ્યું છે	mein **gha**tadyu chhe
you have decreased	તે ઘટાડ્યું છે	te **gha**tadyu chhe
he/she/it has decreased	તેણે ઘટાડ્યું છે	tene **gha**tadyu chhe
we have decreased	અમે ઘટાડ્યું છીએ	ame **gha**tadyu chhe
you have decreased	તમે ઘટાડ્યું છે	tame **gha**tadyu chhe
they have decreased	તેઓએ ઘટાડ્યું છે	teoae **gha**tadyu chhe

ચાલુ પૂર્ણ વર્તમાન (Present Perfect Continuous)

English	Gujarati	Transliteration
I have been decreasing	હું ઘટાડી રહ્યો છું	hun **gha**tadi rahyo chhun
you have been decreasing	તું ઘટાડી રહ્યો છે	tu **gha**tadi rahyo chhe
he/she/it has been decreasing	તે/તેણીની/તે ઘટાડી રહ્યો છે	te/tenini/te **gha**tadi rahyo chhe
we have been decreasing	અમે ઘટાડી રહ્યાં છીએ	ame **gha**tadi rahya chhiye
you have been decreasing	તમે ઘટાડી રહ્યાં છો	tame **gha**tadi rahya chho
they have been decreasing	તેઓ ઘટાડી રહ્યાં છે	teo **gha**tadi rahya chhe

સાદો ભૂત (Simple Past)

English	Gujarati	Transliteration
I decreased	મેં ઘટાડ્યું	mein **gha**tadyu
you decreased	તે ઘટાડ્યું	te **gha**tadyu
he/she/it decreased	તેણે ઘટાડ્યું	tene **gha**tadyu
we decreased	અમે ઘટાડ્યું	ame **gha**tadyu
you decreased	તમે ઘટાડ્યું	tame **gha**tadyu
they decreased	તેઓએ ઘટાડ્યું	teoae **gha**tadyu

ચાલુ ભૂત (Past Continuous)

English	Gujarati	Transliteration
I was decreasing	હું ઘટાડતો હતો	hun **gha**tadto hato
you were decreasing	તું ઘટાડતો હતો	tu **gha**tadto hato
he/she/it was decreasing	તે/તેણીની/તે ઘટાડતો હતો	te/tenini/te **gha**tadto hato
we were decreasing	અમે ઘટાડતા હતાં	ame **gha**tadta hata
you were decreasing	તમે ઘટાડતા હતાં	tame **gha**tadta hata
they were decreasing	તેઓ ઘટાડતા હતાં	teo **gha**tadta hata

પૂર્ણ ભૂત (Past Perfect)

English	Gujarati	Transliteration
I had decreased	મેં ઘટાડ્યું હતું	mein ghatadyu hatu
you had decreased	તે ઘટાડ્યું હતું	te ghatadyu hatu
he/she/it had decreased	તેણે ઘટાડ્યું હતું	tene ghatadyu hatu
we had decreased	અમે ઘટાડ્યું હતું	ame ghatadyu hatu
you had decreased	તમે ઘટાડ્યું હતું	tame ghatadyu hatu
they had decreased	તેઓએ ઘટાડ્યું હતું	Teoae ghatadyu hatu

ચાલુ પૂર્ણ ભૂત (Past Perfect Continuous)

English	Gujarati	Transliteration
I had been decreasing	હું ઘટાડી રહ્યો હતો	hun ghatadi rahyo hato
you had been decreasing	તું ઘટાડી રહ્યો હતો	tu ghatadi rahyo hato
he/she/it had been decreasing	તે/તેણીની/તે ઘટાડી રહ્યો હતો	te/tenini/te ghatadi rahyo hato
we had been decreasing	અમે ઘટાડી રહ્યાં હતાં	ame ghatadi rahya hata
you had been decreasing	તમે ઘટાડી રહ્યાં હતાં	tame ghatadi rahya hata
they had been decreasing	તેઓ ઘટાડી રહ્યાં હતાં	teo ghatadi rahya hata

સાદો ભવિષ્ય (Simple Future)

English	Gujarati	Transliteration
I will decrease	હું ઘટાડીશ	hun ghatadish
you will decrease	તું ઘટાડીશ	tu ghatadish
he/she/it will decrease	તે/તેણીની/તે ઘટાડશે	te/tenini/te ghatadshe
we will decrease	અમે ઘટાડીશું	ame ghatadishu
you will decrease	તમે ઘટાડશો	tame ghatadsho
they will decrease	તેઓ ઘટાડશે	teo ghatadshe

ચાલુ ભવિષ્ય (Future Continuous)

English	Gujarati	Transliteration
I will be decreasing	હું ઘટાડી રહ્યો હોઈશ	hun **gha**tadi rahyo hoish
you will be decreasing	તું ઘટાડી રહ્યો હોઈશ	tu **gha**tadi rahyo hoish
he/she/it will be decreasing	તે/તેણીની/તે ઘટાડી રહ્યો હશે	te/tenini/te **gha**tadi rahyo hashe
we will be decreasing	અમે ઘટાડી રહ્યાં હોઈશું	ame **gha**tadi rahya hashu
you will be decreasing	તમે ઘટાડી રહ્યાં હશો	tame **gha**tadi rahya hasho
they will be decreasing	તેઓ ઘટાડી રહ્યાં હશે	teo **gha**tadi rahya hashe

પૂર્ણ ભવિષ્ય (Future Perfect)

English	Gujarati	Transliteration
I will have decreased	હું ઘટાડતો હોઈશ	hun **gha**tadto hoish
you will have decreased	તું ઘટાડતો હોઈશ	tu **gha**tadto hoish
he/she/it will has decrease	તે/તેણીની/તે ઘટાડતો હશે	te/tenini/te **gha**tadto hashe
we will have decreased	અમે ઘટાડતા હોઈશું	ame **gha**tadta hoishu
you will have decreased	તમે ઘટાડતા હશો	tame **gha**tadta hasho
they will have decreased	તેઓ ઘટાડતા હશે	teo **gha**tadta hashe

ચાલુ પૂર્ણ ભવિષ્ય (Future Perfect Continuous)

English	Gujarati	Transliteration
I will have been decreasing	હું ઘટાડતો આવતો હોઈશ	hun **gha**tadto aavto hoish
you will have been decreasing	તું ઘટાડતો આવતો હોઈશ	tu **gha**tadto aavto hoish
he/she/it will have been decreasing	તે/તેણીની/તે ઘટાડતો આવતો હશે	te/tenini/te **gha**tadto aavto hashe
we will have been decreasing	અમે ઘટાડતા આવતા હોઈશું	ame **gha**tadta aavta hoishu
you will have been decreasing	તમે ઘટાડતા આવતા હશો	tame **gha**tadta aavta hasho
they will have been decreasing	તેઓ ઘટાડતા આવતા હશે	teo **gha**tadta aavta hashe

23. To die - મરવું (marvun)

સાદો વર્તમાન (Simple Present)

English	Gujarati	Transliteration
I die	હું મરું છું	hun **mar**un chhun
you die	તું મરે છે	tu **mar**e chhe
he/she/it dies	તે/તેણીની/તે મરે છે	te/tenini/te **mar**e chhe
we die	અમે મરીયે છીએ	ame **mar**iye chiye
you die	તમે મરો છો	tame **mar**o chho
they die	તેઓ મરે છે	teo **mar**e chhe

ચાલુ વર્તમાન (Present Continuous)

English	Gujarati	Transliteration
I am dying	હું (અત્યારે) મરું છું	hun (atyare) **mar**un chhun
you are dying	તું મરે છે	tu **mar**e chhe
he/she/it is dying	તે/તેણીની/તે મરે છે	te/tenini/te **mar**e chhe
we are dying	અમે મરીયે છીએ	ame **mar**iye chiye
you are dying	તમે મરો છો	tame **mar**o chho
they are dying	તેઓ મરે છે	teo **mar**e chhe

પૂર્ણ વર્તમાન (Present Perfect)

English	Gujarati	Transliteration
I have died	હું મર્યો છું	hun **mar**yo chhun
you have died	તું મર્યો છે	tu **mar**yo chhe
he/she/it has died	તે મર્યો છે	te **mar**yo chhe
we have died	અમે મર્યા છીએ	ame **mar**ya chhe
you have died	તમે મર્યા છો	tame **mar**ya chhe
they have died	તેઓ મર્યા છે	teo **mar**ya chhe

ચાલુ પૂર્ણ વર્તમાન (Present Perfect Continuous)

English	Gujarati	Transliteration
I have been dying	હું મરી રહ્યો છું	hun **mar**i rahyo chhun
you have been dying	તું મરી રહ્યો છે	tu **mar**i rahyo chhe
he/she/it has been dying	તે/તેણીની/તે મરી રહ્યો છે	te/tenini/te **ma**ri rahyo chhe
we have been dying	અમે મરી રહ્યાં છીએ	ame **mar**i rahya chhiye
you have been dying	તમે મરી રહ્યાં છો	tame **mar**i rahya chho
they have been dying	તેઓ મરી રહ્યાં છે	teo **mar**i rahya chhe

સાદો ભૂત (Simple Past)

English	Gujarati	Transliteration
I died	હું મર્યો	hun **mar**yo
you died	તું મર્યો	tu **mar**yo
he/she/it died	તે મર્યો	te **mar**yo
we died	અમે મર્યા	ame **mar**ya
you died	તમે મર્યા	tame **mar**ya
they died	તેઓ મર્યા	teo **mar**ya

ચાલુ ભૂત (Past Continuous)

English	Gujarati	Transliteration
I was dying	હું મરતો હતો	hun **mar**to hato
you were dying	તું મરતો હતો	tu **mar**to hato
he/she/it was dying	તે/તેણીની/તે મરતો હતો	te/tenini/te **ma**rto hato
we were dying	અમે મરતા હતાં	ame **mar**ta hata
you were dying	તમે મરતા હતાં	tame **mar**ta hata
they were dying	તેઓ મરતા હતાં	teo **mar**ta hata

પૂર્ણ ભૂત (Past Perfect)

English	Gujarati	Transliteration
I had died	હું મર્યો હતો	hun **mar**yo hato
you had died	તું મર્યો હતો	tu **mar**yo hato
he/she/it had died	તે મર્યો હતો	te/tenini/te **mar**yo hato
we had died	અમે મર્યા હતાં	ame **mar**ya hata
you had died	તમે મર્યા હતાં	tame **mar**ya hata
they had died	તેઓ મર્યા હતાં	Teo **mar**ya hata

ચાલુ પૂર્ણ ભૂત (Past Perfect Continuous)

English	Gujarati	Transliteration
I had been dying	હું મરી રહ્યો હતો	hun **mar**i rahyo hato
you had been dying	તું મરી રહ્યો હતો	tu **mar**i rahyo hato
he/she/it had been dying	તે/તેણીની/તે મરી રહ્યો હતો	te/tenini/te **mar**i rahyo hato
we had been dying	અમે મરી રહ્યાં હતાં	ame **mar**i rahya hata
you had been dying	તમે મરી રહ્યાં હતાં	tame **mar**i rahya hata
they had been dying	તેઓ મરી રહ્યાં હતાં	teo **mar**i rahya hata

સાદો ભવિષ્ય (Simple Future)

English	Gujarati	Transliteration
I will die	હું મરીશ	hun **mar**ish
you will die	તું મરીશ	tu **mar**ish
he/she/it will die	તે/તેણીની/તે મરશે	te/tenini/te **mar**she
we will die	અમે મરીશું	ame **mar**ishu
you will die	તમે મરશો	tame **mar**sho
they will die	તેઓ મરશે	teo **mar**she

ચાલુ ભવિષ્ય (Future Continuous)

English	Gujarati	Transliteration
I will be dying	હું મરી રહ્યો હોઈશ	hun **mari** rahyo hoish
you will be dying	તું મરી રહ્યો હોઈશ	tu **mari** rahyo hoish
he/she/it will be dying	તે/તેણીની/તે મરી રહ્યો હશે	te/tenini/te **mari** rahyo hashe
we will be dying	અમે મરી રહ્યાં હોઈશું	ame **mari** rahya hashu
you will be dying	તમે મરી રહ્યાં હશો	tame **mari** rahya hasho
they will be dying	તેઓ મરી રહ્યાં હશે	teo **mari** rahya hashe

પૂર્ણ ભવિષ્ય (Future Perfect)

English	Gujarati	Transliteration
I will have died	હું મરતો હોઈશ	hun **marto** hoish
you will have died	તું મરતો હોઈશ	tu **marto** hoish
he/she/it will has die	તે/તેણીની/તે મરતો હશે	te/tenini/te **marto** hashe
we will have died	અમે મરતા હોઈશું	ame **marta** hoishu
you will have died	તમે મરતા હશો	tame **marta** hasho
they will have died	તેઓ મરતા હશે	teo **marta** hashe

ચાલુ પૂર્ણ ભવિષ્ય (Future Perfect Continuous)

English	Gujarati	Transliteration
I will have been dying	હું મરતો આવતો હોઈશ	hun **marto** aavto hoish
you will have been dying	તું મરતો આવતો હોઈશ	tu **marto** aavto hoish
he/she/it will have been dying	તે/તેણીની/તે મરતો આવતો હશે	te/tenini/te **marto** aavto hashe
we will have been dying	અમે મરતા આવતા હોઈશું	ame **marta** aavta hoishu
you will have been dying	તમે મરતા આવતા હશો	tame **marta** aavta hasho
they will have been dying	તેઓ મરતા આવતા હશે	teo **marta** aavta hashe

24. To do - કરવું (karvun)

સાદો વર્તમાન (Simple Present)

English	Gujarati	Transliteration
I do	હું કરું છું	hun karun chhun
you do	તું કરે છે	tu kare chhe
he/she/it does	તે/તેણીની/તે કરે છે	te/tenini/te kare chhe
we do	અમે કરીએ છીએ	ame kariye chiye
you do	તમે કરો છો	tame karo chho
they do	તેઓ કરે છે	teo kare chhe

ચાલુ વર્તમાન (Present Continuous)

English	Gujarati	Transliteration
I am doing	હું (અત્યારે) કરું છું	hun (atyare) karun chhun
you are doing	તું કરે છે	tu kare chhe
he/she/it is doing	તે/તેણીની/તે કરે છે	te/tenini/te kare chhe
we are doing	અમે કરીએ છીએ	ame kariye chiye
you are doing	તમે કરો છો	tame karo chho
they are doing	તેઓ કરે છે	teo kare chhe

પૂર્ણ વર્તમાન (Present Perfect)

English	Gujarati	Transliteration
I have done	મેં કર્યું છું	mein karyu chhe
you have done	તે કર્યું છે	te karyu chhe
he/she/it has done	તેણે કર્યું છે	tene karyu chhe
we have done	અમે કર્યું છે	ame karyu chhe
you have done	તમે કર્યું છે	tame karyu chhe
they have done	તેઓએ કર્યું છે	teoae karyu chhe

ચાલુ પૂર્ણ વર્તમાન (Present Perfect Continuous)

English	Gujarati	Transliteration
I have been doing	હું કરી રહ્યો છું	hun **ka**ri rahyo chhun
you have been doing	તું કરી રહ્યો છે	tu **ka**ri rahyo chhe
he/she/it has been doing	તે/તેણીની/તે કરી રહ્યો છે	te/tenini/te **ka**ri rahyo chhe
we have been doing	અમે કરી રહ્યાં છીએ	ame **ka**ri rahya chhiye
you have been doing	તમે કરી રહ્યાં છો	tame **ka**ri rahya chho
they have been doing	તેઓ કરી રહ્યાં છે	teo **ka**ri rahya chhe

સાદો ભૂત (Simple Past)

English	Gujarati	Transliteration
I did	મેં કર્યું	mein **ka**ryu
you did	તે કર્યું	te **ka**ryu
he/she/it did	તેણે કર્યું	tene **ka**ryu
we did	અમે કર્યું	ame **ka**ryu
you did	તમે કર્યું	tame **ka**ryu
they did	તેઓએ કર્યું	teoae **ka**ryu

ચાલુ ભૂત (Past Continuous)

English	Gujarati	Transliteration
I was doing	હું કરતો હતો	hun **ka**rto hato
you were doing	તું કરતો હતો	tu **ka**rto hato
he/she/it was doing	તે/તેણીની/તે કરતો હતો	te/tenini/te **ka**rto hato
we were doing	અમે કરતા હતાં	ame **ka**rta hata
you were doing	તમે કરતા હતાં	tame **ka**rta hata
they were doing	તેઓ કરતા હતાં	teo **ka**rta hata

પૂર્ણ ભૂત (Past Perfect)

English	Gujarati	Transliteration
I had done	મેં કર્યું હતું	mein **ka**ryu hatun
you had done	તે કર્યું હતું	te **ka**ryu hatun
he/she/it had done	તેણે કર્યું હતું	tene **ka**ryu hatun
we had done	અમે કર્યું હતું	ame **ka**ryu hatun
you had done	તમે કર્યું હતું	tame **ka**ryu hatun
they had done	તેઓએ કર્યું હતું	teoye **ka**ryu hatun

ચાલુ પૂર્ણ ભૂત (Past Perfect Continuous)

English	Gujarati	Transliteration
I had been doing	હું કરી રહ્યો હતો	hun **ka**ri rahyo hato
you had been doing	તું કરી રહ્યો હતો	tu **ka**ri rahyo hato
he/she/it had been doing	તે/તેણીની/તે કરી રહ્યો હતો	te/tenini/te **ka**ri rahyo hato
we had been doing	અમે કરી રહ્યાં હતાં	ame **ka**ri rahya hata
you had been doing	તમે કરી રહ્યાં હતાં	tame **ka**ri rahya hata
they had been doing	તેઓ કરી રહ્યાં હતાં	teo **ka**ri rahya hata

સાદો ભવિષ્ય (Simple Future)

English	Gujarati	Transliteration
I will do	હું કરીશ	hun **ka**rish
you will do	તું કરીશ	tu **ka**rish
he/she/it will do	તે/તેણીની/તે કરશે	te/tenini/te **ka**rshe
we will do	અમે કરીશું	ame **ka**rishu
you will do	તમે કરશો	tame **ka**rsho
they will do	તેઓ કરશે	teo **ka**rshe

ચાલુ ભવિષ્ય (Future Continuous)

English	Gujarati	Transliteration
I will be doing	હું કરી રહ્યો હોઈશ	hun **ka**ri rahyo hoish
you will be doing	તું કરી રહ્યો હોઈશ	tu **ka**ri rahyo hoish
he/she/it will be doing	તે/તેણીની/તે કરી રહ્યો હશે	te/tenini/te **ka**ri rahyo hashe
we will be doing	અમે કરી રહ્યાં હોઈશું	ame **ka**ri rahya hashu
you will be doing	તમે કરી રહ્યાં હશો	tame **ka**ri rahya hasho
they will be doing	તેઓ કરી રહ્યાં હશે	teo **ka**ri rahya hashe

પૂર્ણ ભવિષ્ય (Future Perfect)

English	Gujarati	Transliteration
I will have done	હું કરતો હોઈશ	hun **ka**rto hoish
you will have done	તું કરતો હોઈશ	tu **ka**rto hoish
he/she/it will have done	તે/તેણીની/તે કરતો હશે	te/tenini/te **ka**rto hashe
we will have done	અમે કરતા હોઈશું	ame **ka**rta hoishu
you will have done	તમે કરતા હશો	tame **ka**rta hasho
they will have done	તેઓ કરતા હશે	teo **ka**rta hashe

ચાલુ પૂર્ણ ભવિષ્ય (Future Perfect Continuous)

English	Gujarati	Transliteration
I will have been doing	હું કરતો આવતો હોઈશ	hun **ka**rto aavto hoish
you will have been doing	તું કરતો આવતો હોઈશ	tu **ka**rto aavto hoish
he/she/it will have been doing	તે/તેણીની/તે કરતો આવતો હશે	te/tenini/te **ka**rto aavto hashe
we will have been doing	અમે કરતા આવતા હોઈશું	ame **ka**rta aavta hoishu
you will have been doing	તમે કરતા આવતા હશો	tame **ka**rta aavta hasho
they will have been doing	તેઓ કરતા આવતા હશે	teo **ka**rta aavta hashe

25. To drink - પીવું (pivun)

સાદો વર્તમાન (Simple Present)

English	Gujarati	Transliteration
I drink	હું પીવું છું	hun **pivun** chhun
you drink	તું પીવે છે	tu **pi**ve chhe
he/she/it drinks	તે/તેણીની/તે પીવે છે	te/tenini/te **pi**ve chhe
we drink	અમે પીએ છીએ	ame **pi**ye chiye
you drink	તમે પીવો છો	tame **pi**vo chho
they drink	તેઓ પીવે છે	teo **pi**ve chhe

ચાલુ વર્તમાન (Present Continuous)

English	Gujarati	Transliteration
I am drinking	હું (અત્યારે) પીવું છું	hun (atyare) **pivun** chhun
you are drinking	તું પીવે છે	tu **pi**ve chhe
he/she/it is drinking	તે/તેણીની/તે પીવે છે	te/tenini/te **pi**ve chhe
we are drinking	અમે પીએ છીએ	ame **pi**ye chiye
you are drinking	તમે પીવો છો	tame **pi**vo chho
they are drinking	તેઓ પીવે છે	teo **pi**ve chhe

પૂર્ણ વર્તમાન (Present Perfect)

English	Gujarati	Transliteration
I have drunk	મેં પીધું છે	mein **pi**dhu chhe
you have drunk	તે પીધું છે	te **pi**dhu chhe
he/she/it has drunk	તેણે પીધું છે	tene **pi**dhu chhe
we have drunk	અમે પીધું છે	ame **pi**dhu chhe
you have drunk	તમે પીધું છે	tame **pi**dhu chhe
they have drunk	તેઓએ પીધું છે	teoae **pi**dhu chhe

115

ચાલુ પૂર્ણ વર્તમાન (Present Perfect Continuous)

English	Gujarati	Transliteration
I have been drinking	હું પી રહ્યો છું	hun **pi** rahyo chhun
you have been drinking	તું પી રહ્યો છે	tu **pi** rahyo chhe
he/she/it has been drinking	તે/તેણીની/તે પી રહ્યો છે	te/tenini/te **pi** rahyo chhe
we have been drinking	અમે પી રહ્યાં છીએ	ame **pi** rahya chhiye
you have been drinking	તમે પી રહ્યાં છો	tame **pi** rahya chho
they have been drinking	તેઓ પી રહ્યાં છે	teo **pi** rahya chhe

સાદો ભૂત (Simple Past)

English	Gujarati	Transliteration
I drank	મેં પીધું	mein **pidhu**
you drank	તે પીધું	te **pidhu**
he/she/it drank	તેણે પીધું	tene **pidhu**
we drank	અમે પીધું	ame **pidhu**
you drank	તમે પીધું	tame **pidhu**
they drank	તેઓએ પીધું	teoae **pidhu**

ચાલુ ભૂત (Past Continuous)

English	Gujarati	Transliteration
I was drinking	હું પીતો હતો	hun **pi**to hato
you were drinking	તું પીતો હતો	tu **pi**to hato
he/she/it was drinking	તે/તેણીની/તે પીતો હતો	te/tenini/te **pi**to hato
we were drinking	અમે પીતા હતાં	ame **pi**ta hata
you were drinking	તમે પીતા હતાં	tame **pi**ta hata
they were drinking	તેઓ પીતા હતાં	teo **pi**ta hata

પૂર્ણ ભૂત (Past Perfect)

English	Gujarati	Transliteration
I had drunk	મેં પીધું હતું	mein **pi**dhu hatu
you had drunk	તે પીધું હતું	tu **pi**dhu hatu
he/she/it had drunk	તેણે પીધું હતું	te/tenini/te **pi**dhu hatu
we had drunk	અમે પીધું હતું	ame **pi**dhu hatu
you had drunk	તમે પીધું હતું	tame **pi**dhu hatu
they had drunk	તેઓએ પીધું હતું	Teoae **pi**dhu hatu

ચાલુ પૂર્ણ ભૂત (Past Perfect Continuous)

English	Gujarati	Transliteration
I had been drinking	હું પી રહ્યો હતો	hun **pi** rahyo hato
you had been drinking	તું પી રહ્યો હતો	tu **pi** rahyo hato
he/she/it had been drinking	તે/તેણીની/તે પી રહ્યો હતો	te/tenini/te **pi** rahyo hato
we had been drinking	અમે પી રહ્યાં હતાં	ame **pi** rahya hata
you had been drinking	તમે પી રહ્યાં હતાં	tame **pi** rahya hata
they had been drinking	તેઓ પી રહ્યાં હતાં	teo **pi** rahya hata

સાદો ભવિષ્ય (Simple Future)

English	Gujarati	Transliteration
I will drink	હું પીશ	hun **pi**sh
you will drink	તું પીશ	tu **pi**sh
he/she/it will drink	તે/તેણીની/તે પીશે	te/tenini/te **pi**she
we will drink	અમે પીશું	ame **pi**shu
you will drink	તમે પીશો	tame **pi**sho
they will drink	તેઓ પીશે	teo **pi**she

ચાલુ ભવિષ્ય (Future Continuous)

English	Gujarati	Transliteration
I will be drinking	હું પી રહ્યો હોઈશ	hun **pi** rahyo hoish
you will be drinking	તું પી રહ્યો હોઈશ	tu **pi** rahyo hoish
he/she/it will be drinking	તે/તેણીની/તે પી રહ્યો હશે	te/tenini/te **pi** rahyo hashe
we will be drinking	અમે પી રહ્યાં હોઈશું	ame **pi** rahya hashu
you will be drinking	તમે પી રહ્યાં હશો	tame **pi** rahya hasho
they will be drinking	તેઓ પી રહ્યાં હશે	teo **pi** rahya hashe

પૂર્ણ ભવિષ્ય (Future Perfect)

English	Gujarati	Transliteration
I will have drunk	હું પીતો હોઈશ	hun **pit**o hoish
you will have drunk	તું પીતો હોઈશ	tu **pit**o hoish
he/she/it will have drunk	તે/તેણીની/તે પીતો હશે	te/tenini/te **pit**o hashe
we will have drunk	અમે પીતા હોઈશું	ame **pit**a hoishu
you will have drunk	તમે પીતા હશો	tame **pit**a hasho
they will have drunk	તેઓ પીતા હશે	teo **pit**a hashe

ચાલુ પૂર્ણ ભવિષ્ય (Future Perfect Continuous)

English	Gujarati	Transliteration
I will have been drinking	હું પીતો આવતો હોઈશ	hun **pit**o aavto hoish
you will have been drinking	તું પીતો આવતો હોઈશ	tu **pit**o aavto hoish
he/she/it will have been drinking	તે/તેણીની/તે પીતો આવતો હશે	te/tenini/te **pit**o aavto hashe
we will have been drinking	અમે પીતા આવતા હોઈશું	ame **pit**a aavta hoishu
you will have been drinking	તમે પીતા આવતા હશો	tame **pit**a aavta hasho
they will have been drinking	તેઓ પીતા આવતા હશે	teo **pit**a aavta hashe

26. To drive - ચલાવવું (cha**la**vvun)

સાદો વર્તમાન (Simple Present)

English	Gujarati	Transliteration
I drive	હું ચલાવું છું	hun cha**la**vun chhun
you drive	તું ચલાવે છે	tu cha**la**ve chhe
he/she/it drives	તે/તેણીની/તે ચલાવે છે	te/tenini/te cha**la**ve chhe
we drive	અમે ચલાવીયે છીએ	ame cha**la**viye chiye
you drive	તમે ચલાવો છો	tame cha**la**vo chho
they drive	તેઓ ચલાવે છે	teo cha**la**ve chhe

ચાલુ વર્તમાન (Present Continuous)

English	Gujarati	Transliteration
I am driving	હું (અત્યારે) ચલાવું છું	hun (atyare) cha**la**vun chhun
you are driving	તું ચલાવે છે	tu cha**la**ve chhe
he/she/it is driving	તે/તેણીની/તે ચલાવે છે	te/tenini/te cha**la**ve chhe
we are driving	અમે ચલાવીયે છીએ	ame cha**la**viye chiye
you are driving	તમે ચલાવો છો	tame cha**la**vo chho
they are driving	તેઓ ચલાવે છે	teo cha**la**ve chhe

પૂર્ણ વર્તમાન (Present Perfect)

English	Gujarati	Transliteration
I have driven	મેં ચલાયું છે	mein cha**la**yun chhe
you have driven	તે ચલાયું છે	te cha**la**yun chhe
he/she/it has driven	તેણે ચલાયું છે	tene cha**la**yun chhe
we have driven	અમે ચલાયું છે	ame cha**la**yun chhe
you have driven	તમે ચલાયું છે	tame cha**la**yun chhe
they have driven	તેઓએ ચલાયું છે	teoae cha**la**yun chhe

ચાલુ પૂર્ણ વર્તમાન (Present Perfect Continuous)

English	Gujarati	Transliteration
I have been driving	હું ચલાવી રહ્યો છું	hun chalavi rahyo chhun
you have been driving	તું ચલાવી રહ્યો છે	tu chalavi rahyo chhe
he/she/it has been driving	તે/તેણીની/તે ચલાવી રહ્યો છે	te/tenini/te chalavi rahyo chhe
we have been driving	અમે ચલાવી રહ્યાં છીએ	ame chalavi rahya chhiye
you have been driving	તમે ચલાવી રહ્યાં છો	tame chalavi rahya chho
they have been driving	તેઓ ચલાવી રહ્યાં છે	teo chalavi rahya chhe

સાદો ભૂત (Simple Past)

English	Gujarati	Transliteration
I drove;drave	મેં ચલાયું	mein chalayun
you drove;drave	તે ચલાયું	te chalayun
he/she/it drove;drave	તેણે ચલાયું	tene chalayun
we drove;drave	અમે ચલાયું	ame chalayun
you drove;drave	તમે ચલાયું	tame chalayun
they drove;drave	તેઓએ ચલાયું	teoae chalayun

ચાલુ ભૂત (Past Continuous)

English	Gujarati	Transliteration
I was driving	હું ચલાવતો હતો	hun chalavto hato
you were driving	તું ચલાવતો હતો	tu chalavto hato
he/she/it was driving	તે/તેણીની/તે ચલાવતો હતો	te/tenini/te chalavto hato
we were driving	અમે ચલાવતા હતાં	ame chalavta hata
you were driving	તમે ચલાવતા હતાં	tame chalavta hata
they were driving	તેઓ ચલાવતા હતાં	teo chalavta hata

પૂર્ણ ભૂત (Past Perfect)

English	Gujarati	Transliteration
I had driven	મેં ચલાયું હતું	mein chalayun hatu
you had driven	તે ચલાયું હતું	te chalayun hatu
he/she/it had driven	તેણે ચલાયું હતું	tene chalayun hatu
we had driven	અમે ચલાયું હતું	ame chalayun hatu
you had driven	તમે ચલાયું હતું	tame chalayun hatu
they had driven	તેઓએ ચલાયું હતું	teoye chalayun hatu

ચાલુ પૂર્ણ ભૂત (Past Perfect Continuous)

English	Gujarati	Transliteration
I had been driving	હું ચલાવી રહ્યો હતો	hun chalavi rahyo hato
you had been driving	તું ચલાવી રહ્યો હતો	tu chalavi rahyo hato
he/she/it had been driving	તે/તેણીની/તે ચલાવી રહ્યો હતો	te/tenini/te chalavi rahyo hato
we had been driving	અમે ચલાવી રહ્યાં હતાં	ame chalavi rahya hata
you had been driving	તમે ચલાવી રહ્યાં હતાં	tame chalavi rahya hata
they had been driving	તેઓ ચલાવી રહ્યાં હતાં	teo chalavi rahya hata

સાદો ભવિષ્ય (Simple Future)

English	Gujarati	Transliteration
I will drive	હું ચલાવીશ	hun chalavish
you will drive	તું ચલાવીશ	tu chalavish
he/she/it will drive	તે/તેણીની/તે ચલાવશે	te/tenini/te chalavshe
we will drive	અમે ચલાવીશું	ame chalavishu
you will drive	તમે ચલાવશો	tame chalavsho
they will drive	તેઓ ચલાવશે	teo chalavshe

ચાલુ ભવિષ્ય (Future Continuous)

English	Gujarati	Transliteration
I will be driving	હું ચલાવી રહ્યો હોઈશ	hun chalavi rahyo hoish
you will be driving	તું ચલાવી રહ્યો હોઈશ	tu chalavi rahyo hoish
he/she/it will be driving	તે/તેણીની/તે ચલાવી રહ્યો હશે	te/tenini/te chalavi rahyo hashe
we will be driving	અમે ચલાવી રહ્યાં હોઈશું	ame chalavi rahya hashu
you will be driving	તમે ચલાવી રહ્યાં હશો	tame chalavi rahya hasho
they will be driving	તેઓ ચલાવી રહ્યાં હશે	teo chalavi rahya hashe

પૂર્ણ ભવિષ્ય (Future Perfect)

English	Gujarati	Transliteration
I will have driven	હું ચલાવતો હોઈશ	hun chalavto hoish
you will have driven	તું ચલાવતો હોઈશ	tu chalavto hoish
he/she/it will have driven	તે/તેણીની/તે ચલાવતો હશે	te/tenini/te chalavto hashe
we will have driven	અમે ચલાવતા હોઈશું	ame chalavta hoishu
you will have driven	તમે ચલાવતા હોઈશું	tame chalavta hasho
they will have driven	તેઓ ચલાવતા હશે	teo chalavta hashe

ચાલુ પૂર્ણ ભવિષ્ય (Future Perfect Continuous)

English	Gujarati	Transliteration
I will have been driving	હું ચલાવતો આવતો હોઈશ	hun chalavto aavto hoish
you will have been driving	તું ચલાવતો આવતો હોઈશ	tu chalavto aavto hoish
he/she/it will have been driving	તે/તેણીની/તે ચલાવતો આવતો હશે	te/tenini/te chalavto aavto hashe
we will have been driving	અમે ચલાવતા આવતા હોઈશું	ame chalavta aavta hoishu
you will have been driving	તમે ચલાવતા આવતા હશો	tame chalavta aavta hasho
they will have been driving	તેઓ ચલાવતા આવતા હશે	teo chalavta aavta hashe

27. To eat - ખાવું (khavun)

સાદો વર્તમાન (Simple Present)

English	Gujarati	Transliteration
I eat	હું ખાવું છું	hun **kha**vun chhun
you eat	તું ખાય છે	tu **kha**ay chhe
he/she/it eats	તે/તેણીની/તે ખાય છે	te/tenini/te **kha**ay chhe
we eat	અમે ખાઈએ છીએ	ame **kha**iye chiye
you eat	તમે ખાવો છો	tame **kha**vo chho
they eat	તેઓ ખાય છે	teo **kha**ay chhe

ચાલુ વર્તમાન (Present Continuous)

English	Gujarati	Transliteration
I am eating	હું (અત્યારે) ખાવું છું	hun (atyare) **kha**vun chhun
you are eating	તું ખાય છે	tu **kha**ay chhe
he/she/it is eating	તે/તેણીની/તે ખાય છે	te/tenini/te **kha**ay chhe
we are eating	અમે ખાઈએ છીએ	ame **kha**iye chiye
you are eating	તમે ખાવો છો	tame **kha**vo chho
they are eating	તેઓ ખાય છે	teo **kha**ay chhe

પૂર્ણ વર્તમાન (Present Perfect)

English	Gujarati	Transliteration
I have eaten	મેં ખાધું છે	mein **kha**dhun chhe
you have eaten	તે ખાધું છે	te **kha**dhun chhe
he/she/it has eaten	તેણે ખાધું છે	tene **kha**dhun chhe
we have eaten	અમે ખાધું છે	ame **kha**dhun chhe
you have eaten	તમે ખાધું છે	tame **kha**dhun chhe
they have eaten	તેઓએ ખાધું છે	teoae **kha**dhun chhe

123

ચાલુ પૂર્ણ વર્તમાન (Present Perfect Continuous)

English	Gujarati	Transliteration
I have been eating	હું ખાઈ રહ્યો છું	hun **kha**ai rahyo chhun
you have been eating	તું ખાઈ રહ્યો છે	tu **kha**ai rahyo chhe
he/she/it has been eating	તે/તેણીની/તે ખાઈ રહ્યો છે	te/tenini/te **kha**ai rahyo chhe
we have been eating	અમે ખાઈ રહ્યાં છીએ	ame **kha**ai rahya chhiye
you have been eating	તમે ખાઈ રહ્યાં છો	tame **kha**ai rahya chho
they have been eating	તેઓ ખાઈ રહ્યાં છે	teo **kha**ai rahya chhe

સાદો ભૂત (Simple Past)

English	Gujarati	Transliteration
I ate	મેં ખાધું	mein **kha**dhun
you ate	તે ખાધું	te **kha**dhun
he/she/it ate	તેણે ખાધું	tene **kha**dhun
we ate	અમે ખાધું	ame **kha**dhun
you ate	તમે ખાધું	tame **kha**dhun
they ate	તેઓએ ખાધું	teoae **kha**dhun

ચાલુ ભૂત (Past Continuous)

English	Gujarati	Transliteration
I was eating	હું ખાતો હતો	hun **kha**to hato
you were eating	તું ખાતો હતો	tu **kha**to hato
he/she/it was eating	તે/તેણીની/તે ખાતો હતો	te/tenini/te **kha**to hato
we were eating	અમે ખાતા હતાં	ame **kha**ta hata
you were eating	તમે ખાતા હતાં	tame **kha**ta hata
they were eating	તેઓ ખાતા હતાં	teo **kha**ta hata

પૂર્ણ ભૂત (Past Perfect)

English	Gujarati	Transliteration
I had eaten	મેં ખાધું હતું	mein **kha**dhun hatu
you had eaten	તે ખાધું હતું	te **kha**dhun hatu
he/she/it had eaten	તેણે ખાધું હતું	tene **kha**dhun hatu
we had eaten	અમે ખાધું હતું	ame **kha**dhun hatu
you had eaten	તમે ખાધું હતું	tame **kha**dhun hatu
they had eaten	તેઓએ ખાધું હતું	teoye **kha**dhun hatu

ચાલુ પૂર્ણ ભૂત (Past Perfect Continuous)

English	Gujarati	Transliteration
I had been eating	હું ખાઈ રહ્યો હતો	hun **kha**ai rahyo hato
you had been eating	તું ખાઈ રહ્યો હતો	tu **kha**ai rahyo hato
he/she/it had been eating	તે/તેણીની/તે ખાઈ રહ્યો હતો	te/tenini/te **kha**ai rahyo hato
we had been eating	અમે ખાઈ રહ્યાં હતાં	ame **kha**ai rahya hata
you had been eating	તમે ખાઈ રહ્યાં હતાં	tame **kha**ai rahya hata
they had been eating	તેઓ ખાઈ રહ્યાં હતાં	teo **kha**ai rahya hata

સાદો ભવિષ્ય (Simple Future)

English	Gujarati	Transliteration
I will eat	હું ખાઈશ	hun **kha**aish
you will eat	તું ખાઈશ	tu **kha**aish
he/she/it will eat	તે/તેણીની/તે ખાશે	te/tenini/te **kha**she
we will eat	અમે ખાઈશું	ame **kha**aishu
you will eat	તમે ખાશો	tame **kha**sho
they will eat	તેઓ ખાશે	teo **kha**she

ચાલુ ભવિષ્ય (Future Continuous)

English	Gujarati	Transliteration
I will be eating	હું ખાઈ રહ્યો હોઈશ	hun **kha**ai rahyo hoish
you will be eating	તું ખાઈ રહ્યો હોઈશ	tu **kha**ai rahyo hoish
he/she/it will be eating	તે/તેણીની/તે ખાઈ રહ્યો હશે	te/tenini/te **kha**ai rahyo hashe
we will be eating	અમે ખાઈ રહ્યાં હોઈશું	ame **kha**ai rahya hashu
you will be eating	તમે ખાઈ રહ્યાં હશો	tame **kha**ai rahya hasho
they will be eating	તેઓ ખાઈ રહ્યાં હશે	teo **kha**ai rahya hashe

પૂર્ણ ભવિષ્ય (Future Perfect)

English	Gujarati	Transliteration
I will have eaten	હું ખાતો હોઈશ	hun **kha**to hoish
you will have eaten	તું ખાતો હોઈશ	tu **kha**to hoish
he/she/it will have eaten	તે/તેણીની/તે ખાતો હશે	te/tenini/te **kha**to hashe
we will have eaten	અમે ખાતા હોઈશું	ame **kha**ta hoishu
you will have eaten	તમે ખાતા હોઈશું	tame **kha**ta hasho
they will have eaten	તેઓ ખાતા હશે	teo **kha**ta hashe

ચાલુ પૂર્ણ ભવિષ્ય (Future Perfect Continuous)

English	Gujarati	Transliteration
I will have been eating	હું ખાતો આવતો હોઈશ	hun **kha**to aavto hoish
you will have been eating	તું ખાતો આવતો હોઈશ	tu **kha**to aavto hoish
he/she/it will have been eating	તે/તેણીની/તે ખાતો આવતો હશે	te/tenini/te **kha**to aavto hashe
we will have been eating	અમે ખાતા આવતા હોઈશું	ame **kha**ta aavta hoishu
you will have been eating	તમે ખાતા આવતા હશો	tame **kha**ta aavta hasho
they will have been eating	તેઓ ખાતા આવતા હશે	teo **kha**ta aavta hashe

28. To enter - પ્રવેશ કરવો (pravesh karvo)

સાદો વર્તમાન (Simple Present)

English	Gujarati	Transliteration
I enter	હું પ્રવેશ કરું છું	hun pravesh karun chhun
you enter	તું પ્રવેશ કરે છે	tu pravesh kare chhe
he/she/it enters	તે/તેણીની/તે પ્રવેશ કરે છે	te/tenini/te pravesh kare chhe
we enter	અમે પ્રવેશ કરીએ છીએ	ame pravesh kariye chiye
you enter	તમે પ્રવેશ કરો છો	tame pravesh karo chho
they enter	તેઓ પ્રવેશ કરે છે	teo pravesh kare chhe

ચાલુ વર્તમાન (Present Continuous)

English	Gujarati	Transliteration
I am entering	હું (અત્યારે) પ્રવેશ કરું છું	hun (atyare) pravesh karun chhun
you are entering	તું પ્રવેશ કરે છે	tu pravesh kare chhe
he/she/it is entering	તે/તેણીની/તે પ્રવેશ કરે છે	te/tenini/te pravesh kare chhe
we are entering	અમે પ્રવેશ કરીએ છીએ	ame pravesh kariye chiye
you are entering	તમે પ્રવેશ કરો છો	tame pravesh karo chho
they are entering	તેઓ પ્રવેશ કરે છે	teo pravesh kare chhe

પૂર્ણ વર્તમાન (Present Perfect)

English	Gujarati	Transliteration
I have entered	મેં પ્રવેશ કર્યો છે	mein pravesh karyo chhun
you have entered	તે પ્રવેશ કર્યો છે	te pravesh karyo chhe
he/she/it has entered	તેણે પ્રવેશ કર્યો છે	tene pravesh karyo chhe
we have entered	અમે પ્રવેશ કર્યો છે	ame pravesh karyo chhe
you have entered	તમે પ્રવેશ કર્યો છે	tame pravesh karyo chhe
they have entered	તેઓએ પ્રવેશ કર્યો છે	teoae pravesh karyo chhe

ચાલુ પૂર્ણ વર્તમાન (Present Perfect Continuous)

English	Gujarati	Transliteration
I have been entering	હું પ્રવેશ કરી રહ્યો છું	hun pravesh kari rahyo chhun
you have been entering	તું પ્રવેશ કરી રહ્યો છે	tu pravesh kari rahyo chhe
he/she/it has been entering	તે/તેણીની/તે પ્રવેશ કરી રહ્યો છે	te/tenini/te pravesh kari rahyo chhe
we have been entering	અમે પ્રવેશ કરી રહ્યાં છીએ	ame pravesh kari rahya chhiye
you have been entering	તમે પ્રવેશ કરી રહ્યાં છો	tame pravesh kari rahya chho
they have been entering	તેઓ પ્રવેશ કરી રહ્યાં છે	teo pravesh kari rahya chhe

સાદો ભૂત (Simple Past)

English	Gujarati	Transliteration
I entered	મેં પ્રવેશ કર્યો	mein pravesh karyo
you entered	તે પ્રવેશ કર્યો	te pravesh karyo
he/she/it entered	તેણે પ્રવેશ કર્યો	tene pravesh karyo
we entered	અમે પ્રવેશ કર્યો	ame pravesh karyo
you entered	તમે પ્રવેશ કર્યો	tame pravesh karyo
they entered	તેઓએ પ્રવેશ કર્યો	teoae pravesh karyo

ચાલુ ભૂત (Past Continuous)

English	Gujarati	Transliteration
I was entering	હું પ્રવેશ કરતો હતો	hun pravesh karto hato
you were entering	તું પ્રવેશ કરતો હતો	tu pravesh karto hato
he/she/it was entering	તે/તેણીની/તે પ્રવેશ કરતો હતો	te/tenini/te pravesh karto hato
we were entering	અમે પ્રવેશ કરતા હતાં	ame pravesh karta hata
you were entering	તમે પ્રવેશ કરતા હતાં	tame pravesh karta hata
they were entering	તેઓ પ્રવેશ કરતા હતાં	teo pravesh karta hata

પૂર્ણ ભૂત (Past Perfect)

English	Gujarati	Transliteration
I had entered	મેં પ્રવેશ કર્યો હતો	mein pravesh karyo hato
you had entered	તે પ્રવેશ કર્યો હતો	te pravesh karyo hato
he/she/it had entered	તેણે પ્રવેશ કર્યો હતો	tene pravesh karyo hato
we had entered	અમે પ્રવેશ કર્યો હતો	ame pravesh karyo hato
you had entered	તમે પ્રવેશ કર્યો હતો	tame pravesh karyo hato
they had entered	તેઓએ પ્રવેશ કર્યો હતો	teoye pravesh karyo hato

ચાલુ પૂર્ણ ભૂત (Past Perfect Continuous)

English	Gujarati	Transliteration
I had been entering	હું પ્રવેશ કરી રહ્યો હતો	hun pravesh kari rahyo hato
you had been entering	તું પ્રવેશ કરી રહ્યો હતો	tu pravesh kari rahyo hato
he/she/it had been entering	તે/તેણીની/તે પ્રવેશ કરી રહ્યો હતો	te/tenini/te pravesh kari rahyo hato
we had been entering	અમે પ્રવેશ કરી રહ્યાં હતાં	ame pravesh kari rahya hata
you had been entering	તમે પ્રવેશ કરી રહ્યાં હતાં	tame pravesh kari rahya hata
they had been entering	તેઓ પ્રવેશ કરી રહ્યાં હતાં	teo pravesh kari rahya hata

સાદો ભવિષ્ય (Simple Future)

English	Gujarati	Transliteration
I will enter	હું પ્રવેશ કરીશ	hun pravesh karish
you will enter	તું પ્રવેશ કરીશ	tu pravesh karish
he/she/it will enter	તે/તેણીની/તે પ્રવેશ કરશે	te/tenini/te pravesh karshe
we will enter	અમે પ્રવેશ કરીશું	ame pravesh karishu
you will enter	તમે પ્રવેશ કરશો	tame pravesh karsho
they will enter	તેઓ પ્રવેશ કરશે	teo pravesh karshe

ચાલુ ભવિષ્ય (Future Continuous)

English	Gujarati	Transliteration
I will be entering	હું પ્રવેશ કરી રહ્યો હોઈશ	hun pravesh kari rahyo hoish
you will be entering	તું પ્રવેશ કરી રહ્યો હોઈશ	tu pravesh kari rahyo hoish
he/she/it will be entering	તે/તેણીની/તે પ્રવેશ કરી રહ્યો હશે	te/tenini/te pravesh kari rahyo hashe
we will be entering	અમે પ્રવેશ કરી રહ્યાં હોઈશું	ame pravesh kari rahya hashu
you will be entering	તમે પ્રવેશ કરી રહ્યાં હશો	tame pravesh kari rahya hasho
they will be entering	તેઓ પ્રવેશ કરી રહ્યાં હશે	teo pravesh kari rahya hashe

પૂર્ણ ભવિષ્ય (Future Perfect)

English	Gujarati	Transliteration
I will have entered	હું પ્રવેશ કરતો હોઈશ	hun pravesh karto hoish
you will have entered	તું પ્રવેશ કરતો હોઈશ	tu pravesh karto hoish
he/she/it will have entered	તે/તેણીની/તે પ્રવેશ કરતો હશે	te/tenini/te pravesh karto hashe
we will have entered	અમે પ્રવેશ કરતા હોઈશું	ame pravesh karta hoishu
you will have entered	તમે પ્રવેશ કરતા હોઈશું	tame pravesh karta hoishu
they will have entered	તેઓ પ્રવેશ કરતા હશે	teo pravesh karta hashe

ચાલુ પૂર્ણ ભવિષ્ય (Future Perfect Continuous)

English	Gujarati	Transliteration
I will have been entering	હું પ્રવેશ કરતો આવતો હોઈશ	hun pravesh karto aavto hoish
you will have been entering	તું પ્રવેશ કરતો આવતો હોઈશ	tu pravesh karto aavto hoish
he/she/it will have been entering	તે/તેણીની/તે પ્રવેશ કરતો આવતો હશે	te/tenini/te pravesh karto aavto hashe
we will have been entering	અમે પ્રવેશ કરતા આવતા હોઈશું	ame pravesh karta aavta hoishu
you will have been entering	તમે પ્રવેશ કરતા આવતા હશો	tame pravesh karta aavta hasho
they will have been entering	તેઓ પ્રવેશ કરતા આવતા હશે	teo pravesh karta aavta hashe

29. To exit - બહાર નીકળવું (bahar nikadvu)

સાદો વર્તમાન (Simple Present)

English	Gujarati	Transliteration
I exit	હું બહાર નીકળું છું	hun **ba**har nikdun chhun
you exit	તું બહાર નીકળે છે	tu **ba**har nikde chhe
he/she/it exits	તે/તેણીની/તે બહાર નીકળે છે	te/tenini/te **ba**har nikde chhe
we exit	અમે બહાર નીકળીએ છીએ	ame **ba**har nikdiye chiye
you exit	તમે બહાર નીકળો છો	tame **ba**har nikdo chho
they exit	તેઓ બહાર નીકળે છે	teo **ba**har nikde chhe

ચાલુ વર્તમાન (Present Continuous)

English	Gujarati	Transliteration
I am exiting	હું (અત્યારે) બહાર નીકળું છું	hun (atyare) **ba**har nikdun chhun
you are exiting	તું બહાર નીકળે છે	tu **ba**har nikde chhe
he/she/it is exiting	તે/તેણીની/તે બહાર નીકળે છે	te/tenini/te **ba**har nikde chhe
we are exiting	અમે બહાર નીકળીએ છીએ	ame **ba**har nikdiye chiye
you are exiting	તમે બહાર નીકળો છો	tame **ba**har nikdo chho
they are exiting	તેઓ બહાર નીકળે છે	teo **ba**har nikde chhe

પૂર્ણ વર્તમાન (Present Perfect)

English	Gujarati	Transliteration
I have exited	હું બહાર નીકળ્યો છું	hun **ba**har nikdyon chhun
you have exited	તું બહાર નીકળ્યો છે	tu **ba**har nikdyon chhe
he/she/it has exited	તે બહાર નીકળ્યો છે	te **ba**har nikdyon chhe
we have exited	અમે બહાર નીકળ્યા છીએ	ame **ba**har nikdya chhiye
you have exited	તમે બહાર નીકળ્યા છો	tame **ba**har nikdya chho
they have exited	તેઓ બહાર નીકળ્યા છે	teo **ba**har nikdya chhe

ચાલુ પૂર્ણ વર્તમાન (Present Perfect Continuous)

English	Gujarati	Transliteration
I have been exiting	હું બહાર નીકળી રહ્યો છું	hun **ba**har nikdi rahyo chhun
you have been exiting	તું બહાર નીકળી રહ્યો છે	tu **ba**har nikdi rahyo chhe
he/she/it has been exiting	તે/તેણીની/તે બહાર નીકળી રહ્યો છે	te/tenini/te **ba**har nikdi rahyo chhe
we have been exiting	અમે બહાર નીકળી રહ્યાં છીએ	ame **ba**har nikdi rahya chhiye
you have been exiting	તમે બહાર નીકળી રહ્યાં છો	tame **ba**har nikdi rahya chho
they have been exiting	તેઓ બહાર નીકળી રહ્યાં છે	teo **ba**har nikdi rahya chhe

સાદો ભૂત (Simple Past)

English	Gujarati	Transliteration
I exited	હું બહાર નીકળ્યો	hun **ba**har nikdyo
you exited	તું બહાર નીકળ્યો	tu **ba**har nikdyo
he/she/it exited	તે બહાર નીકળ્યો	te **ba**har nikdyo
we exited	અમે બહાર નીકળ્યા	ame **ba**har nikdya
you exited	તમે બહાર નીકળ્યા	tame **ba**har nikdya
they exited	તેઓ બહાર નીકળ્યા	Teo **ba**har nikdya

ચાલુ ભૂત (Past Continuous)

English	Gujarati	Transliteration
I was exiting	હું બહાર નીકળતો હતો	hun **ba**har nikdto hato
you were exiting	તું બહાર નીકળતો હતો	tu **ba**har nikdto hato
he/she/it was exiting	તે/તેણીની/તે બહાર નીકળતો હતો	te/tenini/te **ba**har nikdto hato
we were exiting	અમે બહાર નીકળતા હતાં	ame **ba**har nikdta hata
you were exiting	તમે બહાર નીકળતા હતાં	tame **ba**har nikdta hata
they were exiting	તેઓ બહાર નીકળતા હતાં	teo **ba**har nikdta hata

પૂર્ણ ભૂત (Past Perfect)

English	Gujarati	Transliteration
I had exited	હું બહાર નીકળ્યો હતો	hun bahar nikdyo hato
you had exited	તું બહાર નીકળ્યો હતો	tu bahar nikdyo hato
he/she/it had exited	તે બહાર નીકળ્યો હતો	te/tenini/te bahar nikdyo hato
we had exited	અમે બહાર નીકળ્યા હતાં	ame bahar nikdya hata
you had exited	તમે બહાર નીકળ્યા હતાં	tame bahar nikdya hata
they had exited	તેઓ બહાર નીકળ્યા હતાં	Teo bahar nikdya hata

ચાલુ પૂર્ણ ભૂત (Past Perfect Continuous)

English	Gujarati	Transliteration
I had been exiting	હું બહાર નીકળી રહ્યો હતો	hun bahar nikdi rahyo hato
you had been exiting	તું બહાર નીકળી રહ્યો હતો	tu bahar nikdi rahyo hato
he/she/it had been exiting	તે/તેણીની/તે બહાર નીકળી રહ્યો હતો	te/tenini/te bahar nikdi rahyo hato
we had been exiting	અમે બહાર નીકળી રહ્યાં હતાં	ame bahar nikdi rahya hata
you had been exiting	તમે બહાર નીકળી રહ્યાં હતાં	tame bahar nikdi rahya hata
they had been exiting	તેઓ બહાર નીકળી રહ્યાં હતાં	teo bahar nikdi rahya hata

સાદો ભવિષ્ય (Simple Future)

English	Gujarati	Transliteration
I will exit	હું બહાર નીકળીશ	hun bahar nikdish
you will exit	તું બહાર નીકળીશ	tu bahar nikdish
he/she/it will exit	તે/તેણીની/તે બશોહાર નીકળશે	te/tenini/te bahar nikdshe
we will exit	અમે બહાર નીકળીશું	ame bahar nikdishu
you will exit	તમે બહાર નીકળશે	Tame bahar nikdsho
they will exit	તેઓ બહાર નીકળશે	teo bahar nikdshe

ચાલુ ભવિષ્ય (Future Continuous)

English	Gujarati	Transliteration
I will be exiting	હું બહાર નીકળી રહ્યો હોઈશ	hun **ba**har nikdi rahyo hoish
you will be exiting	તું બહાર નીકળી રહ્યો હોઈશ	tu **ba**har nikdi rahyo hoish
he/she/it will be exiting	તે/તેણીની/તે બહાર નીકળી રહ્યો હશે	te/tenini/te **ba**har nikdi rahyo hashe
we will be exiting	અમે બહાર નીકળી રહ્યાં હોઈશું	ame **ba**har nikdi rahya hashu
you will be exiting	તમે બહાર નીકળી રહ્યાં હશો	tame **ba**har nikdi rahya hasho
they will be exiting	તેઓ બહાર નીકળી રહ્યાં હશે	teo **ba**har nikdi rahya hashe

પૂર્ણ ભવિષ્ય (Future Perfect)

English	Gujarati	Transliteration
I will have exited	હું બહાર નીકળતો હોઈશ	hun **ba**har nikdto hoish
you will have exited	તું બહાર નીકળતો હોઈશ	tu **ba**har nikdto hoish
he/she/it will have exited	તે/તેણીની/તે બહાર નીકળતો હશે	te/tenini/te **ba**har nikdto hashe
we will have exited	અમે બહાર નીકળતા હોઈશું	ame **ba**har nikdta hoishu
you will have exited	તમે બહાર નીકળતા હોઈશું	tame **ba**har nikdta hoishu
they will have exited	તેઓ બહાર નીકળતા હશે	teo **ba**har nikdta hashe

ચાલુ પૂર્ણ ભવિષ્ય (Future Perfect Continuous)

English	Gujarati	Transliteration
I will have been exiting	હું બહાર નીકળતો આવતો હોઈશ	hun **ba**har nikdto aavto hoish
you will have been exiting	તું બહાર નીકળતો આવતો હોઈશ	tu **ba**har nikdto aavto hoish
he/she/it will have been exiting	તે/તેણીની/તે બહાર નીકળતો આવતો હશે	te/tenini/te **ba**har nikdto aavto hashe
we will have been exiting	અમે બહાર નીકળતા આવતા હોઈશું	ame **ba**har nikdta aavta hoishu
you will have been exiting	તમે બહાર નીકળતા આવતા હશો	tame **ba**har nikdta aavta hasho
they will have been exiting	તેઓ બહાર નીકળતા આવતા હશે	teo **ba**har nikdta aavta hashe

30. To explain - સમજાવવું, સ્પષ્ટ કરવું (samjavavun, spasth karvun)

સાદો વર્તમાન (Simple Present)

English	Gujarati	Transliteration
I explain	હું સમજાવું છું	hun samjavun chhun
you explain	તું સમજાવે છે	tu samjave chhe
he/she/it explains	તે/તેણીની/તે સમજાવે છે	te/tenini/te samjave chhe
we explain	અમે સમજાવીએ છીએ	ame samjaviye chiye
you explain	તમે સમજાવો છો	tame samjavo chho
they explain	તેઓ સમજાવે છે	teo samjave chhe

ચાલુ વર્તમાન (Present Continuous)

English	Gujarati	Transliteration
I am explaining	હું (અત્યારે) સમજાવું છું	hun (atyare) samjavun chhun
you are explaining	તું સમજાવે છે	tu samjave chhe
he/she/it is explaining	તે/તેણીની/તે સમજાવે છે	te/tenini/te samjave chhe
we are explaining	અમે સમજાવીએ છીએ	ame samjaviye chiye
you are explaining	તમે સમજાવો છો	tame samjavo chho
they are explaining	તેઓ સમજાવે છે	teo samjave chhe

પૂર્ણ વર્તમાન (Present Perfect)

English	Gujarati	Transliteration
I have explained	મેં સમજાવ્યું છું	mein samjavyun chhun
you have explained	તે સમજાવ્યું છે	te samjavyun chhe
he/she/it has explained	તેણે સમજાવ્યું છે	tene samjavyun chhe
we have explained	અમે સમજાવ્યું છે	amc samjavyun chhe
you have explained	તમે સમજાવ્યું છે	tame samjavyun chhe
they have explained	તેઓએ સમજાવ્યું છે	teoae samjavyun chhe

ચ લુ પૂરણવ્રત્મ ન (Present Perfect Continuous)

English	Gujarati	Transliteration
I have been explaining	હું સમજાવી રહ્યો છું	hun sam**ja**vi rahyo chhun
you have been explaining	તું સમજાવી રહ્યો છે	tu sam**ja**vi rahyo chhe
he/she/it has been explaining	તે/તેણીની/તે સમજાવી રહ્યો છે	te/tenini/te sam**ja**vi rahyo chhe
we have been explaining	અમે સમજાવી રહ્યાં છીએ	ame sam**ja**vi rahya chhiye
you have been explaining	તમે સમજાવી રહ્યાં છો	tame sam**ja**vi rahya chho
they have been explaining	તેઓ સમજાવી રહ્યાં છે	teo sam**ja**vi rahya chhe

સાદો ભૂત (Simple Past)

English	Gujarati	Transliteration
I explained	મેં સમજાવ્યું	mein sam**ja**vyun
you explained	તે સમજાવ્યું	te sam**ja**vyun
he/she/it explained	તેણે સમજાવ્યું	tene sam**ja**vyun
we explained	અમે સમજાવ્યું	ame sam**ja**vyun
you explained	તમે સમજાવ્યું	tame sam**ja**vyun
they explained	તેઓએ સમજાવ્યું	teoae sam**ja**vyun

ચાલુ ભૂત (Past Continuous)

English	Gujarati	Transliteration
I was explaining	હું સમજાવતો હતો	hun sam**ja**vto hato
you were explaining	તું સમજાવતો હતો	tu sam**ja**vto hato
he/she/it was explaining	તે/તેણીની/તે સમજાવતો હતો	te/tenini/te sam**ja**vto hato
we were explaining	અમે સમજાવતા હતાં	ame sam**ja**vta hata
you were explaining	તમે સમજાવતા હતાં	tame sam**ja**vta hata
they were explaining	તેઓ સમજાવતા હતાં	teo sam**ja**vta hata

પૂરણ્ભૂત (Past Perfect)

English	Gujarati	Transliteration
I had explained	મેં સમજાવ્યું હતું	mein sam**ja**vyu hatu
you had explained	તે સમજાવ્યું હતું	te sam**ja**vyu hatu
he/she/it had explained	તેણે સમજાવ્યું હતું	tene sam**ja**vyu hatu
we had explained	અમે સમજાવ્યું હતું	ame sam**ja**vyu hatu
you had explained	તમે સમજાવ્યું હતું	tame sam**ja**vyu hatu
they had explained	તેઓએ સમજાવ્યું હતું	teoye sam**ja**vyu hatu

ચાલુ પૂર્ણ ભૂત (Past Perfect Continuous)

English	Gujarati	Transliteration
I had been explaining	હું સમજાવી રહ્યો હતો	hun sam**ja**vi rahyo hato
you had been explaining	તું સમજાવી રહ્યો હતો	tu sam**ja**vi rahyo hato
he/she/it had been explaining	તે/તેણીની/તે સમજાવી રહ્યો હતો	te/tenini/te sam**ja**vi rahyo hato
we had been explaining	અમે સમજાવી રહ્યાં હતાં	ame sam**ja**vi rahya hata
you had been explaining	તમે સમજાવી રહ્યાં હતાં	tame sam**ja**vi rahya hata
they had been explaining	તેઓ સમજાવી રહ્યાં હતાં	teo sam**ja**vi rahya hata

સાદો ભવિષ્ય (Simple Future)

English	Gujarati	Transliteration
I will explain	હું સમજાવીશ	hun sam**ja**vish
you will explain	તું સમજાવીશ	tu sam**ja**vish
he/she/it will explain	તે/તેણીની/તે સમજાવશે	te/tenini/te bahar sam**ja**vshe
we will explain	અમે સમજાવીશું	ame sam**ja**vishu
you will explain	તમે સમજાવશો	Tame sam**ja**vsho
they will explain	તેઓ સમજાવશે	teo sam**ja**vshe

ચ લુ ભવ્‍ષ્‍યિ(Future Continuous)

English	Gujarati	Transliteration
I will be explaining	હું સમજાવી રહ્યો હોઈશ	hun sam**ja**vi rahyo hoish
you will be explaining	તું સમજાવી રહ્યો હોઈશ	tu sam**ja**vi rahyo hoish
he/she/it will be explaining	તે/તેણીની/તે સમજાવી રહ્યો હશે	te/tenini/te sam**ja**vi rahyo hashe
we will be explaining	અમે સમજાવી રહ્યાં હોઈશું	ame sam**ja**vi rahya hashu
you will be explaining	તમે સમજાવી રહ્યાં હશો	tame sam**ja**vi rahya hasho
they will be explaining	તેઓ સમજાવી રહ્યાં હશે	teo sam**ja**vi rahya hashe

પૂર્ણ ભવિષ્ય (Future Perfect)

English	Gujarati	Transliteration
I will have explained	હું સમજાવતો હોઈશ	hun sam**ja**vto hoish
you will have explained	તું સમજાવતો હોઈશ	tu sam**ja**vto hoish
he/she/it will have explained	તે/તેણીની/તે સમજાવતો હશે	te/tenini/te sam**ja**vto hashe
we will have explained	અમે સમજાવતા હોઈશું	ame sam**ja**vta hoishu
you will have explained	તમે સમજાવતા હોઈશું	tame sam**ja**vta hoishu
they will have explained	તેઓ સમજાવતા હશે	teo sam**ja**vta hashe

ચાલુ પૂર્ણ ભવિષ્ય (Future Perfect Continuous)

English	Gujarati	Transliteration
I will have been explaining	હું સમજાવતો આવતો હોઈશ	hun sam**ja**vto aavto hoish
you will have been explaining	તું સમજાવતો આવતો હોઈશ	tu sam**ja**vto aavto hoish
he/she/it will have been explaining	તે/તેણીની/તે સમજાવતો આવતો હશે	te/tenini/te sam**ja**vto aavto hashe
we will have been explaining	અમે સમજાવતા આવતા હોઈશું	ame sam**ja**vta aavta hoishu
you will have been explaining	તમે સમજાવતા આવતા હશો	tame sam**ja**vta aavta hasho
they will have been explaining	તેઓ સમજાવતા આવતા હશે	teo sam**ja**vta aavta hashe

31. To fall - પડવું (paḍavun)

સાદો વર્તમાન (Simple Present)

English	Gujarati	Transliteration
I fall	હું પડું છું	hun padun chhun
you fall	તું પડે છે	tu pade chhe
he/she/it falls	તે/તેણીની/તે પડે છે	te/tenini/te pade chhe
we fall	અમે પડીએ છીએ	ame padiye chiye
you fall	તમે પડો છો	tame pado chho
they fall	તેઓ પડે છે	teo pade chhe

ચાલુ વર્તમાન (Present Continuous)

English	Gujarati	Transliteration
I am falling	હું (અત્યારે) પડું છું	hun (atyare) padun chhun
you are falling	તું પડે છે	tu pade chhe
he/she/it is falling	તે/તેણીની/તે પડે છે	te/tenini/te pade chhe
we are falling	અમે પડીએ છીએ	ame padiye chiye
you are falling	તમે પડો છો	tame pado chho
they are falling	તેઓ પડે છે	teo pade chhe

પૂર્ણ વર્તમાન (Present Perfect)

English	Gujarati	Transliteration
I have fallen	હું પડ્યો છું	hu padyo chhun
you have fallen	તું પડ્યો છે	tu padyo chhe
he/she/it has fallen	તે પડ્યો છે	Te padyo chhe
we have fallen	અમે પડ્યા છીએ	ame padya chiye
you have fallen	તમે પડ્યા છો	tame padya chho
they have fallen	તેઓ પડ્યા છે	teo padya chhe

ચ લુ પૂરણવરત્મ ન (Present Perfect Continuous)

English	Gujarati	Transliteration
I have been falling	હું પડી રહ્યો છું	hun padi rahyo chhun
you have been falling	તું પડી રહ્યો છે	tu padi rahyo chhe
he/she/it has been falling	તે/તેણીની/તે પડી રહ્યો છે	te/tenini/te padi rahyo chhe
we have been falling	અમે પડી રહ્યાં છીએ	ame padi rahya chhiye
you have been falling	તમે પડી રહ્યાં છો	tame padi rahya chho
they have been falling	તેઓ પડી રહ્યાં છે	teo padi rahya chhe

<u>સાદો ભૂત (Simple Past)</u>

English	Gujarati	Transliteration
I fell	હું પડ્યો	hun padyo
you fell	તું પડ્યો	tu padyo
he/she/it fell	તે પડ્યો	te padyo
we fell	અમે પડ્યા	ame padya
you fell	તમે પડ્યા	tame padya
they fell	તેઓ પડ્યા	Teo padya

<u>ચાલુ ભૂત (Past Continuous)</u>

English	Gujarati	Transliteration
I was falling	હું પડતો હતો	hun padto hato
you were falling	તું પડતો હતો	tu padto hato
he/she/it was falling	તે/તેણીની/તે પડતો હતો	te/tenini/te padto hato
we were falling	અમે પડતા હતાં	ame padta hata
you were falling	તમે પડતા હતાં	tame padta hata
they were falling	તેઓ પડતા હતાં	teo padta hata

ભૂતકાળ (Past Perfect)

English	Gujarati	Transliteration
I had fallen	હું પડ્યો હતો	hun padyo hato
you had fallen	તું પડ્યો હતો	tu padyo hato
he/she/it had fallen	તે પડ્યો હતો	te/tenini/te padyo hato
we had fallen	અમે પડ્યા હતાં	ame padya hata
you had fallen	તમે પડ્યા હતાં	tame padya hata
they had fallen	તેઓ પડ્યા હતાં	Teo padya hata

ચાલુ પૂર્ણ ભૂત (Past Perfect Continuous)

English	Gujarati	Transliteration
I had been falling	હું પડી રહ્યો હતો	hun padi rahyo hato
you had been falling	તું પડી રહ્યો હતો	tu padi rahyo hato
he/she/it had been falling	તે/તેણીની/તે પડી રહ્યો હતો	te/tenini/te padi rahyo hato
we had been falling	અમે પડી રહ્યાં હતાં	ame padi rahya hata
you had been falling	તમે પડી રહ્યાં હતાં	tame padi rahya hata
they had been falling	તેઓ પડી રહ્યાં હતાં	teo padi rahya hata

સાદો ભવિષ્ય (Simple Future)

English	Gujarati	Transliteration
I will fall	હું પડીશ	hun padish
you will fall	તું પડીશ	tu padish
he/she/it will fall	તે/તેણીની/તે પડશે	te/tenini/te padshe
we will fall	અમે પડીશું	ame padishu
you will fall	તમે પડશો	Tame padsho
they will fall	તેઓ પડશે	teo padshe

ચ લુ ભવિષ્ય(Future Continuous)

English	Gujarati	Transliteration
I will be falling	હું પડી રહ્યો હોઈશ	hun padi rahyo hoish
you will be falling	તું પડી રહ્યો હોઈશ	tu padi rahyo hoish
he/she/it will be falling	તે/તેણીની/તે પડી રહ્યો હશે	te/tenini/te padi rahyo hashe
we will be falling	અમે પડી રહ્યાં હોઈશું	ame padi rahya hashu
you will be falling	તમે પડી રહ્યાં હશો	tame padi rahya hasho
they will be falling	તેઓ પડી રહ્યાં હશે	teo padi rahya hashe

પૂર્ણ ભવિષ્ય (Future Perfect)

English	Gujarati	Transliteration
I will have fallen	હું પડતો હોઈશ	hun padto hoish
you will have fallen	તું પડતો હોઈશ	tu padto hoish
he/she/it will have fallen	તે/તેણીની/તે પડતો હશે	te/tenini/te padto hashe
we will have fallen	અમે પડતા હોઈશું	ame padta hoishu
you will have fallen	તમે પડતા હશો	tame padta hoishu
they will have fallen	તેઓ પડતા હશે	teo padta hashe

ચાલુ પૂર્ણ ભવિષ્ય (Future Perfect Continuous)

English	Gujarati	Transliteration
I will have been falling	હું પડતો આવતો હોઈશ	hun padto aavto hoish
you will have been falling	તું પડતો આવતો હોઈશ	tu padto aavto hoish
he/she/it will have been falling	તે/તેણીની/તે પડતો આવતો હશે	te/tenini/te padto aavto hashe
we will have been falling	અમે પડતા આવતા હોઈશું	ame padta aavta hoishu
you will have been falling	તમે પડતા આવતા હશો	tame padta aavta hasho
they will have been falling	તેઓ પડતા આવતા હશે	teo padta aavta hashe

32. To feel - અનુભવ કરવો, લાગવું (anubhav karvo, lagvu)

સાદો વર્તમાન (Simple Present)

English	Gujarati	Transliteration
I feel	હું અનુભવું છું	hun anubhavun chhun
you feel	તું અનુભવું છે	tu anubhavun chhe
he/she/it feels	તે અનુભવે છે	te/tenini/te anubhave chhe
we feel	અમે અનુભવીએ છીએ	ame anubhaviye chiye
you feel	તમે અનુભવો છો	tame anubhavo chho
they feel	તેઓ અનુભવે છે	teo anubhave chhe

ચાલુ વર્તમાન (Present Continuous)

English	Gujarati	Transliteration
I am feeling	હું (અત્યારે) અનુભવું છું	hun (atyare) anubhavun chhun
you are feeling	તું અનુભવું છે	tu anubhavun chhe
he/she/it is feeling	તે અનુભવે છે	te/tenini/te anubhave chhe
we are feeling	અમે અનુભવીએ છીએ	ame anubhaviye chiye
you are feeling	તમે અનુભવો છો	tame anubhavo chho
they are feeling	તેઓ અનુભવે છે	teo anubhave chhe

પૂર્ણ વર્તમાન (Present Perfect)

English	Gujarati	Transliteration
I have felt	મેં અનુભવ્યું છે	mein anubhavyun chhe
you have felt	તે અનુભવ્યું છે	te anubhavyun chhe
he/she/it has felt	તેણે અનુભવ્યું છે	Tene anubhavyun chhe
we have felt	અમે અનુભવ્યું છીએ	ame anubhavyun chiye
you have felt	તમે અનુભવ્યું છે	tame anubhavyun chhe
they have felt	તેઓએ અનુભવ્યું છે	teoae anubhavyun chhe

ચ લુ પૂરણવરતમ ન (Present Perfect Continuous)

English	Gujarati	Transliteration
I have been feeling	હું અનુભવી રહ્યો છું	hun a**nu**bhavi rahyo chhun
you have been feeling	તું અનુભવી રહ્યો છે	tu a**nu**bhavi rahyo chhe
he/she/it has been feeling	તે/તેણીની/તે અનુભવી રહ્યો છે	te/tenini/te a**nu**bhavi rahyo chhe
we have been feeling	અમે અનુભવી રહ્યાં છીએ	ame a**nu**bhavi rahya chhiye
you have been feeling	તમે અનુભવી રહ્યાં છો	tame a**nu**bhavi rahya chho
they have been feeling	તેઓ અનુભવી રહ્યાં છે	teo a**nu**bhavi rahya chhe

સાદો ભૂત (Simple Past)

English	Gujarati	Transliteration
I felt	મેં અનુભવ્યું	mein a**nu**bhavyun
you felt	તે અનુભવ્યું	te a**nu**bhavyun
he/she/it felt	તેણે અનુભવ્યું	tene a**nu**bhavyun
we felt	અમે અનુભવ્યું	ame a**nu**bhavyun
you felt	તમે અનુભવ્યું	tame a**nu**bhavyun
they felt	તેઓએ અનુભવ્યું	Teoae a**nu**bhavyun

ચાલુ ભૂત (Past Continuous)

English	Gujarati	Transliteration
I was feeling	હું અનુભવતો હતો	hun a**nu**bhavto hato
you were feeling	તું અનુભવતો હતો	tu a**nu**bhavto hato
he/she/it was feeling	તે/તેણીની/તે અનુભવતો હતો	te/tenini/te a**nu**bhavto hato
we were feeling	અમે અનુભવતા હતાં	ame a**nu**bhavta hata
you were feeling	તમે અનુભવતા હતાં	tame a**nu**bhavta hata
they were feeling	તેઓ અનુભવતા હતાં	teo a**nu**bhavta hata

ૂપરણૂભત (Past Perfect)

English	Gujarati	Transliteration
I had felt	મેં અનુભવ્યું હતું	mein a**nu**bhavyun hatu
you had felt	તે અનુભવ્યું હતું	te a**nu**bhavyun hatu
he/she/it had felt	તેણે અનુભવ્યું હતું	tene a**nu**bhavyun hatu
we had felt	અમે અનુભવ્યું હતું	ame a**nu**bhavyun hatu
you had felt	તમે અનુભવ્યું હતું	tame a**nu**bhavyun hatu
they had felt	તેઓએ અનુભવ્યું હતું	Teoae a**nu**bhavyun hatu

ચાલુ પૂર્ણ ભૂત (Past Perfect Continuous)

English	Gujarati	Transliteration
I had been feeling	હું અનુભવી રહ્યો હતો	hun a**nu**bhavi rahyo hato
you had been feeling	તું અનુભવી રહ્યો હતો	tu a**nu**bhavi rahyo hato
he/she/it had been feeling	તે/તેણીની/તે અનુભવી રહ્યો હતો	te/tenini/te a**nu**bhavi rahyo hato
we had been feeling	અમે અનુભવી રહ્યાં હતાં	ame a**nu**bhavi rahya hata
you had been feeling	તમે અનુભવી રહ્યાં હતાં	tame a**nu**bhavi rahya hata
they had been feeling	તેઓ અનુભવી રહ્યાં હતાં	teo a**nu**bhavi rahya hata

સાદો ભવિષ્ય (Simple Future)

English	Gujarati	Transliteration
I will feel	હું અનુભવીશ	hun a**nu**bhavish
you will feel	તું અનુભવીશ	tu a**nu**bhavish
he/she/it will feel	તે/તેણીની/તે અનુભવશે	te/tenini/te a**nu**bhavshe
we will feel	અમે અનુભવીશું	ame a**nu**bhavishu
you will feel	તમે અનુભવશો	Tame a**nu**bhavsho
they will feel	તેઓ અનુભવશે	teo a**nu**bhavshe

ચ લુ ભવિષ્ય(Future Continuous)

English	Gujarati	Transliteration
I will be feeling	હું અનુભવી રહ્યો હોઈશ	hun a**nu**bhavi rahyo hoish
you will be feeling	તું અનુભવી રહ્યો હોઈશ	tu a**nu**bhavi rahyo hoish
he/she/it will be feeling	તે/તેણીની/તે અનુભવી રહ્યો હશે	te/tenini/te a**nu**bhavi rahyo hashe
we will be feeling	અમે અનુભવી રહ્યાં હોઈશું	ame a**nu**bhavi rahya hashu
you will be feeling	તમે અનુભવી રહ્યાં હશો	tame a**nu**bhavi rahya hasho
they will be feeling	તેઓ અનુભવી રહ્યાં હશે	teo a**nu**bhavi rahya hashe

પૂર્ણ ભવિષ્ય (Future Perfect)

English	Gujarati	Transliteration
I will have felt	હું અનુભવતો હોઈશ	hun a**nu**bhavto hoish
you will have felt	તું અનુભવતો હોઈશ	tu a**nu**bhavto hoish
he/she/it will have felt	તે/તેણીની/તે અનુભવતો હશે	te/tenini/te a**nu**bhavto hashe
we will have felt	અમે અનુભવતા હોઈશું	ame a**nu**bhavta hoishu
you will have felt	તમે અનુભવતા હશો	tame a**nu**bhavta hasho
they will have felt	તેઓ અનુભવતા હશે	teo a**nu**bhavta hashe

ચાલુ પૂર્ણ ભવિષ્ય (Future Perfect Continuous)

English	Gujarati	Transliteration
I will have been feeling	હું અનુભવતો આવતો હોઈશ	hun a**nu**bhavto aavto hoish
you will have been feeling	તું અનુભવતો આવતો હોઈશ	tu a**nu**bhavto aavto hoish
he/she/it will have been feeling	તે/તેણીની/તે અનુભવતો આવતો હશે	te/tenini/te a**nu**bhavto aavto hashe
we will have been feeling	અમે અનુભવતા આવતા હોઈશું	ame a**nu**bhavta aavta hoishu
you will have been feeling	તમે અનુભવતા આવતા હશો	tame a**nu**bhavta aavta hasho
they will have been feeling	તેઓ અનુભવતા આવતા હશે	teo a**nu**bhavta aavta hashe

33. To fight - લડવું (ladvun)

સાદો વર્તમાન **(Simple Present)**

English	Gujarati	Transliteration
I fight	હું લડું છું	hun **la**dun chhun
you fight	તું લડું છે	tu **la**dun chhe
he/she/it fights	તે લડે છે	te/tenini/te **la**de chhe
we fight	અમે લડીયે છીએ	ame **la**diye chiye
you fight	તમે લડો છો	tame **la**do chho
they fight	તેઓ લડે છે	teo **la**de chhe

ચાલુ વર્તમાન **(Present Continuous)**

English	Gujarati	Transliteration
I am fighting	હું (અત્યારે) લડું છું	hun (atyare) **la**dun chhun
you are fighting	તું લડું છે	tu **la**dun chhe
he/she/it is fighting	તે લડે છે	te/tenini/te **la**de chhe
we are fighting	અમે લડીયે છીએ	ame **la**diye chiye
you are fighting	તમે લડો છો	tame **la**do chho
they are fighting	તેઓ લડે છે	teo **la**de chhe

પૂર્ણ વર્તમાન **(Present Perfect)**

English	Gujarati	Transliteration
I have fought	હું લડ્યો છું	hu **la**dyo chhu
you have fought	તું લડ્યો છે	tu **la**dyo chhe
he/she/it has fought	તે લડ્યો છે	te **la**dyo chhe
we have fought	અમે લડ્યા છીએ	ame **la**dya chiye
you have fought	તમે લડ્યા છો	tame **la**dya chho
they have fought	તેઓ લડ્યા છે	teo **la**dya chhe

ચ ુલ ૂપ્રણ્વ્રત્મ ન (Present Perfect Continuous)

English	Gujarati	Transliteration
I have been fighting	હું લડી રહ્યો છું	hun **la**di rahyo chhun
you have been fighting	તું લડી રહ્યો છે	tu **la**di rahyo chhe
he/she/it has been fighting	તે/તેણીની/તે લડી રહ્યો છે	te/tenini/te **la**di rahyo chhe
we have been fighting	અમે લડી રહ્યાં છીએ	ame **la**di rahya chhiye
you have been fighting	તમે લડી રહ્યાં છો	tame **la**di rahya chho
they have been fighting	તેઓ લડી રહ્યાં છે	teo **la**di rahya chhe

સાદો ભૂત (Simple Past)

English	Gujarati	Transliteration
I fought	હું લડ્યો	hu **la**dyo
you fought	તું લડ્યો	tu **la**dyo
he/she/it fought	તે લડ્યો	te **la**dyo
we fought	અમે લડ્યા	ame **la**dya
you fought	તમે લડ્યા	tame **la**dya
they fought	તેઓ લડ્યા	Teo **la**dya

ચાલુ ભૂત (Past Continuous)

English	Gujarati	Transliteration
I was fighting	હું લડતો હતો	hun **la**dto hato
you were fighting	તું લડતો હતો	tu **la**dto hato
he/she/it was fighting	તે/તેણીની/તે લડતો હતો	te/tenini/te **la**dto hato
we were fighting	અમે લડતા હતાં	ame **la**dta hata
you were fighting	તમે લડતા હતાં	tame **la**dta hata
they were fighting	તેઓ લડતા હતાં	teo **la**dta hata

પૂરણ્ભૂત (Past Perfect)

English	Gujarati	Transliteration
I had fought	હું લડ્યો હતો	hun **la**dyo hato
you had fought	તું લડ્યો હતો	te **la**dyo hato
he/she/it had fought	તે લડ્યો હતો	tene **la**dyo hato
we had fought	અમે લડ્યા હતાં	ame **la**dya hata
you had fought	તમે લડ્યા હતાં	tame **la**dya hata
they had fought	તેઓ લડ્યા હતાં	teo **la**dya hata

ચાલુ પૂર્ણ ભૂત (Past Perfect Continuous)

English	Gujarati	Transliteration
I had been fighting	હું લડી રહ્યો હતો	hun **la**di rahyo hato
you had been fighting	તું લડી રહ્યો હતો	tu **la**di rahyo hato
he/she/it had been fighting	તે/તેણીની/તે લડી રહ્યો હતો	te/tenini/te **la**di rahyo hato
we had been fighting	અમે લડી રહ્યાં હતાં	ame **la**di rahya hata
you had been fighting	તમે લડી રહ્યાં હતાં	tame **la**di rahya hata
they had been fighting	તેઓ લડી રહ્યાં હતાં	teo **la**di rahya hata

સાદો ભવિષ્ય (Simple Future)

English	Gujarati	Transliteration
I will fight	હું લડીશ	hun **la**dish
you will fight	તું લડીશ	tu **la**dish
he/she/it will fight	તે/તેણીની/તે લડશે	te/tenini/te **la**dshe
we will fight	અમે લડીશું	ame **la**dishu
you will fight	તમે લડશો	Tame **la**dsho
they will fight	તેઓ લડશે	teo **la**dshe

ચ લુ ભવિષ્ય(Future Continuous)

English	Gujarati	Transliteration
I will be fighting	હું લડી રહ્યો હોઈશ	hun **la**di rahyo hoish
you will be fighting	તું લડી રહ્યો હોઈશ	tu **la**di rahyo hoish
he/she/it will be fighting	તે/તેણીની/તે લડી રહ્યો હશે	te/tenini/te **la**di rahyo hashe
we will be fighting	અમે લડી રહ્યાં હોઈશું	ame **la**di rahya hashu
you will be fighting	તમે લડી રહ્યાં હશો	tame **la**di rahya hasho
they will be fighting	તેઓ લડી રહ્યાં હશે	teo **la**di rahya hashe

પૂર્ણ ભવિષ્ય (Future Perfect)

English	Gujarati	Transliteration
I will have fought	હું લડતો હોઈશ	hun **la**dto hoish
you will have fought	તું લડતો હોઈશ	tu **la**dto hoish
he/she/it will have fought	તે/તેણીની/તે લડતો હશે	te/tenini/te **la**dto hashe
we will have fought	અમે લડતા હોઈશું	ame **la**dta hoishu
you will have fought	તમે લડતા હશો	tame **la**dta hasho
they will have fought	તેઓ લડતા હશે	teo **la**dta hashe

ચાલુ પૂર્ણ ભવિષ્ય (Future Perfect Continuous)

English	Gujarati	Transliteration
I will have been fighting	હું લડતો આવતો હોઈશ	hun **la**dto aavto hoish
you will have been fighting	તું લડતો આવતો હોઈશ	tu **la**dto aavto hoish
he/she/it will have been fighting	તે/તેણીની/તે લડતો આવતો હશે	te/tenini/te **la**dto aavto hashe
we will have been fighting	અમે લડતા આવતા હોઈશું	ame **la**dta aavta hoishu
you will have been fighting	તમે લડતા આવતા હશો	tame **la**dta aavta hasho
they will have been fighting	તેઓ લડતા આવતા હશે	teo **la**dta aavta hashe

34. To find - શોધી કાઢવું (**sho**dhi kadhvun)

સાદો વર્તમાન (Simple Present)

English	Gujarati	Transliteration
I find	હું શોધું છું	hun **sho**dhu chhun
you find	તું શોધું છે	tu **sho**dhu chhe
he/she/it finds	તે શોધે છે	te/tenini/te **sho**dhe chhe
we find	અમે શોધીયે છીએ	ame **sho**dhiye chiye
you find	તમે શોધો છો	tame **sho**dho chho
they find	તેઓ શોધે છે	teo **sho**dhe chhe

ચાલુ વર્તમાન (Present Continuous)

English	Gujarati	Transliteration
I am finding	હું (અત્યારે) શોધું છું	hun (atyare) **sho**dhu chhun
you are finding	તું શોધું છે	tu **sho**dhu chhe
he/she/it is finding	તે શોધે છે	te/tenini/te **sho**dhe chhe
we are finding	અમે શોધીયે છીએ	ame **sho**dhiye chiye
you are finding	તમે શોધો છો	tame **sho**dho chho
they are finding	તેઓ શોધે છે	teo **sho**dhe chhe

પૂર્ણ વર્તમાન (Present Perfect)

English	Gujarati	Transliteration
I have found	મેં શોધ્યું છે	mein **sho**dhyun chhe
you have found	તે શોધ્યું છે	te **sho**dhyun chhe
he/she/it has found	તેણે શોધ્યું છે	tene **sho**dhyun chhe
we have found	અમે શોધ્યું છે	ame **sho**dhyun chhe
you have found	તમે શોધ્યું છે	tame **sho**dhyun chhe
they have found	તેઓએ શોધ્યું છે	teoae **sho**dhyun chhe

ચ લુ પૂર્ણવર્તમ ન (Present Perfect Continuous)

English	Gujarati	Transliteration
I have been finding	હું શોધી રહ્યો છું	hun **sho**dhi rahyo chhun
you have been finding	તું શોધી રહ્યો છે	tu **sho**dhi rahyo chhe
he/she/it has been finding	તે/તેણીની/તે શોધી રહ્યો છે	te/tenini/te **sho**dhi rahyo chhe
we have been finding	અમે શોધી રહ્યાં છીએ	ame **sho**dhi rahya chhiye
you have been finding	તમે શોધી રહ્યાં છો	tame **sho**dhi rahya chho
they have been finding	તેઓ શોધી રહ્યાં છે	teo **sho**dhi rahya chhe

સાદો ભૂત (Simple Past)

English	Gujarati	Transliteration
I found	મેં શોધ્યું	mein **sho**dhyun
you found	તે શોધ્યું	te **sho**dhyun
he/she/it found	તેણે શોધ્યું	tene **sho**dhyun
we found	અમે શોધ્યું	ame **sho**dhyun
you found	તમે શોધ્યું	tame **sho**dhyun
they found	તેઓએ શોધ્યું	Teo **sho**dhyun

ચાલુ ભૂત (Past Continuous)

English	Gujarati	Transliteration
I was finding	હું શોધતો હતો	hun **sho**dhto hato
you were finding	તું શોધતો હતો	tu **sho**dhto hato
he/she/it was finding	તે/તેણીની/તે શોધતો હતો	te/tenini/te **sho**dhto hato
we were finding	અમે શોધતા હતાં	ame **sho**dhta hata
you were finding	તમે શોધતા હતાં	tame **sho**dhta hata
they were finding	તેઓ શોધતા હતાં	teo **sho**dhta hata

પૂર્ણભૂત (Past Perfect)

English	Gujarati	Transliteration
I had found	મેં શોધ્યું હતું	mein **sho**dhyun hatu
you had found	તે શોધ્યું હતું	te **sho**dhyun hatu
he/she/it had found	તેણે શોધ્યું હતું	tene **sho**dhyun hatu
we had found	અમે શોધ્યું હતું	ame **sho**dhyun hatu
you had found	તમે શોધ્યું હતું	tame **sho**dhyun hata
they had found	તેઓએ શોધ્યું હતું	teoae **sho**dhyun hata

ચાલુ પૂર્ણ ભૂત (Past Perfect Continuous)

English	Gujarati	Transliteration
I had been finding	હું શોધી રહ્યો હતો	hun **sho**dhi rahyo hato
you had been finding	તું શોધી રહ્યો હતો	tu **sho**dhi rahyo hato
he/she/it had been finding	તે/તેણીની/તે શોધી રહ્યો હતો	te/tenini/te **sho**dhi rahyo hato
we had been finding	અમે શોધી રહ્યાં હતાં	ame **sho**dhi rahya hata
you had been finding	તમે શોધી રહ્યાં હતાં	tame **sho**dhi rahya hata
they had been finding	તેઓ શોધી રહ્યાં હતાં	teo **sho**dhi rahya hata

સાદો ભવિષ્ય (Simple Future)

English	Gujarati	Transliteration
I will find	હું શોધીશ	hun **sho**dhish
you will find	તું શોધીશ	tu **sho**dhish
he/she/it will find	તે/તેણીની/તે શોધશે	te/tenini/te **sho**dshe
we will find	અમે શોધીશું	ame **sho**dhishu
you will find	તમે શોધશો	Tame **sho**dsho
they will find	તેઓ શોધશે	teo **sho**dshe

ચ લુ ભવિષ્ય(Future Continuous)

English	Gujarati	Transliteration
I will be finding	હું શોધી રહ્યો હોઈશ	hun **sho**dhi rahyo hoish
you will be finding	તું શોધી રહ્યો હોઈશ	tu **sho**dhi rahyo hoish
he/she/it will be finding	તે/તેણીની/તે શોધી રહ્યો હશે	te/tenini/te **sho**dhi rahyo hashe
we will be finding	અમે શોધી રહ્યાં હોઈશું	ame **sho**dhi rahya hashu
you will be finding	તમે શોધી રહ્યાં હશો	tame **sho**dhi rahya hasho
they will be finding	તેઓ શોધી રહ્યાં હશે	teo **sho**dhi rahya hashe

પૂર્ણ ભવિષ્ય (Future Perfect)

English	Gujarati	Transliteration
I will have found	હું શોધતો હોઈશ	hun **sho**dhto hoish
you will have found	તું શોધતો હોઈશ	tu **sho**dhto hoish
he/she/it will have found	તે/તેણીની/તે શોધતો હશે	te/tenini/te **sho**dhto hashe
we will have found	અમે શોધતા હોઈશું	ame **sho**dhta hoishu
you will have found	તમે શોધતા હશો	tame **sho**dhta hasho
they will have found	તેઓ શોધતા હશે	teo **sho**dhta hashe

ચાલુ પૂર્ણ ભવિષ્ય (Future Perfect Continuous)

English	Gujarati	Transliteration
I will have been finding	હું શોધતો આવતો હોઈશ	hun **sho**dhto aavto hoish
you will have been finding	તું શોધતો આવતો હોઈશ	tu **sho**dhto aavto hoish
he/she/it will have been finding	તે/તેણીની/તે શોધતો આવતો હશે	te/tenini/te **sho**dhto aavto hashe
we will have been finding	અમે શોધતા આવતા હોઈશું	ame **sho**dhta aavta hoishu
you will have been finding	તમે શોધતા આવતા હશો	tame **sho**dhta aavta hasho
they will have been finding	તેઓ શોધતા આવતા હશે	teo **sho**dhta aavta hashe

35. To finish - પૂરૂં કરવું (puru karvun)

સાદો વર્તમાન (Simple Present)

English	Gujarati	Transliteration
I finish	હું પૂરૂં કરું છું	hun purun karun chhun
you finish	તું પૂરૂં કરું છે	tu purun karun chhe
he/she/it finishs	તે પૂરૂં કરે છે	te/tenini/te purun kare chhe
we finish	અમે પૂરૂં કરીએ છીએ	ame purun kariye chiye
you finish	તમે પૂરૂં કરો છો	tame purun karo chho
they finish	તેઓ પૂરૂં કરે છે	teo purun kare chhe

ચાલુ વર્તમાન (Present Continuous)

English	Gujarati	Transliteration
I am finishing	હું (અત્યારે) પૂરૂં કરું છું	hun (atyare) purun karun chhun
you are finishing	તું પૂરૂં કરું છે	tu purun karun chhe
he/she/it is finishing	તે પૂરૂં કરે છે	te/tenini/te purun kare chhe
we are finishing	અમે પૂરૂં કરીએ છીએ	ame purun kariye chiye
you are finishing	તમે પૂરૂં કરો છો	tame purun karo chho
they are finishing	તેઓ પૂરૂં કરે છે	teo purun kare chhe

પૂર્ણ વર્તમાન (Present Perfect)

English	Gujarati	Transliteration
I have finished	મેં પૂરૂં કર્યું છે	mein purun karyu chhe
you have finished	તે પૂરૂં કર્યું છે	te purun karyu chhe
he/she/it has finished	તેણે પૂરૂં કર્યું છે	tene purun karyu chhe
we have finished	અમે પૂરૂં કર્યું છે	ame purun karyu chhe
you have finished	તમે પૂરૂં કર્યું છે	tame purun karyu chhe
they have finished	તેઓએ પૂરૂં કર્યું છે	teoae purun karyu chhe

ચ લુ પૂ્રણવ્રત્મ ન (Present Perfect Continuous)

English	Gujarati	Transliteration
I have been finishing	હું પૂરું કરી રહ્યો છું	hun purun kari rahyo chhun
you have been finishing	તું પૂરું કરી રહ્યો છે	tu purun kari rahyo chhe
he/she/it has been finishing	તે/તેણીની/તે પૂરું કરી રહ્યો છે	te/tenini/te purun kari rahyo chhe
we have been finishing	અમે પૂરું કરી રહ્યાં છીએ	ame purun kari rahya chhiye
you have been finishing	તમે પૂરું કરી રહ્યાં છો	tame purun kari rahya chho
they have been finishing	તેઓ પૂરું કરી રહ્યાં છે	teo purun kari rahya chhe

સાદો ભૂત (Simple Past)

English	Gujarati	Transliteration
I finished	મેં પૂરું કર્યું	mein purun karyu
you finished	તે પૂરું કર્યું	te purun karyu
he/she/it finished	તેણે પૂરું કર્યું	tene purun karyu
we finished	અમે પૂરું કર્યું	ame purun karyu
you finished	તમે પૂરું કર્યું	tame purun karyu
they finished	તેઓએ પૂરું કર્યું	teoae purun karyu

ચાલુ ભૂત (Past Continuous)

English	Gujarati	Transliteration
I was finishing	હું પૂરું કરતો હતો	hun purun karto hato
you were finishing	તું પૂરું કરતો હતો	tu purun karto hato
he/she/it was finishing	તે/તેણીની/તે પૂરું કરતો હતો	te/tenini/te purun karto hato
we were finishing	અમે પૂરું કરતા હતાં	ame purun karta hata
you were finishing	તમે પૂરું કરતા હતાં	tame purun karta hata
they were finishing	તેઓ પૂરું કરતા હતાં	teo purun karta hata

પૂરણભૂત (Past Perfect)

English	Gujarati	Transliteration
I had finished	મેં પૂરું કર્યું હતું	hun purun karyu hatu
you had finished	તે પૂરું કર્યું હતું	te purun karyu hatu
he/she/it had finished	તેણે પૂરું કર્યું હતું	tene purun karyu hatu
we had finished	અમે પૂરું કર્યું હતું	ame purun karyu hatu
you had finished	તમે પૂરું કર્યું હતું	tame purun karyu hata
they had finished	તેઓએ પૂરું કર્યું હતું	teoae purun karyu hata

ચાલુ પૂર્ણ ભૂત (Past Perfect Continuous)

English	Gujarati	Transliteration
I had been finishing	હું પૂરું કરી રહ્યો હતો	hun purun kari rahyo hato
you had been finishing	તું પૂરું કરી રહ્યો હતો	tu purun kari rahyo hato
he/she/it had been finishing	તે/તેણીની/તે પૂરું કરી રહ્યો હતો	te/tenini/te purun kari rahyo hato
we had been finishing	અમે પૂરું કરી રહ્યાં હતાં	ame purun kari rahya hata
you had been finishing	તમે પૂરું કરી રહ્યાં હતાં	tame purun kari rahya hata
they had been finishing	તેઓ પૂરું કરી રહ્યાં હતાં	teo purun kari rahya hata

સાદો ભવિષ્ય (Simple Future)

English	Gujarati	Transliteration
I will finish	હું પૂરું કરીશ	hun purun karish
you will finish	તું પૂરું કરીશ	tu purun karish
he/she/it will finish	તે/તેણીની/તે પૂરું કરશે	te/tenini/te purun karshe
we will finish	અમે પૂરું કરીશું	ame purun karishu
you will finish	તમે પૂરું કરશો	Tame purun karsho
they will finish	તેઓ પૂરું કરશે	teo purun karshe

ચ લુ ભવિષ્ય(Future Continuous)

English	Gujarati	Transliteration
I will be finishing	હું પૂરૂં કરી રહ્યો હોઈશ	hun purun kari rahyo hoish
you will be finishing	તું પૂરૂં કરી રહ્યો હોઈશ	tu purun kari rahyo hoish
he/she/it will be finishing	તે/તેણીની/તે પૂરૂં કરી રહ્યો હશે	te/tenini/te purun kari rahyo hashe
we will be finishing	અમે પૂરૂં કરી રહ્યાં હોઈશું	ame purun kari rahya hashu
you will be finishing	તમે પૂરૂં કરી રહ્યાં હશો	tame purun kari rahya hasho
they will be finishing	તેઓ પૂરૂં કરી રહ્યાં હશે	teo purun kari rahya hashe

પૂર્ણ ભવિષ્ય (Future Perfect)

English	Gujarati	Transliteration
I will have finished	હું પૂરૂં કરતો હોઈશ	hun purun karto hoish
you will have finished	તું પૂરૂં કરતો હોઈશ	tu purun karto hoish
he/she/it will have finished	તે/તેણીની/તે પૂરૂં કરતો હશે	te/tenini/te purun karto hashe
we will have finished	અમે પૂરૂં કરતા હોઈશું	ame purun karta hoishu
you will have finished	તમે પૂરૂં કરતા હશો	tame purun karta hasho
they will have finished	તેઓ પૂરૂં કરતા હશે	teo purun karta hashe

ચાલુ પૂર્ણ ભવિષ્ય (Future Perfect Continuous)

English	Gujarati	Transliteration
I will have been finishing	હું પૂરૂં કરતો આવતો હોઈશ	hun purun karto aavto hoish
you will have been finishing	તું પૂરૂં કરતો આવતો હોઈશ	tu purun karto aavto hoish
he/she/it will have been finishing	તે/તેણીની/તે પૂરૂં કરતો આવતો હશે	te/tenini/te purun karto aavto hashe
we will have been finishing	અમે પૂરૂં કરતા આવતા હોઈશું	ame purun karta aavta hoishu
you will have been finishing	તમે પૂરૂં કરતા આવતા હશો	tame purun karta aavta hasho
they will have been finishing	તેઓ પૂરૂં કરતા આવતા હશે	teo purun karta aavta hashe

36. To fly - ઉડવું (udvun)

સાદો વર્તમાન (Simple Present)

English	Gujarati	Transliteration
I fly	હું ઉડું છું	hun udun chhun
you fly	તું ઉડું છે	tu udun chhe
he/she/it flies	તે ઉડે છે	te/tenini/te ude chhe
we fly	અમે ઉડીયે છીએ	ame udiye chiye
you fly	તમે ઉડો છો	tame udo chho
they fly	તેઓ ઉડે છે	teo ude chhe

ચાલુ વર્તમાન (Present Continuous)

English	Gujarati	Transliteration
I am flying	હું (અત્યારે) ઉડું છું	hun (atyare) udun chhun
you are flying	તું ઉડું છે	tu udun chhe
he/she/it is flying	તે ઉડે છે	te/tenini/te ude chhe
we are flying	અમે ઉડીયે છીએ	ame udiye chiye
you are flying	તમે ઉડો છો	tame udo chho
they are flying	તેઓ ઉડે છે	teo ude chhe

પૂર્ણ વર્તમાન (Present Perfect)

English	Gujarati	Transliteration
I have flown	હું ઉડ્યો છું	hun udyo chhu
you have flown	તું ઉડ્યો છે	tu udyo chhe
he/she/it has flown	તે ઉડ્યો છે	te udyo chhe
we have flown	અમે ઉડ્યા છીએ	ame udya chhiye
you have flown	તમે ઉડ્યા છો	tame udya chho
they have flown	તેઓ ઉડ્યા છે	teo udya chhe

ચ લુ પૂરણવ્રતમ ન (Present Perfect Continuous)

English	Gujarati	Transliteration
I have been flying	હું ઉડી રહ્યો છું	hun **udi** rahyo chhun
you have been flying	તું ઉડી રહ્યો છે	tu **udi** rahyo chhe
he/she/it has been flying	તે/તેણીની/તે ઉડી રહ્યો છે	te/tenini/te **udi** rahyo chhe
we have been flying	અમે ઉડી રહ્યાં છીએ	ame **udi** rahya chhiye
you have been flying	તમે ઉડી રહ્યાં છો	tame **udi** rahya chho
they have been flying	તેઓ ઉડી રહ્યાં છે	teo **udi** rahya chhe

સાદો ભૂત (Simple Past)

English	Gujarati	Transliteration
I flew	હું ઉડ્યો	hun **udyo**
you flew	તું ઉડ્યો	tu **udyo**
he/she/it flew	તે ઉડ્યો	te **udyo**
we flew	અમે ઉડ્યા	ame **udya**
you flew	તમે ઉડ્યા	tame **udya**
they flew	તેઓ ઉડ્યા	teo **udya**

ચાલુ ભૂત (Past Continuous)

English	Gujarati	Transliteration
I was flying	હું ઉડતો હતો	hun **udto** hato
you were flying	તું ઉડતો હતો	tu **udto** hato
he/she/it was flying	તે/તેણીની/તે ઉડતો હતો	te/tenini/te **udto** hato
we were flying	અમે ઉડતા હતાં	ame **udta** hata
you were flying	તમે ઉડતા હતાં	tame **udta** hata
they were flying	તેઓ ઉડતા હતાં	teo **udta** hata

પૂરણ ભૂત (Past Perfect)

English	Gujarati	Transliteration
I had flown	હું ઉડ્યો હતો	hun udyo hato
you had flown	તું ઉડ્યો હતો	tu udyo hato
he/she/it had flown	તે ઉડ્યો હતો	te udyo hato
we had flown	અમે ઉડ્યા હતાં	ame udya hata
you had flown	તમે ઉડ્યા હતાં	tame udya hata
they had flown	તેઓ ઉડ્યા હતાં	teo udya hata

ચાલુ પૂર્ણ ભૂત (Past Perfect Continuous)

English	Gujarati	Transliteration
I had been flying	હું ઉડી રહ્યો હતો	hun udi rahyo hato
you had been flying	તું ઉડી રહ્યો હતો	tu udi rahyo hato
he/she/it had been flying	તે/તેણીની/તે ઉડી રહ્યો હતો	te/tenini/te udi rahyo hato
we had been flying	અમે ઉડી રહ્યાં હતાં	ame udi rahya hata
you had been flying	તમે ઉડી રહ્યાં હતાં	tame udi rahya hata
they had been flying	તેઓ ઉડી રહ્યાં હતાં	teo udi rahya hata

સાદો ભવિષ્ય (Simple Future)

English	Gujarati	Transliteration
I will fly	હું ઉડીશ	hun udish
you will fly	તું ઉડીશ	tu udish
he/she/it will fly	તે/તેણીની/તે ઉડશે	te/tenini/te udshe
we will fly	અમે ઉડીશું	ame udishu
you will fly	તમે ઉડશો	Tame udsho
they will fly	તેઓ ઉડશે	teo udshe

ચ લુ ભવિષ્ય(Future Continuous)

English	Gujarati	Transliteration
I will be flying	હું ઉડી રહ્યો હોઈશ	hun **ud**i rahyo hoish
you will be flying	તું ઉડી રહ્યો હોઈશ	tu **ud**i rahyo hoish
he/she/it will be flying	તે/તેણીની/તે ઉડી રહ્યો હશે	te/tenini/te **ud**i rahyo hashe
we will be flying	અમે ઉડી રહ્યાં હોઈશું	ame **ud**i rahya hoishu
you will be flying	તમે ઉડી રહ્યાં હશો	tame **ud**i rahya hasho
they will be flying	તેઓ ઉડી રહ્યાં હશે	teo **ud**i rahya hashe

પૂર્ણ ભવિષ્ય (Future Perfect)

English	Gujarati	Transliteration
I will have flown	હું ઉડતો હોઈશ	hun **ud**to hoish
you will have flown	તું ઉડતો હોઈશ	tu **ud**to hoish
he/she/it will have flown	તે/તેણીની/તે ઉડતો હશે	te/tenini/te **ud**to hashe
we will have flown	અમે ઉડતા હોઈશું	ame **ud**ta hoishu
you will have flown	તમે ઉડતા હશો	tame **ud**ta hasho
they will have flown	તેઓ ઉડતા હશે	teo **ud**ta hashe

ચાલુ પૂર્ણ ભવિષ્ય (Future Perfect Continuous)

English	Gujarati	Transliteration
I will have been flying	હું ઉડતો આવતો હોઈશ	hun **ud**to aavto hoish
you will have been flying	તું ઉડતો આવતો હોઈશ	tu **ud**to aavto hoish
he/she/it will have been flying	તે/તેણીની/તે ઉડતો આવતો હશે	te/tenini/te **ud**to aavto hashe
we will have been flying	અમે ઉડતા આવતા હોઈશું	ame **ud**ta aavta hoishu
you will have been flying	તમે ઉડતા આવતા હશો	tame **ud**ta aavta hasho
they will have been flying	તેઓ ઉડતા આવતા હશે	teo **ud**ta aavta hashe

37. To forget - ભૂલી જવું (**bhu**li javun)

સાદો વર્તમાન (**Simple Present**)

English	Gujarati	Transliteration
I forget	હું ભૂલી જવું છું	hun **bhu**li javun chhun
you forget	તું ભૂલી જવું છે	tu **bhu**li javun chhe
he/she/it forgets	તે ભૂલી જાય છે	te/tenini/te **bhu**li jaay chhe
we forget	અમે ભૂલી જઈએ છીએ	ame **bhu**li jaiye chiye
you forget	તમે ભૂલી જાવો છો	tame **bhu**li javo chho
they forget	તેઓ ભૂલી જાય છે	teo **bhu**li jaay chhe

ચાલુ વર્તમાન (**Present Continuous**)

English	Gujarati	Transliteration
I am forgetting	હું (અત્યારે) ભૂલી જવું છું	hun (atyare) **bhu**li javun chhun
you are forgetting	તું ભૂલી જવું છે	tu **bhu**li javun chhe
he/she/it is forgetting	તે ભૂલી જાય છે	te/tenini/te **bhu**li jaay chhe
we are forgetting	અમે ભૂલી જઈએ છીએ	ame **bhu**li jaiye chiye
you are forgetting	તમે ભૂલી જાવો છો	tame **bhu**li javo chho
they are forgetting	તેઓ ભૂલી જાય છે	teo **bhu**li jaay chhe

પૂર્ણ વર્તમાન (**Present Perfect**)

English	Gujarati	Transliteration
I have forgotten	હું ભૂલ્યો છું	hun **bhu**lyo chhu
you have forgotten	તું ભૂલ્યો છે	tu **bhu**lyo chhe
he/she/it has forgotten	તે ભૂલ્યો છે	te **bhu**lyo chhe
we have forgotten	અમે ભૂલ્યા છીએ	ame **bhu**lya chhiye
you have forgotten	તમે ભૂલ્યા છો	tame **bhu**lya chho
they have forgotten	તેઓ ભૂલ્યા છે	teo **bhu**lya chhe

ચ લુ પૂરણવરતમ ન (Present Perfect Continuous)

English	Gujarati	Transliteration
I have been forgetting	હું ભૂલી રહ્યો છું	hun **bhu**li rahyo chhun
you have been forgetting	તું ભૂલી રહ્યો છે	tu **bhu**li rahyo chhe
he/she/it has been forgetting	તે/તેણીની/તે ભૂલી રહ્યો છે	te/tenini/te **bhu**li rahyo chhe
we have been forgetting	અમે ભૂલી રહ્યાં છીએ	ame **bhu**li rahya chhiye
you have been forgetting	તમે ભૂલી રહ્યાં છો	tame **bhu**li rahya chho
they have been forgetting	તેઓ ભૂલી રહ્યાં છે	teo **bhu**li rahya chhe

સાદો ભૂત (Simple Past)

English	Gujarati	Transliteration
I forgot;	હું ભૂલ્યો	hun **bhu**lyo
you forgot	તું ભૂલ્યો	tu **bhu**lyo
he/she/it forgot;	તે ભૂલ્યો	te **bhu**lyo
we forgot;	અમે ભૂલ્યા	ame **bhu**lya
you forgot	તમે ભૂલ્યા	tame **bhu**lya
they forgot;	તેઓ ભૂલ્યા	teo **bhu**lya

ચાલુ ભૂત (Past Continuous)

English	Gujarati	Transliteration
I was forgetting	હું ભૂલતો હતો	hun **bhu**lto hato
you were forgetting	તું ભૂલતો હતો	tu **bhu**lto hato
he/she/it was forgetting	તે/તેણીની/તે ભૂલતો હતો	te/tenini/te **bhu**lto hato
we were forgetting	અમે ભૂલતા હતાં	ame **bhu**lta hata
you were forgetting	તમે ભૂલતા હતાં	tame **bhu**lta hata
they were forgetting	તેઓ ભૂલતા હતાં	teo **bhu**lta hata

પૂરણભૂત (Past Perfect)

English	Gujarati	Transliteration
I had forgotten	હું ભૂલ્યો હતો	hun **bhu**lyo hato
you had forgotten	તું ભૂલ્યો હતો	tu **bhu**lyo hato
he/she/it had forgotten	તે ભૂલ્યો હતો	te **bhu**lyo hato
we had forgotten	અમે ભૂલ્યા હતાં	ame **bhu**lya hata
you had forgotten	તમે ભૂલ્યા હતાં	tame **bhu**lya hata
they had forgotten	તેઓ ભૂલ્યા હતાં	teo **bhu**lya hata

ચાલુ પૂર્ણ ભૂત (Past Perfect Continuous)

English	Gujarati	Transliteration
I had been forgetting	હું ભૂલી રહ્યો હતો	hun **bhu**li rahyo hato
you had been forgetting	તું ભૂલી રહ્યો હતો	tu **bhu**li rahyo hato
he/she/it had been forgetting	તે/તેણીની/તે ભૂલી રહ્યો હતો	te/tenini/te **bhu**li rahyo hato
we had been forgetting	અમે ભૂલી રહ્યાં હતાં	ame **bhu**li rahya hata
you had been forgetting	તમે ભૂલી રહ્યાં હતાં	tame **bhu**li rahya hata
they had been forgetting	તેઓ ભૂલી રહ્યાં હતાં	teo **bhu**li rahya hata

સાદો ભવિષ્ય (Simple Future)

English	Gujarati	Transliteration
I will forget	હું ભૂલીશ	hun **bhu**lish
you will forget	તું ભૂલીશ	tu **bhu**lish
he/she/it will forget	તે/તેણીની/તે ભૂલશે	te/tenini/te **bhu**lshe
we will forget	અમે ભૂલીશું	ame **bhu**lishu
you will forget	તમે ભૂલશો	Tame **bhu**lsho
they will forget	તેઓ ભૂલશે	teo **bhu**lshe

ચ લુ ભવિષ્યિ(Future Continuous)

English	Gujarati	Transliteration
I will be forgetting	હું ભૂલી રહ્યો હોઈશ	hun **bhu**li rahyo hoish
you will be forgetting	તું ભૂલી રહ્યો હોઈશ	tu **bhu**li rahyo hoish
he/she/it will be forgetting	તે/તેણીની/તે ભૂલી રહ્યો હશે	te/tenini/te **bhu**li rahyo hashe
we will be forgetting	અમે ભૂલી રહ્યાં હોઈશું	ame **bhu**li rahya hoishu
you will be forgetting	તમે ભૂલી રહ્યાં હશો	tame **bhu**li rahya hasho
they will be forgetting	તેઓ ભૂલી રહ્યાં હશે	teo **bhu**li rahya hashe

પૂર્ણ ભવિષ્ય (Future Perfect)

English	Gujarati	Transliteration
I will have forgotten	હું ભૂલતો હોઈશ	hun **bhul**to hoish
you will have forgotten	તું ભૂલતો હોઈશ	tu **bhul**to hoish
he/she/it will have forgotten	તે/તેણીની/તે ભૂલતો હશે	te/tenini/te **bhul**to hashe
we will have forgotten	અમે ભૂલતા હોઈશું	ame **bhul**ta hoishu
you will have forgotten	તમે ભૂલતા હશો	tame **bhul**ta hasho
they will have forgotten	તેઓ ભૂલતા હશે	teo **bhul**ta hashe

ચાલુ પૂર્ણ ભવિષ્ય (Future Perfect Continuous)

English	Gujarati	Transliteration
I will have been forgetting	હું ભૂલતો આવતો હોઈશ	hun **bhul**to aavto hoish
you will have been forgetting	તું ભૂલતો આવતો હોઈશ	tu **bhul**to aavto hoish
he/she/it will have been forgetting	તે/તેણીની/તે ભૂલતો આવતો હશે	te/tenini/te **bhul**to aavto hashe
we will have been forgetting	અમે ભૂલતા આવતા હોઈશું	ame **bhul**ta aavta hoishu
you will have been forgetting	તમે ભૂલતા આવતા હશો	tame **bhul**ta aavta hasho
they will have been forgetting	તેઓ ભૂલતા આવતા હશે	teo **bhul**ta aavta hashe

38. To get up - ઉભા થવું (ubha thavu)

સાદો વર્તમાન (Simple Present)

English	Gujarati	Transliteration
I get up	હું ઉભો થવું છું	hun ubho thavu chhun
you get up	તું ઉભો થાય છે	tu ubho thay chhe
he/she/it gets up	તે ઉભો થાય છે	te/tenini/te ubho thay chhe
we get up	અમે ઉભા થઈએ છીએ	ame ubha thaiye chiye
you get up	તમે ઉભા થાઓ છો	tame ubha thao chho
they get up	તેઓ ઉભા થાય છે	teo ubha thay chhe

ચાલુ વર્તમાન (Present Continuous)

English	Gujarati	Transliteration
I am getting up	હું (અત્યારે) ઉભો થવું છું	hun (atyare) ubho thavu chhun
you are getting up	તું ઉભો થાય છે	tu ubho thay chhe
he/she/it is getting up	તે ઉભો થાય છે	te/tenini/te ubho thay chhe
we are getting up	અમે ઉભા થઈએ છીએ	ame ubha thaiye chiye
you are getting up	તમે ઉભા થાઓ છો	tame ubho thao chho
they are getting up	તેઓ ઉભા થાય છે	teo ubho thay chhe

પૂર્ણ વર્તમાન (Present Perfect)

English	Gujarati	Transliteration
I have got up	હું ઉભો થયો છું	hun ubho thayo chhu
you have got up	તું ઉભો થયો છે	tu ubho thayo chhe
he/she/it has got up	તે ઉભો થયો છે	te ubho thayo chhe
we have got up	અમે ઉભા થયા છીએ	ame ubha thaya chhiye
you have got up	તમે ઉભા થયા છો	tame ubha thaya chho
they have got up	તેઓ ઉભા થયા છે	teo ubha thaya chhe

ચ લુ પૂરણવર્તમ ન (Present Perfect Continuous)

English	Gujarati	Transliteration
I have been getting up	હું ઉભો થઇ રહ્યો છું	hun **u**bho thai rahyo chhun
you have been getting up	તું ઉભો થઇ રહ્યો છે	tu **u**bho thai rahyo chhe
he/she/it has been getting up	તે/તેણીની/તે ઉભો થઇ રહ્યો છે	te/tenini/te **u**bho thai rahyo chhe
we have been getting up	અમે ઉભા થઇ રહ્યાં છીએ	ame **u**bha thai rahya chhiye
you have been getting up	તમે ઉભા થઇ રહ્યાં છો	tame **u**bha thai rahya chho
they have been getting up	તેઓ ઉભા થઇ રહ્યાં છે	teo **u**bha thai rahya chhe

સાદો ભૂત (Simple Past)

English	Gujarati	Transliteration
I got up	હું ઉભો થયો	hun **u**bho thayo
you got up	તું ઉભો થયો	tu **u**bho thayo
he/she/it got up	તે ઉભો થયો	te **u**bho thayo
we got up	અમે ઉભા થયા	ame **u**bha thaya
you got up	તમે ઉભા થયા	tame **u**bha thaya
they got up	તેઓ ઉભા થયા	teo **u**bha thaya

ચાલુ ભૂત (Past Continuous)

English	Gujarati	Transliteration
I was getting up	હું ઉભો થતો હતો	hun **u**bho thato hato
you were getting up	તું ઉભો થતો હતો	tu **u**bho thato hato
he/she/it was getting up	તે/તેણીની/તે ઉભો થતો હતો	te/tenini/te **u**bho thato hato
we were getting up	અમે ઉભા થતા હતાં	ame **u**bha thata hata
you were getting up	તમે ઉભા થતા હતાં	tame **u**bha thata hata
they were getting up	તેઓ ઉભા થતા હતાં	teo **u**bha thata hata

પૂર્ણભૂત (Past Perfect)

English	Gujarati	Transliteration
I had got up	હું ઉભો થયો હતો	hun ubho thayo hato
you had got up	તું ઉભો થયો હતો	tu ubho thayo hato
he/she/it had got up	તે ઉભો થયો હતો	te ubho thayo hato
we had got up	અમે ઉભા થયા હતાં	ame ubha thaya hata
you had got up	તમે ઉભા થયા હતાં	tame ubha thaya hata
they had got up	તેઓ ઉભા થયા હતાં	teo ubha thaya hata

ચાલુ પૂર્ણ ભૂત (Past Perfect Continuous)

English	Gujarati	Transliteration
I had been getting up	હું ઉભો થઇ રહ્યો હતો	hun ubho thai rahyo hato
you had been getting up	તું ઉભો થઇ રહ્યો હતો	tu ubho thai rahyo hato
he/she/it had been getting up	તે/તેણીની/તે ઉભો થઇ રહ્યો હતો	te/tenini/te ubho thai rahyo hato
we had been getting up	અમે ઉભા થઇ રહ્યાં હતાં	ame ubha thai rahya hata
you had been getting up	તમે ઉભા થઇ રહ્યાં હતાં	tame ubha thai rahya hata
they had been getting up	તેઓ ઉભા થઇ રહ્યાં હતાં	teo ubha thai rahya hata

સાદો ભવિષ્ય (Simple Future)

English	Gujarati	Transliteration
I will get up	હું ઉભો થઇશ	hun ubho thaish
you will get up	તું ઉભો થઇશ	tu ubho thaish
he/she/it will get up	તે/તેણીની/તે ઉભો થશે	te/tenini/te bhulshe
we will get up	અમે ઉભા થઇશું	ame ubha thaishu
you will get up	તમે ઉભા થશો	Tame ubha thasho
they will get up	તેઓ ઉભા થશે	teo ubha thashe

ચ લુ ભવિષ્યિ(Future Continuous)

English	Gujarati	Transliteration
I will be getting up	હું ઉભો થઇ રહ્યો હોઈશ	hun **u**bho thai rahyo hoish
you will be getting up	તું ઉભો થઇ રહ્યો હોઈશ	tu **u**bho thai rahyo hoish
he/she/it will be getting up	તે/તેણીની/તે ઉભો થઇ રહ્યો હશે	te/tenini/te **u**bho thai rahyo hashe
we will be getting up	અમે ઉભા થઇ રહ્યાં હોઈશું	ame **u**bha thai rahya hoishu
you will be getting up	તમે ઉભા થઇ રહ્યાં હશો	tame **u**bha thai rahya hasho
they will be getting up	તેઓ ઉભા થઇ રહ્યાં હશે	teo **u**bha thai rahya hashe

પૂર્ણ ભવિષ્ય (Future Perfect)

English	Gujarati	Transliteration
I will have got up	હું ઉભો થતો હોઈશ	hun **u**bho thato hoish
you will have got up	તું ઉભો થતો હોઈશ	tu **u**bho thato hoish
he/she/it will have got up	તે/તેણીની/તે ઉભો થતો હશે	te/tenini/te **u**bho thato hashe
we will have got up	અમે ઉભા થતા હોઈશું	ame **u**bha thata hoishu
you will have got up	તમે ઉભા થતા હશો	tame **u**bha thata hasho
they will have got up	તેઓ ઉભા થતા હશે	teo **u**bha thata hashe

ચાલુ પૂર્ણ ભવિષ્ય (Future Perfect Continuous)

English	Gujarati	Transliteration
I will have been getting up	હું ઉભો થતો આવતો હોઈશ	hun **u**bho thato aavto hoish
you will have been getting up	તું ઉભો થતો આવતો હોઈશ	tu **u**bho thato aavto hoish
he/she/it will have been getting up	તે/તેણીની/તે ઉભો થતો આવતો હશે	te/tenini/te **u**bho thato aavto hashe
we will have been getting up	અમે ઉભા થતા આવતા હોઈશું	ame **u**bha thata aavta hoishu
you will have been getting up	તમે ઉભા થતા આવતા હશો	tame **u**bha thata aavta hasho
they will have been getting up	તેઓ ઉભા થતા આવતા હશે	teo **u**bha thata aavta hashe

39. To give - આપવું (**aa**pvun)

સાદો વર્તમાન (Simple Present)

English	Gujarati	Transliteration
I give	હું આપું છું	hun **aa**pun chhun
you give	તું આપે છે	tu **aa**pe chhe
he/she/it gives	તે આપે છે	te/tenini/te **aa**pe chhe
we give	અમે આપીએ છીએ	ame **aa**piye chiye
you give	તમે આપો છો	tame **aa**po chho
they give	તેઓ આપે છે	teo **aa**pe chhe

ચાલુ વર્તમાન (Present Continuous)

English	Gujarati	Transliteration
I am giving	હું (અત્યારે) આપું છું	hun (atyare) **aa**pun chhun
you are giving	તું આપે છે	tu **aa**pe chhe
he/she/it is giving	તે આપે છે	te/tenini/te **aa**pe chhe
we are giving	અમે આપીએ છીએ	ame **aa**piye chiye
you are giving	તમે આપો છો	tame **aa**po chho
they are giving	તેઓ આપે છે	teo **aa**pe chhe

પૂર્ણ વર્તમાન (Present Perfect)

English	Gujarati	Transliteration
I have given	મેં આપ્યું છું	mein **aa**pyu chhu
you have given	તે આપ્યું છે	te **aa**pyu chhe
he/she/it has given	તેણે આપ્યું છે	tene **aa**pyu chhe
we have given	અમે આપ્યું છે	ame **aa**pyu chhe
you have given	તમે આપ્યું છે	tame **aa**pyu chhe
they have given	તેઓએ આપ્યું છે	teoae **aa**pyu chhe

ચ લુ પૂરણવર્તમ ન (Present Perfect Continuous)

English	Gujarati	Transliteration
I have been giving	હું આપી રહ્યો છું	hun **aa**pi rahyo chhun
you have been giving	તું આપી રહ્યો છે	tu **aa**pi rahyo chhe
he/she/it has been giving	તે/તેણીની/તે આપી રહ્યો છે	te/tenini/te **aa**pi rahyo chhe
we have been giving	અમે આપી રહ્યાં છીએ	ame **aa**pi rahya chhiye
you have been giving	તમે આપી રહ્યાં છો	tame **aa**pi rahya chho
they have been giving	તેઓ આપી રહ્યાં છે	teo **aa**pi rahya chhe

સાદો ભૂત (Simple Past)

English	Gujarati	Transliteration
I gave	મેં આપ્યું	mein **aa**pyu
you gave	તે આપ્યું	te **aa**pyu
he/she/it gave	તેણે આપ્યું	tene **aa**pyu
we gave	અમે આપ્યું	ame **aa**pyu
you gave	તમે આપ્યું	tame **aa**pyu
they gave	તેઓએ આપ્યું	teoae **aa**pyu

ચાલુ ભૂત (Past Continuous)

English	Gujarati	Transliteration
I was giving	હું આપતો હતો	hun **aa**pto hato
you were giving	તું આપતો હતો	tu **aa**pto hato
he/she/it was giving	તે/તેણીની/તે આપતો હતો	te/tenini/te **aa**pto hato
we were giving	અમે આપતા હતાં	ame **aa**pta hata
you were giving	તમે આપતા હતાં	tame **aa**pta hata
they were giving	તેઓ આપતા હતાં	teo **aa**pta hata

પૂર્ણભૂત (Past Perfect)

English	Gujarati	Transliteration
I had given	મેં આપ્યું હતું	mein **aa**pyu hatu
you had given	તે આપ્યું હતું	te **aa**pyu hatu
he/she/it had given	તેણે આપ્યું હતું	tene **aa**pyu hatu
we had given	અમે આપ્યું હતું	ame **aa**pyu hatu
you had given	તમે આપ્યું હતું	tame **aa**pyu hatu
they had given	તેઓએ આપ્યું હતું	teoae **aa**pyu hatu

ચાલુ પૂર્ણ ભૂત (Past Perfect Continuous)

English	Gujarati	Transliteration
I had been giving	હું આપી રહ્યો હતો	hun **aa**pi rahyo hato
you had been giving	તું આપી રહ્યો હતો	tu **aa**pi rahyo hato
he/she/it had been giving	તે/તેણીની/તે આપી રહ્યો હતો	te/tenini/te **aa**pi rahyo hato
we had been giving	અમે આપી રહ્યાં હતાં	ame **aa**pi rahya hata
you had been giving	તમે આપી રહ્યાં હતાં	tame **aa**pi rahya hata
they had been giving	તેઓ આપી રહ્યાં હતાં	teo **aa**pi rahya hata

સાદો ભવિષ્ય (Simple Future)

English	Gujarati	Transliteration
I will give	હું આપીશ	hun **aa**pish
you will give	તું આપીશ	tu **aa**pish
he/she/it will give	તે/તેણીની/તે આપશે	te/tenini/te **aa**pshe
we will give	અમે આપીશું	ame **aa**pishu
you will give	તમે આપશો	Tame **aa**psho
they will give	તેઓ આપશે	teo **aa**pshe

ચ લુ ભવિષ્ય(Future Continuous)

English	Gujarati	Transliteration
I will be giving	હું આપી રહ્યો હોઈશ	hun **aa**pi rahyo hoish
you will be giving	તું આપી રહ્યો હોઈશ	tu **aa**pi rahyo hoish
he/she/it will be giving	તે/તેણીની/તે આપી રહ્યો હશે	te/tenini/te **aa**pi rahyo hashe
we will be giving	અમે આપી રહ્યાં હોઈશું	ame **aa**pi rahya hoishu
you will be giving	તમે આપી રહ્યાં હશો	tame **aa**pi rahya hasho
they will be giving	તેઓ આપી રહ્યાં હશે	teo **aa**pi rahya hashe

પૂર્ણ ભવિષ્ય (Future Perfect)

English	Gujarati	Transliteration
I will have given	હું આપતો હોઈશ	hun **aa**pto hoish
you will have given	તું આપતો હોઈશ	tu **aa**pto hoish
he/she/it will have given	તે/તેણીની/તે આપતો હશે	te/tenini/te **aa**pto hashe
we will have given	અમે આપતા હોઈશું	ame **aa**pta hoishu
you will have given	તમે આપતા હશો	tame **aa**pta hasho
they will have given	તેઓ આપતા હશે	teo **aa**pta hashe

ચાલુ પૂર્ણ ભવિષ્ય (Future Perfect Continuous)

English	Gujarati	Transliteration
I will have been giving	હું આપતો આવતો હોઈશ	hun **aa**pto avto hoish
you will have been giving	તું આપતો આવતો હોઈશ	tu **aa**pto avto hoish
he/she/it will have been giving	તે/તેણીની/તે આપતો આવતો હશે	te/tenini/te **aa**pto avto hashe
we will have been giving	અમે આપતા આવતા હોઈશું	ame **aa**pta avta hoishu
you will have been giving	તમે આપતા આવતા હશો	tame **aa**pta avta hasho
they will have been giving	તેઓ આપતા આવતા હશે	teo **aa**pta avta hashe

40. To go -   જવું (**ja**vun)

સાદો વર્તમાન (Simple Present)

English	Gujarati	Transliteration
I go	હું જવું છું.	hun **ja**vun chhun
you go	તું જાય છે.	tu **ja**ay chhe
he/she/it goes	તે જાય છે	te/tenini/te **ja**ay chhe
we go	અમે જઈએ છીએ.	ame **ja**iye chiye
you go	તમે જાવો છો.	tame **ja**vo chho
they go	તેઓ જાય છે.	teo **ja**ay chhe

ચાલુ વર્તમાન (Present Continuous)

English	Gujarati	Transliteration
I am going	હું જઈ રહ્યો છું.	hun **ja**i rahyo chhu
you are going	તું જઈ રહ્યો છે.	tu **ja**i rahyo chhe
he/she/it is going	તે જઈ રહ્યો છે	te **ja**i rahyo chhe
we are going	અમે જઈ રહ્યાં છીએ.	ame **ja**i rahya chiye
you are going	તમે જઈ રહ્યાં છો.	tame **ja**i rahya chho
they are going	તેઓ જઈ રહ્યાં છે.	teo **ja**i rahya chhe

પૂર્ણ વર્તમાન (Present Perfect)

English	Gujarati	Transliteration
I have gone	હું ગયો છું.	hun gayo chhu
you have gone	તું ગયો છે.	tu gayo chhe
he/she/it has gone	તે ગયો છે	te gayo chhe
we have gone	અમે ગયા છીએ.	ame gaya chhiye
you have gone	તમે ગયા છો.	tame gaya chho
they have gone	તેઓ ગયા છે.	teo gaya chhe

ચ લુ પૂરણવરતમ ન (Present Perfect Continuous)

English	Gujarati	Transliteration
I have been going	હું જતો આવું છું.	hun **ja**to aavu chhun
you have been going	તું જતો આવે છે.	tu **ja**to aavu chhe
he/she/it has been going	તે જતો આવે છે.	te/tenini/te **ja**to aave chhe
we have been going	અમે જતા આવીએ છીએ.	ame **ja**ta aaviye chhiye
you have been going	તમે જતા આવો છો.	tame **ja**ta aaviye chho
they have been going	તેઓ જતા આવે છે.	teo **ja**ta aaviye chhe

સાદો ભૂત (Simple Past)

English	Gujarati	Transliteration
I went	હું ગયો.	hun gayo
you went	તું ગયો.	tu gayo
he/she/it went	તે ગયો.	te gayo
we went	અમે ગયા.	ame gaya
you went	તમે ગયા.	tame gaya
they went	તેઓ ગયા.	teo gaya

ચાલુ ભૂત (Past Continuous)

English	Gujarati	Transliteration
I was going	હું જતો હતો.	hun **ja**to hato
you were going	તું જતો હતો.	tu **ja**to hato
he/she/it was going	તે જતો હતો	te/tenini/te **ja**to hato
we were going	અમે જતા હતાં.	ame **ja**ta hata
you were going	તમે જતા હતાં.	tame **ja**ta hata
they were going	તેઓ જતા હતાં.	teo **ja**ta hata

પૂર્ણભૂત (Past Perfect)

English	Gujarati	Transliteration
I had gone	હું ગયો હતો.	hun gayo hato
you had gone	તું ગયો હતો.	tu gayo hato
he/she/it had gone	તે ગયો હતો	te gayo hato
we had gone	અમે ગયા હતાં.	ame gaya hata
you had gone	તમે ગયા હતાં.	tame gaya hata
they had gone	તેઓ ગયા હતાં.	teo gaya hata

ચાલુ પૂર્ણ ભૂત (Past Perfect Continuous)

English	Gujarati	Transliteration
I had been going	હું જઈ રહ્યો હતો.	hun **jai** rahyo hato
you had been going	તું જઈ રહ્યો હતો.	tu **jai** rahyo hato
he/she/it had been going	તે જઈ રહ્યો હતો.	te/tenini/te **jai** rahyo hato
we had been going	અમે જઈ રહ્યાં હતાં.	ame **jai** rahya hata
you had been going	તમે જઈ રહ્યાં હતાં.	tame **jai** rahya hata
they had been going	તેઓ જઈ રહ્યાં હતાં.	teo **jai** rahya hata

સાદો ભવિષ્ય (Simple Future)

English	Gujarati	Transliteration
I will go	હું જઈશ.	hun **ja**ish
you will go	તું જઈશ.	tu **ja**ish
he/she/it will go	તે જશે.	te/tenini/te **ja**she
we will go	અમે જઈશું.	ame **ja**ishu
you will go	તમે જશો.	Tame **ja**sho
they will go	તેઓ જશે.	teo **ja**she

ચ લુ ભવિષ્ય(Future Continuous)

English	Gujarati	Transliteration
I will be going	હું જતો હોઈશ.	hun **ja**to hoish
you will be going	તું જતો હોઈશ.	tu **ja**to hoish
he/she/it will be going	તે જતો હશે	te/tenini/te **ja**to hashe
we will be going	અમે જતા હોઈશું.	ame **ja**ta hoishu
you will be going	તમે જતા હશો.	tame **ja**ta hasho
they will be going	તેઓ જતા હશે.	teo **ja**ta hashe

પૂર્ણ ભવિષ્ય (Future Perfect)

English	Gujarati	Transliteration
I will have gone	હું ગયો હોઈશ.	hun gayo hoish
you will have gone	તું ગયો હોઈશ.	tu gayo hoish
he/she/it will have gone	તે ગયો હશે	te/tenini/te gayo hashe
we will have gone	અમે ગયા હશું.	ame gaya hoishu
you will have gone	તમે ગયા હશો	tame gaya hasho
they will have gone	તેઓ ગયા હશે.	teo gaya hashe

ચાલુ પૂર્ણ ભવિષ્ય (Future Perfect Continuous)

English	Gujarati	Transliteration
I will have been going	હું જઈ રહ્યો હોઈશ.	hun **jai** rahyo hoish
you will have been going	તું જઈ રહ્યો હોઈશ.	tu **jai** rahyo hoish
he/she/it will have been going	તે જઈ રહ્યો હશે	te/tenini/te **jai** rahyo hashe
we will have been going	અમે જઈ રહ્યાં હશું.	ame **jai** rahya hoishu
you will have been going	તમે જઈ રહ્યાં હશો.	tame **jai** rahya hasho
they will have been going	તેઓ જઈ રહ્યાં હશે.	teo **jai** rahya hashe

41. To happen - બનવું, થવું (**ba**navun, tha**vun**)

સાદો વર્તમાન (Simple Present)

English	Gujarati	Transliteration
I happen	હું બનું છું	hun **ba**nu chhun
you happen	તું બને છે	tu **ba**ni rahyo chhe
he/she/it happens	તે/તેણીની/તે બને છે	te/tenini/te **ba**ni rahyo chhe
we happen	અમે બનીએ છીએ	ame **ba**niye chiye
you happen	તમે બનો છો	tame **ba**no chho
they happen	તેઓ બને છે	teo **ba**ni rahyo chhe

ચાલુ વર્તમાન (Present Continuous)

English	Gujarati	Transliteration
I am happening	હું બની રહ્યો છું.	hun **ba**ni rahyo chhun
you are happening	તું બની રહ્યો છે.	tu **ba**ni rahyo chhe
he/she/it is happening	તે બની રહ્યો છે	te/tenini/te **ba**ni rahyo chhe
we are happening	અમે બની રહ્યાં છીએ.	ame **ba**ni rahya chiye
you are happening	તમે બની રહ્યાં છો.	tame **ba**ni rahya chho
they are happening	તેઓ બની રહ્યાં છે.	teo **ba**ni rahya chhe

પૂર્ણ વર્તમાન (Present Perfect)

English	Gujarati	Transliteration
I have happened	હું બન્યો છું	hun **ba**nyo chhun
you have happened	તું બન્યો છે	tu **ba**nyo chhe
he/she/it has happened	તે/તેણીની/તે બન્યો છે	te/tenini/te **ba**nyo chhe
we have happened	અમે બનીયા છીએ	ame **ba**niya chiye
you have happened	તમે બનીયા છો	tame **ba**niya chho
they have happened	તેઓ બનીયા છે	teo **ba**niya chhe

ચ લુ પૂરણવરતમ ન (Present Perfect Continuous)

English	Gujarati	Transliteration
I have been happening	હું બનતો આવું છું.	hun **ban**to aavu chhun
you have been happening	તું બનતો આવે છે.	tu **ban**to aave chhe
he/she/it has been happening	તે બનતો આવે છે.	te/tenini/te **ban**to aave chhe
we have been happening	અમે બનતા આવીએ છીએ.	ame **ban**ta aaviye chhiye
you have been happening	તમે બનતા આવો છો.	tame **ban**ta aavo chho
they have been happening	તેઓ બનતા આવે છે.	teo **ban**ta aave chhe

સાદો ભૂત (Simple Past)

English	Gujarati	Transliteration
I happened	હું બન્યો	hun **ban**yo
you happened	તું બન્યો	tu **ban**yo
he/she/it happened	તે/તેણીની/તે બન્યા	te/tenini/te **ban**iya
we happened	અમે બન્યા	ame **ban**iya
you happened	તમે બન્યા	tame **ban**iya
they happened	તેઓ બન્યા	teo **ban**iya

ચાલુ ભૂત (Past Continuous)

English	Gujarati	Transliteration
I was happening	હું બનતો હતો	hun **ban**to hato
you were happening	તું બનતો હતો	tu **ban**to hato
he/she/it was happening	તે/તેણીની/તે બનતો હતો	te/tenini/te **ban**to hato
we were happening	અમે બનતા હતાં	ame **ban**ta hata
you were happening	તમે બનતા હતાં	tame **ban**ta hata
they were happening	તેઓ બનતા હતાં	teo **ban**ta hata

પૂરણભૂત (Past Perfect)

English	Gujarati	Transliteration
I had happened	હું બન્યો હતો	hun **ba**nyo hato
you had happened	તું બન્યો હતો	tu **ba**nyo hato
he/she/it had happened	તે/તેણીની/તે બન્યો હતો	te/tenini/te **ba**nyo hato
we had happened	અમે બન્યા હતાં	ame **ba**niya hata
you had happened	તમે બન્યા હતાં	tame **ba**niya hata
they had happened	તેઓ બન્યા હતાં	teo **ba**niya hata

ચાલુ પૂર્ણ ભૂત (Past Perfect Continuous)

English	Gujarati	Transliteration
I had been happening	હું બની રહ્યો હતો	hun **ba**ni rahyo hato
you had been happening	તું બની રહ્યો હતો	tu **ba**ni rahyo hato
he/she/it had been happening	તે/તેણીની/તે બની રહ્યો હતો	te/tenini/te **ba**ni rahyo hato
we had been happening	અમે બની રહ્યાં હતાં	ame **ba**ni rahya hata
you had been happening	તમે બની રહ્યાં હતાં	tame **ba**ni rahya hata
they had been happening	તેઓ બની રહ્યાં હતાં	teo **ba**ni rahya hata

સાદો ભવિષ્ય (Simple Future)

English	Gujarati	Transliteration
I will happened	હું બનીશ	hun **ba**nish
you will happened	તું બનીશ	tu **ba**nish
he/she/it will happened	તે/તેણીની/તે બનશે	te/tenini/te **ba**nshe
we will happened	અમે બનીશું	ame **ba**nish
you will happened	તમે બનશો	tame **ba**nsho
they will happened	તેઓ બનશે	teo **ba**nshe

ચ લુ ભવ ષિય(Future Continuous)

English	Gujarati	Transliteration
I will be happening	હું બન્યો હોઈશ	hun **ba**nyo hoish
you will be happening	તું બન્યો હોઈશ	tu **ba**nyo hoish
he/she/it will be happening	તે/તેણીની/તે બન્યો હશે	te/tenini/te **ba**nyo hashe
we will be happening	અમે બન્યા હોઈશું	ame **ba**nya hashu
you will be happening	તમે બન્યા હશો	tame **ba**nya hasho
they will be happening	તેઓ બન્યા હશે	Teo **ba**nya hashe

પૂર્ણ ભવિષ્ય (Future Perfect)

English	Gujarati	Transliteration
I will have happened	હું બન્યો હોઈશ	hun **ba**nyo hoish
you will have happened	તું બન્યો હશે	tu **ba**nyo hoish
he/she/it will have happened	તે/તેણીની/તે બન્યો હશે	te/tenini/te **ba**nyo hashe
we will have happened	અમે બન્યા હોઈશું	ame **ba**nya hoishu
you will have happened	તમે બન્યા હશો	tame **ba**nya hasho
they will have happened	તેઓ બન્યા હશે	teo **ba**nya hashe

ચાલુ પૂર્ણ ભવિષ્ય (Future Perfect Continuous)

English	Gujarati	Transliteration
I will have been happening	હું બની રહ્યો હોઈશ	hun **ba**ni rahyo hoish
you will have been happening	તું બની રહ્યો હોઈશ	tu **ba**ni rahyo hoish
he/she/it will have been happening	તે/તેણીની/તે બની રહ્યો હશે	te/tenini/te **ba**ni rahyo hashe
we will have been happening	અમે બની રહ્યાં હોઈશું	ame **ba**ni rahya hoishu
you will have been happening	તમે બની રહ્યાં હશો	tame **ba**ni rahya hasho
they will have been happening	તેઓ બની રહ્યાં હશે	teo **ba**ni rahya hashe

42. To have - પાસે હોવું (pase hovun)

સાદો વર્તમાન (Simple Present)

English	Gujarati	Transliteration
I have	મારી પાસે છે	mari pase chhe
you have	તારી પાસે છે	tari pase chhe
he/she/it has	તેની પાસે છે	teni pase chhe
we have	અમારી પાસે છે	amari pase chhe
you have	તમારી પાસે છે	tamari pase chhe
they have	તેઓની પાસે છે	teoni pase chhe

ચાલુ વર્તમાન (Present Continuous)

English	Gujarati	Transliteration
I am having	મારી (અત્યારે) પાસે છે	mari (atyare) pase chhe
you are having	તારી પાસે છે	tari pase chhe
he/she/it is having	તેની પાસે છે	teni pase chhe
we are having	અમારી પાસે છે	amari pase chhe
you are having	તમારી પાસે છે	tamari pase chhe
they are having	તેઓની પાસે છે	teoni pase chhe

પૂર્ણ વર્તમાન (Present Perfect)

English	Gujarati	Transliteration
I have had	મારી પાસે છે	mari pase chhe
you have had	તારી પાસે છે	tari pase chhe
he/she/it has had	તેની પાસે છે	teni pase chhe
we have had	અમારી પાસે છે	amari pase chhe
you have had	તમારી પાસે છે	tamari pase chhe
they have had	તેઓની પાસે છે	teoni pase chhe

ચ લુ પૂરણવરતમ ન (Present Perfect Continuous)

English	Gujarati	Transliteration
I have been having	મારી પાસે છે	mari pase chhe
you have been having	તારી પાસે છે	tari pase chhe
he/she/it has been having	તેની પાસે છે	teni pase chhe
we have been having	અમારી પાસે છે	amari pase chhe
you have been having	તમારી પાસે છે	tamari pase chhe
they have been having	તેઓની પાસે છે	teoni pase chhe

સાદો ભૂત (Simple Past)

English	Gujarati	Transliteration
I had	મારી પાસે હતું	mari pase hatu
you had	તારી પાસે હતું	tari pase hatu
he/she/it had	તેની પાસે હતું	teni pase hatu
we had	અમારી પાસે હતું	amari pase hatu
you had	તમારી પાસે હતું	tamari pase hatu
they had	તેઓની પાસે હતું	teoni pase hatu

ચાલુ ભૂત (Past Continuous)

English	Gujarati	Transliteration
I was having	મારી પાસે હતો	mari pase hato
you were having	તારી પાસે હતો	tari pase hato
he/she/it was having	તેની પાસે હતો	Teni pase hato
we were having	અમારી પાસે હતાં	amari pase hata
you were having	તમારી પાસે હતાં	tamari pase hata
they were having	તેઓની પાસે હતાં	teoni pase hata

પૂરણભૂત (Past Perfect)

English	Gujarati	Transliteration
I had had	મારી પાસે હતું	mari pase hatu
you had had	તારી પાસે હતું	tari pase hatu
he/she/it had had	તેની/તેનીણીની/તેની પાસે હતું	teni pase hatu
we had had	અમારી પાસે હતું	amari pase hatu
you had had	તમારી પાસે હતું	tamari pase hatu
they had had	તેઓની પાસે હતું	teoni pase hatu

ચાલુ પૂર્ણ ભૂત (Past Perfect Continuous)

English	Gujarati	Transliteration
I had been having	મારી પાસે રહ્યું હતું	mari pase rahyu hatu
you had been having	તારી પાસે રહ્યું હતું	tari pase rahyu hatu
he/she/it had been having	તેની પાસે રહ્યું હતું	teni pase rahyu hatu
we had been having	અમારી પાસે રહ્યું હતું	amari pase rahyu hatu
you had been having	તમારી પાસે રહ્યું હતું	tamari pase rahyu hatu
they had been having	તેઓની પાસે રહ્યું હતું	teoni pase rahyu hatu

સાદો ભવિષ્ય (Simple Future)

English	Gujarati	Transliteration
I will have	મારી પાસે હશે	mari pase hashe
you will have	તારી પાસે હશે	tari pase hashe
he/she/it will have	તેની/તેણીની/તેની પાસે હશે	teni pase hashe
we will have	અમારી પાસે હશે	amari pase hashe
you will have	તમારી પાસે હશે	tamari pase hashe
they will have	તેઓની પાસે હશે	teoni pase hashe

ચ લુ ભવ્ષ્િય(Future Continuous)

English	Gujarati	Transliteration
I will be having	મારી પાસે હશે	mari pase hashe
you will be having	તારી પાસે હશે	tari pase hashe
he/she/it will be having	તેની/તેણીની/તેની પાસે હશે	teni pase hashe
we will be having	અમારી પાસે હશે	amari pase hashe
you will be having	તમારી પાસે હશે	tamari pase hashe
they will be having	તેઓની પાસે હશે	teoni pase hashe

પૂર્ણ ભવિષ્ય (Future Perfect)

English	Gujarati	Transliteration
I will have had	મારી પાસે હશે	mari pase hashe
you will have had	તારી પાસે હશે	tari pase hashe
he/she/it will have had	તેની/તેણીની/તેની પાસે હશે	teni pase hashe
we will have had	અમારી પાસે હશે	amari pase hashe
you will have had	તમારી પાસે હશે	tamari pase hashe
they will have had	તેઓની પાસે હશે	teoni pase hashe

ચાલુ પૂર્ણ ભવિષ્ય (Future Perfect Continuous)

English	Gujarati	Transliteration
I will have been having	મારી પાસે રહ્યો હશે	mari pase rahyo hashe
you will have been having	તારી પાસે રહ્યો હશે	tari pase rahyo hashe
he/she/it will have been having	તેની/તેણીની/તેની પાસે રહ્યો હશે	te/tenini/te pase rahyo hashe
we will have been having	અમારી પાસે રહ્યાં હોઈશું	amari pase rahya hoishu
you will have been having	તમારી પાસે રહ્યાં હશો	tamari pase rahya hasho
they will have been having	તેઓની પાસે રહ્યાં હશે	teoni pase rahya hashe

43. **To hear** - સાંભળવું (sam**bha**dvun)

સાદો વર્તમાન (Simple Present)

English	Gujarati	Transliteration
I hear	હું સાંભળું છું	hun sam**bh**dun chhun
you hear	તું સાંભળે છે	tu sam**bh**de chhe
he/she/it hears	તે/તેણીની/તે સાંભળે છે	te/tenini/te sam**bh**de chhe
we hear	અમે સાંભળીએ છીએ	ame sam**bh**diye chiye
you hear	તમે સાંભળો છો	tame sam**bh**do chho
they hear	તેઓ સાંભળે છે	teo sam**bh**de chhe

ચાલુ વર્તમાન (Present Continuous)

English	Gujarati	Transliteration
I am hearing	હું સાંભળી રહ્યો છું.	hun sam**bh**di rahyo chhun
you are hearing	તું સાંભળી રહ્યો છે.	tu sam**bh**di rahyo chhe
he/she/it is hearing	તે સાંભળી રહ્યો છે	te sam**bh**di rahyo chhe
we are hearing	અમે સાંભળી રહ્યાં છીએ.	ame sam**bh**di rahya chiye
you are hearing	તમે સાંભળી રહ્યાં છો.	tame sam**bh**di rahya chho
they are hearing	તેઓ સાંભળી રહ્યાં છે.	teo sam**bh**di rahya chhe

પૂર્ણ વર્તમાન (Present Perfect)

English	Gujarati	Transliteration
I have heared	મેં સાંભળ્યું છે	mein sam**bh**dyu chhe
you have heared	તે સાંભળ્યું છે	te sam**bh**dyu chhe
he/she/it has heared	તેણે સાંભળ્યું છે	tene sam**bh**dyu chhe
we have heared	અમે સાંભળ્યું છે	ame sam**bh**dyu chhe
you have heared	તમે સાંભળ્યું છે	tame sam**bh**dyu chhe
they have heared	તેઓએ સાંભળ્યું છે	teoae sam**bh**dyu chhe

ચ લુ પૂરણવર્તમ ન (Present Perfect Continuous)

English	Gujarati	Transliteration
I have been hearing	હું સાંભળતો આવું છું.	hun sam**bh**dto aavu chhun
you have been hearing	તું સાંભળતો આવે છે.	tu sam**bh**dto aave chhe
he/she/it has been hearing	તે સાંભળતો આવે છે.	te/tenini/te sam**bh**dto aave chhe
we have been hearing	અમે સાંભળતા આવીએ છીએ.	ame sam**bh**dta aaviye chhiye
you have been hearing	તમે સાંભળતા આવો છો.	tame sam**bh**dta aavo chho
they have been hearing	તેઓ સાંભળતા આવે છે.	teo sam**bh**dta aave chhe

સાદો ભૂત (Simple Past)

English	Gujarati	Transliteration
I heared	મેં સાંભળ્યું	mein sam**bh**dyu
you heared	તે સાંભળ્યું	te sam**bh**dyu
he/she/it heared	તેણે સાંભળ્યું	tene sam**bh**dyu
we heared	અમે સાંભળ્યું	ame sam**bh**dyu
you heared	તમે સાંભળ્યું	tame sam**bh**dyu
they heared	તેઓએ સાંભળ્યું	teoae sam**bh**dyu

ચાલુ ભૂત (Past Continuous)

English	Gujarati	Transliteration
I was hearing	હું સાંભળતો હતો	hun sam**bh**dto hato
you were hearing	તું સાંભળતો હતો	tu sam**bh**dto hato
he/she/it was hearing	તે/તેણીની/તે સાંભળતો હતો	te/tenini/te sam**bh**dto hato
we were hearing	અમે સાંભળતા હતાં	ame sam**bh**dta hata
you were hearing	તમે સાંભળતા હતાં	tame sam**bh**dta hata
they were hearing	તેઓ સાંભળતા હતાં	teo sam**bh**dta hata

પૂર્ણભૂત (Past Perfect)

English	Gujarati	Transliteration
I had heared	મેં સાંભળ્યું હતું	mein sam**bh**dyu hatu
you had heared	તે સાંભળ્યું હતું	te sam**bh**dyu hatu
he/she/it had heared	તેણે સાંભળ્યું હતું	tene sam**bh**dyu hatu
we had heared	અમે સાંભળ્યું હતું	ame sam**bh**dyu hatu
you had heared	તમે સાંભળ્યું હતું	tame sam**bh**dyu hatu
they had heared	તેઓએ સાંભળ્યું હતું	teoae sam**bh**dyu hatu

ચાલુ પૂર્ણ ભૂત (Past Perfect Continuous)

English	Gujarati	Transliteration
I had been hearing	હું સાંભળી રહ્યો હતો	hun sam**bh**di rahyo hato
you had been hearing	તું સાંભળી રહ્યો હતો	tu sam**bh**di rahyo hato
he/she/it had been hearing	તે/તેણીની/તે સાંભળી રહ્યો હતો	te/tenini/te sam**bh**di rahyo hato
we had been hearing	અમે સાંભળી રહ્યાં હતાં	ame sam**bh**di rahya hata
you had been hearing	તમે સાંભળી રહ્યાં હતાં	tame sam**bh**di rahya hata
they had been hearing	તેઓ સાંભળી રહ્યાં હતાં	teo sam**bh**di rahya hata

સાદો ભવિષ્ય (Simple Future)

English	Gujarati	Transliteration
I will heared	હું સાંભળીશ	hun sam**bh**dish
you will heared	તું સાંભળીશ	tu sam**bh**dish
he/she/it will heared	તે/તેણીની/તે સાંભળશે	te/tenini/te sam**bh**dshe
we will heared	અમે સાંભળીશું	ame sam**bh**dishu
you will heared	તમે સાંભળશો	tame sam**bh**disho
they will heared	તેઓ સાંભળશે	teo sam**bh**dishe

ચ લુ ભવ્ષ્યિ(Future Continuous)

English	Gujarati	Transliteration
I will be hearing	હું સાંભળતો હોઈશ	hun sam**bh**dto hoish
you will be hearing	તું સાંભળતો હોઈશ	tu sam**bh**dto hoish
he/she/it will be hearing	તે/તેણીની/તે સાંભળતો હશે	te/tenini/te sam**bh**dto hashe
we will be hearing	અમે સાંભળતા હોઈશું	ame sam**bh**dta hashu
you will be hearing	તમે સાંભળતા હશો	tame sam**bh**dta hasho
they will be hearing	તેઓ સાંભળતા હશે	Teo sam**bh**dta hashe

પૂર્ણ ભવિષ્ય (Future Perfect)

English	Gujarati	Transliteration
I will have heared	મેં સાંભળ્યું હશે	mein sam**bh**dyun hashe
you will have heared	તે સાંભળ્યું હશે	te sam**bh**dyun hashe
he/she/it will have heared	તેણે સાંભળ્યું હશે	tene sam**bh**dyun hashe
we will have heared	અમે સાંભળ્યું હશે	ame sam**bh**dyun hashe
you will have heared	તમે સાંભળ્યું હશે	tame sam**bh**dyun hashe
they will have heared	તેઓએ સાંભળ્યું હશે	teo sam**bh**dyun hashe

ચાલુ પૂર્ણ ભવિષ્ય (Future Perfect Continuous)

English	Gujarati	Transliteration
I will have been hearing	હું સાંભળી રહ્યો હોઈશ	hun sam**bh**di rahyo hoish
you will have been hearing	તું સાંભળી રહ્યો હોઈશ	tu sam**bh**di rahyo hoish
he/she/it will have been hearing	તે/તેણીની/તે સાંભળી રહ્યો હશે	te/tenini/te sam**bh**di rahyo hashe
we will have been hearing	અમે સાંભળી રહ્યાં હોઈશું	ame sam**bh**di rahya hoishu
you will have been hearing	તમે સાંભળી રહ્યાં હશો	tame sam**bh**di rahya hasho
they will have been hearing	તેઓ સાંભળી રહ્યાં હશે	teo sam**bh**di rahya hashe

44. **To help** - મદદ કરવી (ma**dad** karvi)

સાદો વર્તમાન (Simple Present)

English	Gujarati	Transliteration
I help	હું મદદ કરું છું	hun ma**dad** karun chhun
you help	તું મદદ કરે છે	tu ma**dad** kare chhe
he/she/it helps	તે/તેણીની/તે મદદ કરે છે	te/tenini/te ma**dad** kare chhe
we help	અમે મદદ કરીએ છીએ	ame ma**dad** kariye chiye
you help	તમે મદદ કરો છો	tame ma**dad** karo chho
they help	તેઓ મદદ કરે છે	teo ma**dad** kare chhe

ચાલુ વર્તમાન (Present Continuous)

English	Gujarati	Transliteration
I am helping	હું મદદ કરી રહ્યો છું.	hun ma**dad** kari rahyo chhun
you are helping	તું મદદ કરી રહ્યો છે.	tu ma**dad** kari rahyo chhe
he/she/it is helping	તે મદદ કરી રહ્યો છે	te ma**dad** kari rahyo chhe
we are helping	અમે મદદ કરી રહ્યાં છીએ.	ame ma**dad** kari rahya chiye
you are helping	તમે મદદ કરી રહ્યાં છો.	tame ma**dad** kari rahya chho
they are helping	તેઓ મદદ કરી રહ્યાં છે.	teo ma**dad** kari rahya chhe

પૂર્ણ વર્તમાન (Present Perfect)

English	Gujarati	Transliteration
I have helped	મેં મદદ કરી છે	mein ma**dad** kari chhe
you have helped	તે મદદ કરી છે	te ma**dad** kari chhe
he/she/it has helped	તેણે મદદ કરી છે	tene ma**dad** kari chhe
we have helped	અમે મદદ કરી છે	ame ma**dad** kari chhe
you have helped	તમે મદદ કરી છે	tame ma**dad** kari chhe
they have helped	તેઓએ મદદ કરી છે	teoae ma**dad** kari chhe

ચ લુ પૂરણવ્રત્મ ન (Present Perfect Continuous)

English	Gujarati	Transliteration
I have been helping	હું મદદ કરતો આવું છું.	hun ma**dad** karto aavu chhun
you have been helping	તું મદદ કરતો આવે છે.	tu ma**dad** karto aave chhe
he/she/it has been helping	તે મદદ કરતો આવે છે.	te/tenini/te ma**dad** karto aave chhe
we have been helping	અમે મદદ કરતા આવીએ છીએ.	ame ma**dad** karta aaviye chhiye
you have been helping	તમે મદદ કરતા આવો છો.	tame ma**dad** karta aavo chho
they have been helping	તેઓ મદદ કરતા આવે છે.	teo ma**dad** karta aave chhe

સાદો ભૂત (Simple Past)

English	Gujarati	Transliteration
I helped	મેં મદદ કરી	mein ma**dad** kari
you helped	તે મદદ કરી	te ma**dad** kari
he/she/it helped	તેણે મદદ કરી	tene ma**dad** kari
we helped	અમે મદદ કરી	ame ma**dad** kari
you helped	તમે મદદ કરી	tame ma**dad** kari
they helped	તેઓએ મદદ કરી	teoae ma**dad** kari

ચાલુ ભૂત (Past Continuous)

English	Gujarati	Transliteration
I was helping	હું મદદ કરતો હતો	hun ma**dad** karto hato
you were helping	તું મદદ કરતો હતો	tu ma**dad** karto hato
he/she/it was helping	તે/તેણીની/તે મદદ કરતો હતો	te/tenini/te ma**dad** karto hato
we were helping	અમે મદદ કરતા હતાં	ame ma**dad** karta hata
you were helping	તમે મદદ કરતા હતાં	tame ma**dad** karta hata
they were helping	તેઓ મદદ કરતા હતાં	teo ma**dad** karta hata

પૂર્ણભૂત (Past Perfect)

English	Gujarati	Transliteration
I had helped	મેં મદદ કરી હતી	mein ma**dad** kari hati
you had helped	તે મદદ કરી હતી	te ma**dad** kari hati
he/she/it had helped	તેણે મદદ કરી હતી	tene ma**dad** kari hati
we had helped	અમે મદદ કરી હતી	ame ma**dad** kari hati
you had helped	તમે મદદ કરી હતી	tame ma**dad** kari hati
they had helped	તેઓએ મદદ કરી હતી	teoae ma**dad** kari hati

ચાલુ પૂર્ણ ભૂત (Past Perfect Continuous)

English	Gujarati	Transliteration
I had been helping	હું મદદ કરી રહ્યો હતો	hun ma**dad** kari rahyo hato
you had been helping	તું મદદ કરી રહ્યો હતો	tu ma**dad** kari rahyo hato
he/she/it had been helping	તે/તેણીની/તે મદદ કરી રહ્યો હતો	te/tenini/te ma**dad** kari rahyo hato
we had been helping	અમે મદદ કરી રહ્યાં હતાં	ame ma**dad** kari rahya hata
you had been helping	તમે મદદ કરી રહ્યાં હતાં	tame ma**dad** kari rahya hata
they had been helping	તેઓ મદદ કરી રહ્યાં હતાં	teo ma**dad** kari rahya hata

સાદો ભવિષ્ય (Simple Future)

English	Gujarati	Transliteration
I will helped	હું મદદ કરીશ	hun ma**dad** karish
you will helped	તું મદદ કરીશ	tu ma**dad** karish
he/she/it will helped	તે/તેણીની/તે મદદ કરશે	te/tenini/te ma**dad** karshe
we will helped	અમે મદદ કરીશું	ame ma**dad** karishu
you will helped	તમે મદદ કરશો	tame ma**dad** karsho
they will helped	તેઓ મદદ કરશે	teo ma**dad** karshe

ચ લુ ભવિષ્ય(Future Continuous)

English	Gujarati	Transliteration
I will be helping	હું મદદ કરતો હોઈશ	hun ma**dad** karto hoish
you will be helping	તું મદદ કરતો હોઈશ	tu ma**dad** karto hoish
he/she/it will be helping	તે/તેણીની/તે મદદ કરતો હશે	te/tenini/te ma**dad** karto hashe
we will be helping	અમે મદદ કરતા હોઈશું	ame ma**dad** karta hashu
you will be helping	તમે મદદ કરતા હશો	tame ma**dad** karta hasho
they will be helping	તેઓ મદદ કરતા હશે	Teo ma**dad** karta hashe

પૂર્ણ ભવિષ્ય (Future Perfect)

English	Gujarati	Transliteration
I will have helped	મેં મદદ કરી હશે	mein ma**dad** kari hashe
you will have helped	તે મદદ કરી હશે	te ma**dad** kari hashe
he/she/it will have helped	તેણે મદદ કરી હશે	tene ma**dad** kari hashe
we will have helped	અમે મદદ કરી હશે	ame ma**dad** kari hashe
you will have helped	તમે મદદ કરી હશે	tame ma**dad** kari hashe
they will have helped	તેઓએ મદદ કરી હશે	teo ma**dad** kari hashe

ચાલુ પૂર્ણ ભવિષ્ય (Future Perfect Continuous)

English	Gujarati	Transliteration
I will have been helping	હું મદદ કરી રહ્યો હોઈશ	hun ma**dad** kari rahyo hoish
you will have been helping	તું મદદ કરી રહ્યો હોઈશ	tu ma**dad** kari rahyo hoish
he/she/it will have been helping	તે/તેણીની/તે મદદ કરી રહ્યો હશે	te/tenini/te ma**dad** kari rahyo hashe
we will have been helping	અમે મદદ કરી રહ્યાં હોઈશું	ame ma**dad** kari rahya hoishu
you will have been helping	તમે મદદ કરી રહ્યાં હશો	tame ma**dad** kari rahya hasho
they will have been helping	તેઓ મદદ કરી રહ્યાં હશે	teo ma**dad** kari rahya hashe

45. To hold - પકડવું (pa**ka**dvun)

સાદો વર્તમાન (Simple Present)

English	Gujarati	Transliteration
I hold	હું પકડું છું	hun pakadun chhun
you hold	તું પકડે છે	tu pakde chhe
he/she/it holds	તે/તેણીની/તે પકડે છે	te/tenini/te pakde chhe
we hold	અમે પકડીએ છીએ	ame pakdiye chiye
you hold	તમે પકડો છો	tame pakdo chho
they hold	તેઓ પકડે છે	teo pakde chhe

ચાલુ વર્તમાન (Present Continuous)

English	Gujarati	Transliteration
I am holding	હું પકડી રહ્યો છું.	hun pakdi rahyo chhun
you are holding	તું પકડી રહ્યો છે.	tu pakdi rahyo chhe
he/she/it is holding	તે પકડી રહ્યો છે	te pakdi rahyo chhe
we are holding	અમે પકડી રહ્યાં છીએ.	ame pakdi rahya chiye
you are holding	તમે પકડી રહ્યાં છો.	tame pakdi rahya chho
they are holding	તેઓ પકડી રહ્યાં છે.	teo pakdi rahya chhe

પૂર્ણ વર્તમાન (Present Perfect)

English	Gujarati	Transliteration
I have held	મેં પકડ્યું છે	mein pakadyu chhe
you have held	તે પકડ્યું છે	te pakadyu chhe
he/she/it has held	તેણે પકડ્યું છે	tene pakadyu chhe
we have held	અમે પકડ્યું છે	ame pakadyu chhe
you have held	તમે પકડ્યું છે	tame pakadyu chhe
they have held	તેઓએ પકડ્યું છે	teoae pakadyu chhe

ચ લુ પૂરણવરતમ ન (Present Perfect Continuous)

English	Gujarati	Transliteration
I have been holding	હું પકડતો આવું છું.	hun pa**k**dto aavu chhun
you have been holding	તું પકડતો આવે છે.	tu pa**k**dto aave chhe
he/she/it has been holding	તે પકડતો આવે છે.	te/tenini/te pa**k**dto aave chhe
we have been holding	અમે પકડતા આવીએ છીએ.	ame pa**k**dta aaviye chhiye
you have been holding	તમે પકડતા આવો છો.	tame pa**k**dta aavo chho
they have been holding	તેઓ પકડતા આવે છે.	teo pa**k**dta aave chhe

સાદો ભૂત (Simple Past)

English	Gujarati	Transliteration
I held	મેં પકડ્યું	mein pa**ka**dyu
you held	તે પકડ્યું	te pa**ka**dyu
he/she/it held	તેણે પકડ્યું	tene pa**ka**dyu
we held	અમે પકડ્યું	ame pa**ka**dyu
you held	તમે પકડ્યું	tame pa**ka**dyu
they held	તેઓએ પકડ્યું	teoae pa**ka**dyu

ચાલુ ભૂત (Past Continuous)

English	Gujarati	Transliteration
I was holding	હું પકડતો હતો	hun pa**k**dto hato
you were holding	તું પકડતો હતો	tu pa**k**dto hato
he/she/it was holding	તે/તેણીની/તે પકડતો હતો	te/tenini/te pa**k**dto hato
we were holding	અમે પકડતા હતાં	ame pa**k**dta hata
you were holding	તમે પકડતા હતાં	tame pa**k**dta hata
they were holding	તેઓ પકડતા હતાં	teo pa**k**dta hata

પૂર્ણભૂત (Past Perfect)

English	Gujarati	Transliteration
I had held	મેં પકડ્યું હતું	mein pakadyu hatu
you had held	તે પકડ્યું હતું	te pakadyu hatu
he/she/it had held	તેણે પકડ્યું હતું	tene pakadyu hatu
we had held	અમે પકડ્યું હતું	ame pakadyu hatu
you had held	તમે પકડ્યું હતું	tame pakadyu hatu
they had held	તેઓએ પકડ્યું હતું	teoae pakadyu hatu

ચાલુ પૂર્ણ ભૂત (Past Perfect Continuous)

English	Gujarati	Transliteration
I had been holding	હું પકડી રહ્યો હતો	hun pakdi rahyo hato
you had been holding	તું પકડી રહ્યો હતો	tu pakdi rahyo hato
he/she/it had been holding	તે/તેણીની/તે પકડી રહ્યો હતો	te/tenini/te pakdi rahyo hato
we had been holding	અમે પકડી રહ્યાં હતાં	ame pakdi rahya hata
you had been holding	તમે પકડી રહ્યાં હતાં	tame pakdi rahya hata
they had been holding	તેઓ પકડી રહ્યાં હતાં	teo pakdi rahya hata

સાદો ભવિષ્ય (Simple Future)

English	Gujarati	Transliteration
I will held	હું પકડીશ	hun pakdish
you will held	તું પકડીશ	tu pakdish
he/she/it will held	તે/તેણીની/તે પકડશે	te/tenini/te pakdshe
we will held	અમે પકડીશું	ame pakdishu
you will held	તમે પકડશો	tame pakdsho
they will held	તેઓ પકડશે	teo pakdshe

ચ લુ ભવિષ્ય(Future Continuous)

English	Gujarati	Transliteration
I will be holding	હું પકડતો હોઈશ	hun pa**k**dto hoish
you will be holding	તું પકડતો હોઈશ	tu pa**k**dto hoish
he/she/it will be holding	તે/તેણીની/તે પકડતો હશે	te/tenini/te pa**k**dto hashe
we will be holding	અમે પકડતા હોઈશું	ame pa**k**dta hashu
you will be holding	તમે પકડતા હશો	tame pa**k**dta hasho
they will be holding	તેઓ પકડતા હશે	Teo pa**k**dta hashe

પૂર્ણ ભવિષ્ય (Future Perfect)

English	Gujarati	Transliteration
I will have held	મેં પકડ્યું હશે	mein pa**ka**dyu hashe
you will have held	તે પકડ્યું હશે	te pa**ka**dyu hashe
he/she/it will have held	તેણે પકડ્યું હશે	tene pa**ka**dyu hashe
we will have held	અમે પકડ્યું હશે	ame pa**ka**dyu hashe
you will have held	તમે પકડ્યું હશે	tame pa**ka**dyu hashe
they will have held	તેઓએ પકડ્યું હશે	Teoae pa**ka**dyu hashe

ચાલુ પૂર્ણ ભવિષ્ય (Future Perfect Continuous)

English	Gujarati	Transliteration
I will have been holding	હું પકડી રહ્યો હોઈશ	hun pa**k**di rahyo hoish
you will have been holding	તું પકડી રહ્યો હોઈશ	tu pa**k**di rahyo hoish
he/she/it will have been holding	તે/તેણીની/તે પકડી રહ્યો હશે	te/tenini/te pa**k**di rahyo hashe
we will have been holding	અમે પકડી રહ્યાં હોઈશું	ame pa**k**di rahya hoishu
you will have been holding	તમે પકડી રહ્યાં હશો	tame pa**k**di rahya hasho
they will have been holding	તેઓ પકડી રહ્યાં હશે	teo pa**k**di rahya hashe

46. To increase - વધારવું (vadharvu)

સાદો વર્તમાન (Simple Present)

English	Gujarati	Transliteration
I increase	હું વધારું છું	hun vadharun chhun
you increase	તું વધારે છે	tu vadhare chhe
he/she/it increases	તે/તેણીની/તે વધારે છે	te/tenini/te vadhare chhe
we increase	અમે વધારીએ છીએ	ame vadhariye chiye
you increase	તમે વધારો છો	tame vadharo chho
they increase	તેઓ વધારે છે	teo vadhare chhe

ચાલુ વર્તમાન (Present Continuous)

English	Gujarati	Transliteration
I am increasing	હું (અત્યારે) વધારું છું	hun (atyare) vadharun chhun
you are increasing	તું વધારે છે	tu vadhare chhe
he/she/it is increasing	તે/તેણીની/તે વધારે છે	te/tenini/te vadhare chhe
we are increasing	અમે વધારીએ છીએ	ame vadhariye chiye
you are increasing	તમે વધારો છો	tame vadharo chho
they are increasing	તેઓ વધારે છે	teo vadhare chhe

પૂર્ણ વર્તમાન (Present Perfect)

English	Gujarati	Transliteration
I have increased	મેં વધારીયું છે	mein vadharyu chhe
you have increased	તે વધારીયું છે	te vadharyu chhe
he/she/it has increased	તેણે વધારીયું છે	tene vadharyu chhe
we have increased	અમે વધારીયું છીએ	ame vadharyu chhe
you have increased	તમે વધારીયું છે	tame vadharyu chhe
they have increased	તેઓએ વધારીયું છે	teoae vadharyu chhe

ચ લુ પૂરણવરતમ ન (Present Perfect Continuous)

English	Gujarati	Transliteration
I have been increasing	હું વધારી રહ્યો છું	hun va**dha**ri rahyo chhun
you have been increasing	તું વધારી રહ્યો છે	tu va**dha**ri rahyo chhe
he/she/it has been increasing	તે/તેણીની/તે વધારી રહ્યો છે	te/tenini/te va**dha**ri rahyo chhe
we have been increasing	અમે વધારી રહ્યાં છીએ	ame va**dha**ri rahya chhiye
you have been increasing	તમે વધારી રહ્યાં છો	tame va**dha**ri rahya chho
they have been increasing	તેઓ વધારી રહ્યાં છે	teo va**dha**ri rahya chhe

સાદો ભૂત (Simple Past)

English	Gujarati	Transliteration
I increased	મેં વધારીયું	mein va**dha**ryu
you increased	તે વધારીયું	te va**dha**ryu
he/she/it increased	તેણે વધારીયું	tene va**dha**ryu
we increased	અમે વધારીયું	ame va**dha**ryu
you increased	તમે વધારીયું	tame va**dha**ryu
they increased	તેઓએ વધારીયું	teoae va**dha**ryu

ચાલુ ભૂત (Past Continuous)

English	Gujarati	Transliteration
I was increasing	હું વધારતો હતો	hun va**dha**rto hato
you were increasing	તું વધારતો હતો	tu va**dha**rto hato
he/she/it was increasing	તે/તેણીની/તે વધારતો હતો	te/tenini/te va**dha**rto hato
we were increasing	અમે વધારતા હતાં	ame va**dha**rta hata
you were increasing	તમે વધારતા હતાં	tame va**dha**rta hata
they were increasing	તેઓ વધારતા હતાં	teo va**dha**rta hata

પૂરણભૂત (Past Perfect)

English	Gujarati	Transliteration
I had increased	મેં વધારીયું હતું	mein va**dha**ryu hatu
you had increased	તે વધારીયું હતું	te va**dha**ryu hatu
he/she/it had increased	તેણે વધારીયું હતું	tene va**dha**ryu hatu
we had increased	અમે વધારીયું હતું	ame va**dha**ryu hatu
you had increased	તમે વધારીયું હતું	tame va**dha**ryu hatu
they had increased	તેઓએ વધારીયું હતું	Teoae va**dha**ryu hatu

ચાલુ પૂર્ણ ભૂત (Past Perfect Continuous)

English	Gujarati	Transliteration
I had been increasing	હું વધારી રહ્યો હતો	hun va**dha**ri rahyo hato
you had been increasing	તું વધારી રહ્યો હતો	tu va**dha**ri rahyo hato
he/she/it had been increasing	તે/તેણીની/તે વધારી રહ્યો હતો	te/tenini/te va**dha**ri rahyo hato
we had been increasing	અમે વધારી રહ્યાં હતાં	ame va**dha**ri rahya hata
you had been increasing	તમે વધારી રહ્યાં હતાં	tame va**dha**ri rahya hata
they had been increasing	તેઓ વધારી રહ્યાં હતાં	teo va**dha**ri rahya hata

સાદો ભવિષ્ય (Simple Future)

English	Gujarati	Transliteration
I will increase	હું વધારીશ	hun va**dha**rish
you will increase	તું વધારીશ	tu va**dha**rish
he/she/it will increase	તે/તેણીની/તે વધારશે	te/tenini/te va**dha**rshe
we will increase	અમે વધારીશું	ame va**dha**rishu
you will increase	તમે વધારશો	tame va**dha**risho
they will increase	તેઓ વધારશે	teo va**dha**rshe

ચ લુ ભવિષ્ય(Future Continuous)

English	Gujarati	Transliteration
I will be increasing	હું વધારી રહ્યો હોઈશ	hun va**dha**ri rahyo hoish
you will be increasing	તું વધારી રહ્યો હોઈશ	tu va**dha**ri rahyo hoish
he/she/it will be increasing	તે/તેણીની/તે વધારી રહ્યો હશે	te/tenini/te va**dha**ri rahyo hashe
we will be increasing	અમે વધારી રહ્યાં હોઈશું	ame va**dha**ri rahya hashu
you will be increasing	તમે વધારી રહ્યાં હશો	tame va**dha**ri rahya hasho
they will be increasing	તેઓ વધારી રહ્યાં હશે	teo va**dha**ri rahya hashe

પૂર્ણ ભવિષ્ય (Future Perfect)

English	Gujarati	Transliteration
I will have increased	હું વધારતો હોઈશ	hun va**dha**rto hoish
you will have increased	તું વધારતો હોઈશ	tu va**dha**rto hoish
he/she/it will has increase	તે/તેણીની/તે વધારતો હશે	te/tenini/te va**dha**rto hashe
we will have increased	અમે વધારતા હોઈશું	ame va**dha**rta hoishu
you will have increased	તમે વધારતા હશો	tame va**dha**rta hasho
they will have increased	તેઓ વધારતા હશે	teo va**dha**rta hashe

ચાલુ પૂર્ણ ભવિષ્ય (Future Perfect Continuous)

English	Gujarati	Transliteration
I will have been increasing	હું વધારતો આવતો હોઈશ	hun va**dha**rto aavto hoish
you will have been increasing	તું વધારતો આવતો હોઈશ	tu va**dha**rto aavto hoish
he/she/it will have been increasing	તે/તેણીની/તે વધારતો આવતો હશે	te/tenini/te va**dha**rto aavto hashe
we will have been increasing	અમે વધારતા આવતા હોઈશું	ame va**dha**rta aavta hoishu
you will have been increasing	તમે વધારતા આવતા હશો	tame va**dha**rta aavta hasho
they will have been increasing	તેઓ વધારતા આવતા હશે	teo va**dha**rta aavta hashe

47. To introduce- પરિચય કરાવો (parichay karavo)

સાદો વર્તમાન (Simple Present)

English	Gujarati	Transliteration
I introduce	હું પરિચય કરાવું છું	hun parichay karavu chhun
you introduce	તું પરિચય કરાવે છે	tu parichay karave chhe
he/she/it introduces	તે/તેણીની/તે પરિચય કરાવે છે	te/tenini/te parichay karave chhe
we introduce	અમે પરિચય કરાવીએ છીએ	ame parichay karaviye chiye
you introduce	તમે પરિચય કરાવો છો	tame parichay karavo chho
they introduce	તેઓ પરિચય કરાવે છે	teo parichay karave chhe

ચાલુ વર્તમાન (Present Continuous)

English	Gujarati	Transliteration
I am introducing	હું પરિચય કરાવી રહ્યો છું.	hun parichay karavi rahyo chhun
you are introducing	તું પરિચય કરાવી રહ્યો છે.	tu parichay karavi rahyo chhe
he/she/it is introducing	તે પરિચય કરાવી રહ્યો છે	te parichay karavi rahyo chhe
we are introducing	અમે પરિચય કરાવી રહ્યાં છીએ.	ame parichay karavi rahya chiye
you are introducing	તમે પરિચય કરાવી રહ્યાં છો.	tame parichay karavi rahya chho
they are introducing	તેઓ પરિચય કરાવી રહ્યાં છે.	teo parichay karavi rahya chhe

પૂર્ણ વર્તમાન (Present Perfect)

English	Gujarati	Transliteration
I have introduced	મેં પરિચય કરાયો છે	mein parichay karayo chhe
you have introduced	તે પરિચય કરાયો છે	te parichay karayo chhe
he/she/it has introduced	તેણે પરિચય કરાયો છે	tene parichay karayo chhe
we have introduced	અમે પરિચય કરાયો છે	ame parichay karayo chhe
you have introduced	તમે પરિચય કરાયો છે	tame parichay karayo chhe
they have introduced	તેઓએ પરિચય કરાયો છે	teoae parichay karayo chhe

ચ લુ પૂરણવરતમ ન (Present Perfect Continuous)

English	Gujarati	Transliteration
I have been introducing	હું પરિચય કરાવતો આવું છું.	hun parichay karavto aavu chhun
you have been introducing	તું પરિચય કરાવતો આવે છે.	tu parichay karavto aave chhe
he/she/it has been introducing	તે પરિચય કરાવતો આવે છે.	te/tenini/te parichay karavto aave chhe
we have been introducing	અમે પરિચય કરાવતા આવીએ છીએ.	ame parichay karavta aaviye chhiye
you have been introducing	તમે પરિચય કરાવતા આવો છો.	tame parichay karavta aavo chho
they have been introducing	તેઓ પરિચય કરાવતા આવે છે.	teo parichay karavta aave chhe

સાદો ભૂત (Simple Past)

English	Gujarati	Transliteration
I introduced	મેં પરિચય કરાયો	mein parichay karayo
you introduced	તે પરિચય કરાયો	te parichay karayo
he/she/it introduced	તેણે પરિચય કરાયો	tene parichay karayo
we introduced	અમે પરિચય કરાયો	ame parichay karayo
you introduced	તમે પરિચય કરાયો	tame parichay karayo
they introduced	તેઓએ પરિચય કરાયો	teoae parichay karayo

ચાલુ ભૂત (Past Continuous)

English	Gujarati	Transliteration
I was introducing	હું પરિચય કરાવતો હતો	hun parichay karavto hato
you were introducing	તું પરિચય કરાવતો હતો	tu parichay karavto hato
he/she/it was introducing	તે/તેણીની/તે પરિચય કરાવતો હતો	te/tenini/te parichay karavto hato
we were introducing	અમે પરિચય કરાવતા હતાં	ame parichay karavta hata
you were introducing	તમે પરિચય કરાવતા હતાં	tame parichay karavta hata
they were introducing	તેઓ પરિચય કરાવતા હતાં	teo parichay karavta hata

પૂર્ણભૂત (Past Perfect)

English	Gujarati	Transliteration
I had introduced	મેં પરિચય કરાયો હતો	mein parichay karayo hatu
you had introduced	તે પરિચય કરાયો હતો	te parichay karayo hatu
he/she/it had introduced	તેણે પરિચય કરાયો હતો	tene parichay karayo hatu
we had introduced	અમે પરિચય કરાયો હતો	ame parichay karayo hatu
you had introduced	તમે પરિચય કરાયો હતો	tame parichay karayo hatu
they had introduced	તેઓએ પરિચય કરાયો હતો	teoae parichay karayo hatu

ચાલુ પૂર્ણ ભૂત (Past Perfect Continuous)

English	Gujarati	Transliteration
I had been introducing	હું પરિચય કરાવી રહ્યો હતો	hun parichay karavi rahyo hato
you had been introducing	તું પરિચય કરાવી રહ્યો હતો	tu parichay karavi rahyo hato
he/she/it had been introducing	તે/તેણીની/તે પરિચય કરાવી રહ્યો હતો	te/tenini/te parichay karavi rahyo hato
we had been introducing	અમે પરિચય કરાવી રહ્યાં હતાં	ame parichay karavi rahya hata
you had been introducing	તમે પરિચય કરાવી રહ્યાં હતાં	tame parichay karavi rahya hata
they had been introducing	તેઓ પરિચય કરાવી રહ્યાં હતાં	teo parichay karavi rahya hata

સાદો ભવિષ્ય (Simple Future)

English	Gujarati	Transliteration
I will introduce	હું પરિચય કરાવીશ	hun parichay karavish
you will introduce	તું પરિચય કરાવીશ	tu parichay karavish
he/she/it will introduce	તે/તેણીની/તે પરિચય કરાવશે	te/tenini/te parichay karavshe
we will introduce	અમે પરિચય કરાવીશું	ame parichay karavishu
you will introduce	તમે પરિચય કરાવશો	tame parichay karavsho
they will introduce	તેઓ પરિચય કરાવશે	teo parichay karavshe

ચ લુ ભવિષ્યિય(Future Continuous)

English	Gujarati	Transliteration
I will be introducing	હું પરિચય કરાવતો હોઈશ	hun parichay karavto hoish
you will be introducing	તું પરિચય કરાવતો હોઈશ	tu parichay karavto hoish
he/she/it will be introducing	તે/તેણીની/તે પરિચય કરાવતો હશે	te/tenini/te parichay karavto hashe
we will be introducing	અમે પરિચય કરાવતા હોઈશું	ame parichay karavta hashu
you will be introducing	તમે પરિચય કરાવતા હશો	tame parichay karavtoahasho
they will be introducing	તેઓ પરિચય કરાવતા હશે	Teo parichay karavta hashe

પૂર્ણ ભવિષ્ય (Future Perfect)

English	Gujarati	Transliteration
I will have introduced	મેં પરિચય કરાયો હશે	mein parichay karayo hashe
you will have introduced	તે પરિચય કરાયો હશે	te parichay karayo hashe
he/she/it will have introduced	તેણે પરિચય કરાયો હશે	tene parichay karayo hashe
we will have introduced	અમે પરિચય કરાયો હશે	ame parichay karayo hashe
you will have introduced	તમે પરિચય કરાયો હશે	tame parichay karayo hashe
they will have introduced	તેઓએ પરિચય કરાયો હશે	teoae parichay karayo hashe

ચાલુ પૂર્ણ ભવિષ્ય (Future Perfect Continuous)

English	Gujarati	Transliteration
I will have been introducing	હું પરિચય કરાવી રહ્યો હોઈશ	hun parichay karavi rahyo hoish
you will have been introducing	તું પરિચય કરાવી રહ્યો હોઈશ	tu parichay karavi rahyo hoish
he/she/it will have been introducing	તે/તેણીની/તે પરિચય કરાવી રહ્યો હશે	te/tenini/te parichay karavi rahyo hashe
we will have been introducing	અમે પરિચય કરાવી રહ્યાં હોઈશું	ame parichay karavi rahya hoishu
you will have been introducing	તમે પરિચય કરાવી રહ્યાં હશો	tame parichay karavi rahya hasho
they will have been introducing	તેઓ પરિચય કરાવી રહ્યાં હશે	teo parichay karavi rahya hashe

48. To invite: આમંત્રણ આપવું (amantran aapvu)

સાદો વર્તમાન (Simple Present)

English	Gujarati	Transliteration
I invite	હું આમંત્રણ આપું છું	hun aamantran aapu chhun
you invite	તું આમંત્રણ આપે છે	tu aamantran aape chhe
he/she/it invites	તે/તેણીની/તે આમંત્રણ આપે છે	te/tenini/te aamantran aape chhe
we invite	અમે આમંત્રણ આપીએ છીએ	ame aamantran aapiye chiye
you invite	તમે આમંત્રણ આપો છો	tame aamantran aapo chho
they invite	તેઓ આમંત્રણ આપે છે	teo aamantran aape chhe

ચાલુ વર્તમાન (Present Continuous)

English	Gujarati	Transliteration
I am inviting	હું આમંત્રણ આપી રહ્યો છું.	hun aamantran aapi rahyo chhun
you are inviting	તું આમંત્રણ આપી રહ્યો છે.	tu aamantran aapi rahyo chhe
he/she/it is inviting	તે આમંત્રણ આપી રહ્યો છે	te aamantran aapi rahyo chhe
we are inviting	અમે આમંત્રણ આપી રહ્યાં છીએ.	ame aamantran aapi rahya chiye
you are inviting	તમે આમંત્રણ આપી રહ્યાં છો.	tame aamantran aapi rahya chho
they are inviting	તેઓ આમંત્રણ આપી રહ્યાં છે.	teo aamantran aapi rahya chhe

પૂર્ણ વર્તમાન (Present Perfect)

English	Gujarati	Transliteration
I have invited	મેં આમંત્રણ આપ્યું છે	mein aamantran aapyu chhe
you have invited	તે આમંત્રણ આપ્યું છે	te aamantran aapyu chhe
he/she/it has invited	તેણે આમંત્રણ આપ્યું છે	tene aamantran aapyu chhe
we have invited	અમે આમંત્રણ આપ્યું છે	ame aamantran aapyu chhe
you have invited	તમે આમંત્રણ આપ્યું છે	tame aamantran aapyu chhe
they have invited	તેઓએ આમંત્રણ આપ્યું છે	teoae aamantran aapyu chhe

ચ લુ પૂરણવરતમ ન (Present Perfect Continuous)

English	Gujarati	Transliteration
I have been inviting	હું આમંત્રણ આપતો આવું છું.	hun aa**man**tran aapto aavu chhun
you have been inviting	તું આમંત્રણ આપતો આવે છે.	tu aa**man**tran aapto aave chhe
he/she/it has been inviting	તે આમંત્રણ આપતો આવે છે.	te/tenini/te aa**man**tran aapto aave chhe
we have been inviting	અમે આમંત્રણ આપતા આવીએ છીએ.	ame aa**man**tran aapta aaviye chhiye
you have been inviting	તમે આમંત્રણ આપતા આવો છો.	tame aa**man**tran aapta aavo chho
they have been inviting	તેઓ આમંત્રણ આપતા આવે છે.	teo aa**man**tran aapta aave chhe

સાદો ભૂત (Simple Past)

English	Gujarati	Transliteration
I invited	મેં આમંત્રણ આપ્યું	mein aa**man**tran aapyu
you invited	તે આમંત્રણ આપ્યું	te aa**man**tran aapyu
he/she/it invited	તેણે આમંત્રણ આપ્યું	tene aa**man**tran aapyu
we invited	અમે આમંત્રણ આપ્યું	ame aa**man**tran aapyu
you invited	તમે આમંત્રણ આપ્યું	tame aa**man**tran aapyu
they invited	તેઓએ આમંત્રણ આપ્યું	teoae aa**man**tran aapyu

ચાલુ ભૂત (Past Continuous)

English	Gujarati	Transliteration
I was inviting	હું આમંત્રણ આપતો હતો	hun aa**man**tran aapto hato
you were inviting	તું આમંત્રણ આપતો હતો	tu aa**man**tran aapto hato
he/she/it was inviting	તે/તેણીની/તે આમંત્રણ આપતો હતો	te/tenini/te aa**man**tran aapto hato
we were inviting	અમે આમંત્રણ આપતા હતાં	ame aa**man**tran aapta hata
you were inviting	તમે આમંત્રણ આપતા હતાં	tame aa**man**tran aapta hata
they were inviting	તેઓ આમંત્રણ આપતા હતાં	teo aa**man**tran aapta hata

પૂરણભૂત (Past Perfect)

English	Gujarati	Transliteration
I had invited	મેં આમંત્રણ આપ્યું હતો	mein aamantran aapyu hatu
you had invited	તે આમંત્રણ આપ્યું હતો	te aamantran aapyu hatu
he/she/it had invited	તેણે આમંત્રણ આપ્યું હતો	tene aamantran aapyu hatu
we had invited	અમે આમંત્રણ આપ્યું હતો	ame aamantran aapyu hatu
you had invited	તમે આમંત્રણ આપ્યું હતો	tame aamantran aapyu hatu
they had invited	તેઓએ આમંત્રણ આપ્યું હતો	teoae aamantran aapyu hatu

ચાલુ પૂર્ણ ભૂત (Past Perfect Continuous)

English	Gujarati	Transliteration
I had been inviting	હું આમંત્રણ આપી રહ્યો હતો	hun aamantran aapi rahyo hato
you had been inviting	તું આમંત્રણ આપી રહ્યો હતો	tu aamantran aapi rahyo hato
he/she/it had been inviting	તે/તેણીની/તે આમંત્રણ આપી રહ્યો હતો	te/tenini/te aamantran aapi rahyo hato
we had been inviting	અમે આમંત્રણ આપી રહ્યાં હતાં	ame aamantran aapi rahya hata
you had been inviting	તમે આમંત્રણ આપી રહ્યાં હતાં	tame aamantran aapi rahya hata
they had been inviting	તેઓ આમંત્રણ આપી રહ્યાં હતાં	teo aamantran aapi rahya hata

સાદો ભવિષ્ય (Simple Future)

English	Gujarati	Transliteration
I will invite	હું આમંત્રણ આપીશ	hun aamantran aapish
you will invite	તું આમંત્રણ આપીશ	tu aamantran aapish
he/she/it will invite	તે/તેણીની/તે આમંત્રણ આપશે	te/tenini/te aamantran aapshe
we will invite	અમે આમંત્રણ આપીશું	ame aamantran aapishu
you will invite	તમે આમંત્રણ આપશો	tame aamantran aapsho
they will invite	તેઓ આમંત્રણ આપશે	teo aamantran aapshe

ચ લુ ભવ ષ્િય(Future Continuous)

English	Gujarati	Transliteration
I will be inviting	હું આમંત્રણ આપતો હોઈશ	hun aa**man**tran aapto hoish
you will be inviting	તું આમંત્રણ આપતો હોઈશ	tu aa**man**tran aapto hoish
he/she/it will be inviting	તે/તેણીની/તે આમંત્રણ આપતો હશે	te/tenini/te aa**man**tran aapto hashe
we will be inviting	અમે આમંત્રણ આપતા હોઈશું	ame aa**man**tran aapta hashu
you will be inviting	તમે આમંત્રણ આપતા હશો	tame aa**man**tran aaptoahasho
they will be inviting	તેઓ આમંત્રણ આપતા હશે	Teo aa**man**tran aapta hashe

પૂર્ણ ભવિષ્ય (Future Perfect)

English	Gujarati	Transliteration
I will have invited	મેં આમંત્રણ આપ્યું હશે	mein aa**man**tran aapyu hashe
you will have invited	તે આમંત્રણ આપ્યું હશે	te aa**man**tran aapyu hashe
he/she/it will have invited	તેણે આમંત્રણ આપ્યું હશે	tene aa**man**tran aapyu hashe
we will have invited	અમે આમંત્રણ આપ્યું હશે	ame aa**man**tran aapyu hashe
you will have invited	તમે આમંત્રણ આપ્યું હશે	tame aa**man**tran aapyu hashe
they will have invited	તેઓએ આમંત્રણ આપ્યું હશે	teoae aa**man**tran aapyu hashe

ચાલુ પૂર્ણ ભવિષ્ય (Future Perfect Continuous)

English	Gujarati	Transliteration
I will have been inviting	હું આમંત્રણ આપી રહ્યો હોઈશ	hun aa**man**tran aapi rahyo hoish
you will have been inviting	તું આમંત્રણ આપી રહ્યો હોઈશ	tu aa**man**tran aapi rahyo hoish
he/she/it will have been inviting	તે/તેણીની/તે આમંત્રણ આપી રહ્યો હશે	te/tenini/te aa**man**tran aapi rahyo hashe
we will have been inviting	અમે આમંત્રણ આપી રહ્યાં હોઈશું	ame aa**man**tran aapi rahya hoishu
you will have been inviting	તમે આમંત્રણ આપી રહ્યાં હશો	tame aa**man**tran aapi rahya hasho
they will have been inviting	તેઓ આમંત્રણ આપી રહ્યાં હશે	teo aa**man**tran aapi rahya hashe

49. To kill- મારી નાખવું (**maa**ri nakhvun)

<u>સાદો વર્તમાન **(Simple Present)**</u>

English	Gujarati	Transliteration
I kill	હું મારી નાખું છું	hun **ma**ri nakhu chhun
you kill	તું મારી નાખે છે	tu **ma**ri nakhe chhe
he/she/it kills	તે/તેણીની/તે મારી નાખે છે	te/tenini/te **ma**ri nakhe chhe
we kill	અમે મારી નાખીએ છીએ	ame **ma**ri nakhiye chiye
you kill	તમે મારી નાખો છો	tame **ma**ri nakho chho
they kill	તેઓ મારી નાખે છે	teo **ma**ri nakhe chhe

<u>ચાલુ વર્તમાન **(Present Continuous)**</u>

English	Gujarati	Transliteration
I am killing	હું મારી નાખી રહ્યો છું.	hun **ma**ri nakhi rahyo chhun
you are killing	તું મારી નાખી રહ્યો છે.	tu **ma**ri nakhi rahyo chhe
he/she/it is killing	તે મારી નાખી રહ્યો છે	te **ma**ri nakhi rahyo chhe
we are killing	અમે મારી નાખી રહ્યાં છીએ.	ame **ma**ri nakhi rahya chiye
you are killing	તમે મારી નાખી રહ્યાં છો.	tame **ma**ri nakhi rahya chho
they are killing	તેઓ મારી નાખી રહ્યાં છે.	teo **ma**ri nakhi rahya chhe

<u>પૂર્ણ વર્તમાન **(Present Perfect)**</u>

English	Gujarati	Transliteration
I have killed	મેં મારી નાખ્યો છે	mein **ma**ri nakhyo chhe
you have killed	તે મારી નાખ્યો છે	te **ma**ri nakhyo chhe
he/she/it has killed	તેણે મારી નાખ્યો છે	tene **ma**ri nakhyo chhe
we have killed	અમે મારી નાખ્યો છે	ame **ma**ri nakhyo chhe
you have killed	તમે મારી નાખ્યો છે	tame **ma**ri nakhyo chhe
they have killed	તેઓએ મારી નાખ્યો છે	teoae **ma**ri nakhyo chhe

ચ લુ પૂરણવરતમ ન (Present Perfect Continuous)

English	Gujarati	Transliteration
I have been killing	હું મારી નાખતો આવું છું.	hun **ma**ri nakhto aavu chhun
you have been killing	તું મારી નાખતો આવે છે.	tu **ma**ri nakhto aave chhe
he/she/it has been killing	તે મારી નાખતો આવે છે.	te/tenini/te **ma**ri nakhto aave chhe
we have been killing	અમે મારી નાખતા આવીએ છીએ.	ame **ma**ri nakhta aaviye chhiye
you have been killing	તમે મારી નાખતા આવો છો.	tame **ma**ri nakhta aavo chho
they have been killing	તેઓ મારી નાખતા આવે છે.	teo **ma**ri nakhta aave chhe

સાદો ભૂત (Simple Past)

English	Gujarati	Transliteration
I killed	મેં મારી નાખ્યો	mein **ma**ri nakhyo
you killed	તે મારી નાખ્યો	te **ma**ri nakhyo
he/she/it killed	તેણે મારી નાખ્યો	tene **ma**ri nakhyo
we killed	અમે મારી નાખ્યા	ame **ma**ri nakhya
you killed	તમે મારી નાખ્યા	tame **ma**ri nakhya
they killed	તેઓએ મારી નાખ્યા	teoae **ma**ri nakhya

ચાલુ ભૂત (Past Continuous)

English	Gujarati	Transliteration
I was killing	હું મારી નાખતો હતો	hun **ma**ri nakhto hato
you were killing	તું મારી નાખતો હતો	tu **ma**ri nakhto hato
he/she/it was killing	તે/તેણીની/તે મારી નાખતો હતો	te/tenini/te **ma**ri nakhto hato
we were killing	અમે મારી નાખતા હતાં	ame **ma**ri nakhta hata
you were killing	તમે મારી નાખતા હતાં	tame **ma**ri nakhta hata
they were killing	તેઓ મારી નાખતા હતાં	teo **ma**ri nakhta hata

પૂરણભૂત (Past Perfect)

English	Gujarati	Transliteration
I had killed	મેં મારી નાખ્યો હતો	mein **ma**ri nakhyo hatu
you had killed	તે મારી નાખ્યો હતો	te **ma**ri nakhyo hatu
he/she/it had killed	તેણે મારી નાખ્યો હતો	tene **ma**ri nakhyo hatu
we had killed	અમે મારી નાખ્યો હતો	ame **ma**ri nakhyo hatu
you had killed	તમે મારી નાખ્યો હતો	tame **ma**ri nakhyo hatu
they had killed	તેઓએ મારી નાખ્યો હતો	teoae **ma**ri nakhyo hatu

ચાલુ પૂર્ણ ભૂત (Past Perfect Continuous)

English	Gujarati	Transliteration
I had been killing	હું મારી નાખી રહ્યો હતો	hun **ma**ri nakhi rahyo hato
you had been killing	તું મારી નાખી રહ્યો હતો	tu **ma**ri nakhi rahyo hato
he/she/it had been killing	તે/તેણીની/તે મારી નાખી રહ્યો હતો	te/tenini/te **ma**ri nakhi rahyo hato
we had been killing	અમે મારી નાખી રહ્યાં હતાં	ame **ma**ri nakhi rahya hata
you had been killing	તમે મારી નાખી રહ્યાં હતાં	tame **ma**ri nakhi rahya hata
they had been killing	તેઓ મારી નાખી રહ્યાં હતાં	teo **ma**ri nakhi rahya hata

સાદો ભવિષ્ય (Simple Future)

English	Gujarati	Transliteration
I will kill	હું મારી નાખીશ	hun **ma**ri nakhish
you will kill	તું મારી નાખીશ	tu **ma**ri nakhish
he/she/it will kill	તે/તેણીની/તે મારી નાખશે	te/tenini/te **ma**ri nakhshe
we will kill	અમે મારી નાખીશું	ame **ma**ri nakhishu
you will kill	તમે મારી નાખશો	tame **ma**ri nakhsho
they will kill	તેઓ મારી નાખશે	teo **ma**ri nakhshe

ચ લુ ભવિષ્ય(Future Continuous)

English	Gujarati	Transliteration
I will be killing	હું મારી નાખતો હોઈશ	hun **ma**ri nakhto hoish
you will be killing	તું મારી નાખતો હોઈશ	tu **ma**ri nakhto hoish
he/she/it will be killing	તે/તેણીની/તે મારી નાખતો હશે	te/tenini/te **ma**ri nakhto hashe
we will be killing	અમે મારી નાખતા હોઈશું	ame **ma**ri nakhta hashu
you will be killing	તમે મારી નાખતા હશો	tame **ma**ri nakhta hasho
they will be killing	તેઓ મારી નાખતા હશે	Teo **ma**ri nakhta hashe

પૂર્ણ ભવિષ્ય (Future Perfect)

English	Gujarati	Transliteration
I will have killed	મેં મારી નાખ્યો હશે	mein **ma**ri nakhyo hashe
you will have killed	તે મારી નાખ્યો હશે	te **ma**ri nakhyo hashe
he/she/it will have killed	તેણે મારી નાખ્યો હશે	tene **ma**ri nakhyo hashe
we will have killed	અમે મારી નાખ્યો હશે	ame **ma**ri nakhyo hashe
you will have killed	તમે મારી નાખ્યો હશે	tame **ma**ri nakhyo hashe
they will have killed	તેઓએ મારી નાખ્યો હશે	teoae **ma**ri nakhyo hashe

ચાલુ પૂર્ણ ભવિષ્ય (Future Perfect Continuous)

English	Gujarati	Transliteration
I will have been killing	હું મારી નાખી રહ્યો હોઈશ	hun **ma**ri nakhi rahyo hoish
you will have been killing	તું મારી નાખી રહ્યો હોઈશ	tu **ma**ri nakhi rahyo hoish
he/she/it will have been killing	તે/તેણીની/તે મારી નાખી રહ્યો હશે	te/tenini/te **ma**ri nakhi rahyo hashe
we will have been killing	અમે મારી નાખી રહ્યાં હોઈશું	ame **ma**ri nakhi rahya hoishu
you will have been killing	તમે મારી નાખી રહ્યાં હશો	tame **ma**ri nakhi rahya hasho
they will have been killing	તેઓ મારી નાખી રહ્યાં હશે	teo **ma**ri nakhi rahya hashe

50. To kiss- ચુંબન કરવું (chumban karvun)

સાદો વર્તમાન (Simple Present)

English	Gujarati	Transliteration
I kiss	હું ચુંબન કરું છું	hun **chum**ban karu chhun
you kiss	તું ચુંબન કરે છે	tu **chum**ban kare chhe
he/she/it kisss	તે/તેણીની/તે ચુંબન કરે છે	te/tenini/te **chum**ban kare chhe
we kiss	અમે ચુંબન કરીએ છીએ	ame **chum**ban kariye chiye
you kiss	તમે ચુંબન કરો છો	tame **chum**ban karo chho
they kiss	તેઓ ચુંબન કરે છે	teo **chum**ban kare chhe

ચાલુ વર્તમાન (Present Continuous)

English	Gujarati	Transliteration
I am kissing	હું ચુંબન કરી રહ્યો છું.	hun **chum**ban kari rahyo chhun
you are kissing	તું ચુંબન કરી રહ્યો છે.	tu **chum**ban kari rahyo chhe
he/she/it is kissing	તે ચુંબન કરી રહ્યો છે	te **chum**ban kari rahyo chhe
we are kissing	અમે ચુંબન કરી રહ્યાં છીએ.	ame **chum**ban kari rahya chiye
you are kissing	તમે ચુંબન કરી રહ્યાં છો.	tame **chum**ban kari rahya chho
they are kissing	તેઓ ચુંબન કરી રહ્યાં છે.	teo **chum**ban kari rahya chhe

પૂર્ણ વર્તમાન (Present Perfect)

English	Gujarati	Transliteration
I have kissed	મેં ચુંબન કર્યું છે	mein **chum**ban karyu chhe
you have kissed	તે ચુંબન કર્યું છે	te **chum**ban karyu chhe
he/she/it has kissed	તેણે ચુંબન કર્યું છે	tene **chum**ban karyu chhe
we have kissed	અમે ચુંબન કર્યું છે	ame **chum**ban karyu chhe
you have kissed	તમે ચુંબન કર્યું છે	tame **chum**ban karyu chhe
they have kissed	તેઓએ ચુંબન કર્યું છે	teoae **chum**ban karyu chhe

ચ લુ પૂ્રણવ્રતમ ન (Present Perfect Continuous)

English	Gujarati	Transliteration
I have been kissing	હું ચુંબન કરતો આવું છું.	hun **chum**ban karto aavu chhun
you have been kissing	તું ચુંબન કરતો આવે છે.	tu **chum**ban karto aave chhe
he/she/it has been kissing	તે ચુંબન કરતો આવે છે.	te/tenini/te **chum**ban karto aave chhe
we have been kissing	અમે ચુંબન કરતા આવીએ છીએ.	ame **chum**ban karta aaviye chhiye
you have been kissing	તમે ચુંબન કરતા આવો છો.	tame **chum**ban karta aavo chho
they have been kissing	તેઓ ચુંબન કરતા આવે છે.	teo **chum**ban karta aave chhe

સાદો ભૂત (Simple Past)

English	Gujarati	Transliteration
I kissed	મેં ચુંબન કર્યું	mein **chum**ban karyu
you kissed	તે ચુંબન કર્યું	te **chum**ban karyu
he/she/it kissed	તેણે ચુંબન કર્યું	tene **chum**ban karyu
we kissed	અમે ચુંબન કર્યું	ame **chum**ban karyu
you kissed	તમે ચુંબન કર્યું	tame **chum**ban karyu
they kissed	તેઓએ ચુંબન કર્યું	teoae **chum**ban karyu

ચાલુ ભૂત (Past Continuous)

English	Gujarati	Transliteration
I was kissing	હું ચુંબન કરતો હતો	hun **chum**ban karto hato
you were kissing	તું ચુંબન કરતો હતો	tu **chum**ban karto hato
he/she/it was kissing	તે/તેણીની/તે ચુંબન કરતો હતો	te/tenini/te **chum**ban karto hato
we were kissing	અમે ચુંબન કરતા હતાં	ame **chum**ban karta hata
you were kissing	તમે ચુંબન કરતા હતાં	tame **chum**ban karta hata
they were kissing	તેઓ ચુંબન કરતા હતાં	teo **chum**ban karta hata

પૂરણભૂત (Past Perfect)

English	Gujarati	Transliteration
I had kissed	મેં ચુંબન કર્યું હતું	mein chumban karyu hatu
you had kissed	તે ચુંબન કર્યું હતું	te chumban karyu hatu
he/she/it had kissed	તેણે ચુંબન કર્યું હતું	tene chumban karyu hatu
we had kissed	અમે ચુંબન કર્યું હતું	ame chumban karyu hatu
you had kissed	તમે ચુંબન કર્યું હતું	tame chumban karyu hatu
they had kissed	તેઓએ ચુંબન કર્યું હતું	teoae chumban karyu hatu

ચાલુ પૂર્ણ ભૂત (Past Perfect Continuous)

English	Gujarati	Transliteration
I had been kissing	હું ચુંબન કરી રહ્યો હતો	hun chumban kari rahyo hato
you had been kissing	તું ચુંબન કરી રહ્યો હતો	tu chumban kari rahyo hato
he/she/it had been kissing	તે/તેણીની/તે ચુંબન કરી રહ્યો હતો	te/tenini/te chumban kari rahyo hato
we had been kissing	અમે ચુંબન કરી રહ્યાં હતાં	ame chumban kari rahya hata
you had been kissing	તમે ચુંબન કરી રહ્યાં હતાં	tame chumban kari rahya hata
they had been kissing	તેઓ ચુંબન કરી રહ્યાં હતાં	teo chumban kari rahya hata

સાદો ભવિષ્ય (Simple Future)

English	Gujarati	Transliteration
I will kiss	હું ચુંબન કરીશ	hun chumban karish
you will kiss	તું ચુંબન કરીશ	tu chumban karish
he/she/it will kiss	તે/તેણીની/તે ચુંબન કરશે	te/tenini/te chumban karshe
we will kiss	અમે ચુંબન કરીશું	ame chumban karishu
you will kiss	તમે ચુંબન કરશો	tame chumban karsho
they will kiss	તેઓ ચુંબન કરશે	teo chumban karshe

ચ લુ ભવિષ્યિ(Future Continuous)

English	Gujarati	Transliteration
I will be kissing	હું ચુંબન કરતો હોઈશ	hun **chum**ban karto hoish
you will be kissing	તું ચુંબન કરતો હોઈશ	tu **chum**ban karto hoish
he/she/it will be kissing	તે/તેણીની/તે ચુંબન કરતો હશે	te/tenini/te **chum**ban karto hashe
we will be kissing	અમે ચુંબન કરતા હોઈશું	ame **chum**ban karta hashu
you will be kissing	તમે ચુંબન કરતા હશો	tame **chum**ban kartoahasho
they will be kissing	તેઓ ચુંબન કરતા હશે	Teo **chum**ban karta hashe

પૂર્ણ ભવિષ્ય (Future Perfect)

English	Gujarati	Transliteration
I will have kissed	મેં ચુંબન કર્યું હશે	mein **chum**ban karyu hashe
you will have kissed	તે ચુંબન કર્યું હશે	te **chum**ban karyu hashe
he/she/it will have kissed	તેણે ચુંબન કર્યું હશે	tene **chum**ban karyu hashe
we will have kissed	અમે ચુંબન કર્યું હશે	ame **chum**ban karyu hashe
you will have kissed	તમે ચુંબન કર્યું હશે	tame **chum**ban karyu hashe
they will have kissed	તેઓએ ચુંબન કર્યું હશે	teoae **chum**ban karyu hashe

ચાલુ પૂર્ણ ભવિષ્ય (Future Perfect Continuous)

English	Gujarati	Transliteration
I will have been kissing	હું ચુંબન કરી રહ્યો હોઈશ	hun **chum**ban kari rahyo hoish
you will have been kissing	તું ચુંબન કરી રહ્યો હોઈશ	tu **chum**ban kari rahyo hoish
he/she/it will have been kissing	તે/તેણીની/તે ચુંબન કરી રહ્યો હશે	te/tenini/te **chum**ban kari rahyo hashe
we will have been kissing	અમે ચુંબન કરી રહ્યાં હોઈશું	ame **chum**ban kari rahya hoishu
you will have been kissing	તમે ચુંબન કરી રહ્યાં હશો	tame **chum**ban kari rahya hasho
they will have been kissing	તેઓ ચુંબન કરી રહ્યાં હશે	teo **chum**ban kari rahya hashe

51. To know: જાણવું (janvun)

સાદો વર્તમાન (Simple Present)

English	Gujarati	Transliteration
I know	હું જાણું છું	hun janu chhun
you know	તું જાણે છે	tu jane chhe
he/she/it knows	તે/તેણીની/તે જાણે છે	te/tenini/te jane chhe
we know	અમે જાણીએ છીએ	ame janiye chiye
you know	તમે જાણો છો	tame jano chho
they know	તેઓ જાણે છે	teo jane chhe

ચાલુ વર્તમાન (Present Continuous)

English	Gujarati	Transliteration
I am knowing	હું જાણી રહ્યો છું.	hun jani rahyo chhun
you are knowing	તું જાણી રહ્યો છે.	tu jani rahyo chhe
he/she/it is knowing	તે જાણી રહ્યો છે	te jani rahyo chhe
we are knowing	અમે જાણી રહ્યાં છીએ.	ame jani rahya chiye
you are knowing	તમે જાણી રહ્યાં છો.	tame jani rahya chho
they are knowing	તેઓ જાણી રહ્યાં છે.	teo jani rahya chhe

પૂર્ણ વર્તમાન (Present Perfect)

English	Gujarati	Transliteration
I have known	મેં જાણ્યું છે	mein janyu chhe
you have known	તે જાણ્યું છે	te janyu chhe
he/she/it has known	તેણે જાણ્યું છે	tene janyu chhe
we have known	અમે જાણ્યું છે	ame janyu chhe
you have known	તમે જાણ્યું છે	tame janyu chhe
they have known	તેઓએ જાણ્યું છે	teoae janyu chhe

ચ લુ પૂ્રણવ્રત્મ ન (Present Perfect Continuous)

English	Gujarati	Transliteration
I have been knowing	હું જાણતો આવું છું.	hun **ja**nto aavu chhun
you have been knowing	તું જાણતો આવે છે.	tu **ja**nto aave chhe
he/she/it has been knowing	તે જાણતો આવે છે.	te/tenini/te **ja**nto aave chhe
we have been knowing	અમે જાણતા આવીએ છીએ.	ame **ja**nta aaviye chhiye
you have been knowing	તમે જાણતા આવો છો.	tame **ja**nta aavo chho
they have been knowing	તેઓ જાણતા આવે છે.	teo **ja**nta aave chhe

<u>સાદો ભૂત (Simple Past)</u>

English	Gujarati	Transliteration
I knew	મેં જાણ્યું	mein **ja**nyu
you knew	તે જાણ્યું	te **ja**nyu
he/she/it knew	તેણે જાણ્યું	tene **ja**nyu
we knew	અમે જાણ્યું	ame **ja**nyu
you knew	તમે જાણ્યું	tame **ja**nyu
they knew	તેઓએ જાણ્યું	teoae **ja**nyu

<u>ચાલુ ભૂત (Past Continuous)</u>

English	Gujarati	Transliteration
I was knowing	હું જાણતો હતો	hun **ja**nto hato
you were knowing	તું જાણતો હતો	tu **ja**nto hato
he/she/it was knowing	તે/તેણીની/તે જાણતો હતો	te/tenini/te **ja**nto hato
we were knowing	અમે જાણતા હતાં	ame **ja**nta hata
you were knowing	તમે જાણતા હતાં	tame **ja**nta hata
they were knowing	તેઓ જાણતા હતાં	teo **ja**nta hata

પૂરણભૂત (Past Perfect)

English	Gujarati	Transliteration
I had known	મેં જાણ્યું હતું	mein janyu hatu
you had known	તે જાણ્યું હતું	te janyu hatu
he/she/it had known	તેણે જાણ્યું હતું	tene janyu hatu
we had known	અમે જાણ્યું હતું	ame janyu hatu
you had known	તમે જાણ્યું હતું	tame janyu hatu
they had known	તેઓએ જાણ્યું હતું	teoae janyu hatu

ચાલુ પૂર્ણ ભૂત (Past Perfect Continuous)

English	Gujarati	Transliteration
I had been knowing	હું જાણી રહ્યો હતો	hun jani rahyo hato
you had been knowing	તું જાણી રહ્યો હતો	tu jani rahyo hato
he/she/it had been knowing	તે/તેણીની/તે જાણી રહ્યો હતો	te/tenini/te jani rahyo hato
we had been knowing	અમે જાણી રહ્યાં હતાં	ame jani rahya hata
you had been knowing	તમે જાણી રહ્યાં હતાં	tame jani rahya hata
they had been knowing	તેઓ જાણી રહ્યાં હતાં	teo jani rahya hata

સાદો ભવિષ્ય (Simple Future)

English	Gujarati	Transliteration
I will know	હું જાણીશ	hun janish
you will know	તું જાણીશ	tu janish
he/she/it will know	તે/તેણીની/તે જાણશે	te/tenini/te janshe
we will know	અમે જાણીશું	ame janishu
you will know	તમે જાણશો	tame jansho
they will know	તેઓ જાણશે	teo janshe

ચ લુ ભવ િષ્ય(Future Continuous)

English	Gujarati	Transliteration
I will be knowing	હું જાણતો હોઈશ	hun **ja**nto hoish
you will be knowing	તું જાણતો હોઈશ	tu **ja**nto hoish
he/she/it will be knowing	તે/તેણીની/તે જાણતો હશે	te/tenini/te **ja**nto hashe
we will be knowing	અમે જાણતા હોઈશું	ame **ja**nta hashu
you will be knowing	તમે જાણતા હશો	tame **ja**ntoahasho
they will be knowing	તેઓ જાણતા હશે	Teo **ja**nta hashe

પૂર્ણ ભવિષ્ય (Future Perfect)

English	Gujarati	Transliteration
I will have known	મેં જાણ્યું હશે	mein **ja**nyu hashe
you will have known	તે જાણ્યું હશે	te **ja**nyu hashe
he/she/it will have known	તેણે જાણ્યું હશે	tene **ja**nyu hashe
we will have known	અમે જાણ્યું હશે	ame **ja**nyu hashe
you will have known	તમે જાણ્યું હશે	tame **ja**nyu hashe
they will have known	તેઓએ જાણ્યું હશે	teoae **ja**nyu hashe

ચાલુ પૂર્ણ ભવિષ્ય (Future Perfect Continuous)

English	Gujarati	Transliteration
I will have been knowing	હું જાણી રહ્યો હોઈશ	hun **ja**ni rahyo hoish
you will have been knowing	તું જાણી રહ્યો હોઈશ	tu **ja**ni rahyo hoish
he/she/it will have been knowing	તે/તેણીની/તે જાણી રહ્યો હશે	te/tenini/te **ja**ni rahyo hashe
we will have been knowing	અમે જાણી રહ્યાં હોઈશું	ame **ja**ni rahya hoishu
you will have been knowing	તમે જાણી રહ્યાં હશો	tame **ja**ni rahya hasho
they will have been knowing	તેઓ જાણી રહ્યાં હશે	teo **ja**ni rahya hashe

52. To laugh: હસવું (hasvun)

સાદો વર્તમાન (Simple Present)

English	Gujarati	Transliteration
I laugh	હું હસું છું	hun hasu chhun
you laugh	તું હશે છે	tu hase chhe
he/she/it laughs	તે/તેણીની/તે હશે છે	te/tenini/te hashe chhe
we laugh	અમે હસીયે છીએ	ame hasiye chiye
you laugh	તમે હસો છો	tame haso chho
they laugh	તેઓ હશે છે	teo hase chhe

ચાલુ વર્તમાન (Present Continuous)

English	Gujarati	Transliteration
I am laughing	હું હસી રહ્યો છું.	hun hasi rahyo chhun
you are laughing	તું હસી રહ્યો છે.	tu hasi rahyo chhe
he/she/it is laughing	તે હસી રહ્યો છે	te hasi rahyo chhe
we are laughing	અમે હસી રહ્યાં છીએ.	ame hasi rahya chiye
you are laughing	તમે હસી રહ્યાં છો.	tame hasi rahya chho
they are laughing	તેઓ હસી રહ્યાં છે.	teo hasi rahya chhe

પૂર્ણ વર્તમાન (Present Perfect)

English	Gujarati	Transliteration
I have laughed	હું હસ્યો છું	hun hasyo chhu
you have laughed	તું હસ્યો છે	Tu hasyo chhe
he/she/it has laughed	તે હસ્યો છે	te hasyo chhe
we have laughed	અમે હસ્યા છીએ	ame hasya chhiye
you have laughed	તમે હસ્યા છો	tame hasya chho
they have laughed	તેઓ હસ્યા છે	teo hasya chhe

ચ લુ પૂર્ણવર્તમ ન (Present Perfect Continuous)

English	Gujarati	Transliteration
I have been laughing	હું હસતો આવું છું.	hun **has**to aavu chhun
you have been laughing	તું હસતો આવે છે.	tu **has**to aave chhe
he/she/it has been laughing	તે હસતો આવે છે.	te/tenini/te **has**to aave chhe
we have been laughing	અમે હસતા આવીએ છીએ.	ame **has**ta aaviye chhiye
you have been laughing	તમે હસતા આવો છો.	tame **has**ta aavo chho
they have been laughing	તેઓ હસતા આવે છે.	teo **has**ta aave chhe

સાદો ભૂત (Simple Past)

English	Gujarati	Transliteration
I laughed	હું હસ્યો	hun **has**yo
you laughed	તું હસ્યો	tu **has**yo
he/she/it laughed	તે હસ્યો	te **has**yo
we laughed	અમે હસ્યા	ame **has**ya
you laughed	તમે હસ્યા	tame **has**ya
they laughed	તેઓ હસ્યા	teo **has**ya

ચાલુ ભૂત (Past Continuous)

English	Gujarati	Transliteration
I was laughing	હું હસતો હતો	hun **has**to hato
you were laughing	તું હસતો હતો	tu **has**to hato
he/she/it was laughing	તે/તેણીની/તે હસતો હતો	te/tenini/te **has**to hato
we were laughing	અમે હસતા હતાં	ame **has**ta hata
you were laughing	તમે હસતા હતાં	tame **has**ta hata
they were laughing	તેઓ હસતા હતાં	teo **has**ta hata

પૂરણભૂત (Past Perfect)

English	Gujarati	Transliteration
I had laughed	હું હસ્યો હતો	hun **ha**syo hato
you had laughed	તું હસ્યો હતો	tu **ha**syo hato
he/she/it had laughed	તે હસ્યો હતો	te **ha**syo hato
we had laughed	અમે હસ્યા હતાં	ame **ha**sya hata
you had laughed	તમે હસ્યા હતાં	tame **ha**sya hata
they had laughed	તેઓ હસ્યા હતાં	teo **ha**sya hata

ચાલુ પૂર્ણ ભૂત (Past Perfect Continuous)

English	Gujarati	Transliteration
I had been laughing	હું હસી રહ્યો હતો	hun **ha**si rahyo hato
you had been laughing	તું હસી રહ્યો હતો	tu **ha**si rahyo hato
he/she/it had been laughing	તે/તેણીની/તે હસી રહ્યો હતો	te/tenini/te **ha**si rahyo hato
we had been laughing	અમે હસી રહ્યાં હતાં	ame **ha**si rahya hata
you had been laughing	તમે હસી રહ્યાં હતાં	tame **ha**si rahya hata
they had been laughing	તેઓ હસી રહ્યાં હતાં	teo **ha**si rahya hata

સાદો ભવિષ્ય (Simple Future)

English	Gujarati	Transliteration
I will laugh	હું હસીશ	hun **ha**sish
you will laugh	તું હસીશ	tu **ha**sish
he/she/it will laugh	તે/તેણીની/તે હસશે	te/tenini/te **ha**sshe
we will laugh	અમે હસીશું	ame **ha**sishu
you will laugh	તમે હસશો	tame **ha**ssho
they will laugh	તેઓ હસશે	teo **ha**sshe

ચ લુ ભવ્ષ્િય(Future Continuous)

English	Gujarati	Transliteration
I will be laughing	હું હસતો હોઈશ	hun **has**to hoish
you will be laughing	તું હસતો હોઈશ	tu **has**to hoish
he/she/it will be laughing	તે/તેણીની/તે હસતો હશે	te/tenini/te **has**to hashe
we will be laughing	અમે હસતા હોઈશું	ame **has**ta hashu
you will be laughing	તમે હસતા હશો	tame **has**ta hasho
they will be laughing	તેઓ હસતા હશે	Teo **has**ta hashe

પૂર્ણ ભવિષ્ય (Future Perfect)

English	Gujarati	Transliteration
I will have laughed	હું હસ્યો હોઈશ	hun **has**yo hoish
you will have laughed	તું હસ્યો હોઈશ	tu **has**yo hoish
he/she/it will have laughed	તે હસ્યો હશે	te **has**yo hashe
we will have laughed	અમે હસ્યા હોઈશું	ame **has**ya hoishu
you will have laughed	તમે હસ્યા હશો	tame **has**ya hasho
they will have laughed	તેઓ હસ્યા હશે	teo **has**ya hashe

ચાલુ પૂર્ણ ભવિષ્ય (Future Perfect Continuous)

English	Gujarati	Transliteration
I will have been laughing	હું હસી રહ્યો હોઈશ	hun **has**i rahyo hoish
you will have been laughing	તું હસી રહ્યો હોઈશ	tu **has**i rahyo hoish
he/she/it will have been laughing	તે/તેણીની/તે હસી રહ્યો હશે	te/tenini/te **has**i rahyo hashe
we will have been laughing	અમે હસી રહ્યાં હોઈશું	ame **has**i rahya hoishu
you will have been laughing	તમે હસી રહ્યાં હશો	tame **has**i rahya hasho
they will have been laughing	તેઓ હસી રહ્યાં હશે	teo **has**i rahya hashe

52. To learn: શીખવું (shikhavun)

સાદો વર્તમાન (Simple Present)

English	Gujarati	Transliteration
I learn	હું શીખું છું	hun shikhu chhun
you learn	તું શીખે છે	tu shikhe chhe
he/she/it learns	તે/તેણીની/તે શીખે છે	te/tenini/te shikhe chhe
we learn	અમે શીખીએ છીએ	ame shikhiye chiye
you learn	તમે શીખો છો	tame shikho chho
they learn	તેઓ શીખે છે	teo shikhe chhe

ચાલુ વર્તમાન (Present Continuous)

English	Gujarati	Transliteration
I am learning	હું શીખી રહ્યો છું.	hun shikhi rahyo chhun
you are learning	તું શીખી રહ્યો છે.	tu shikhi rahyo chhe
he/she/it is learning	તે શીખી રહ્યો છે	te shikhi rahyo chhe
we are learning	અમે શીખી રહ્યાં છીએ.	ame shikhi rahya chiye
you are learning	તમે શીખી રહ્યાં છો.	tame shikhi rahya chho
they are learning	તેઓ શીખી રહ્યાં છે.	teo shikhi rahya chhe

પૂર્ણ વર્તમાન (Present Perfect)

English	Gujarati	Transliteration
I have learnt; learned	મેં શીખ્યું છે	mein shikhyu chhe
you have learnt; learned	તે શીખ્યું છે	te shikhyu chhe
he/she/it has learnt; learned	તેણે શીખ્યું છે	tene shikhyu chhe
we have learnt; learned	અમે શીખ્યું છે	ame shikhyu chhe
you have learnt; learned	તમે શીખ્યું છે	tame shikhyu chhe
they have learnt; learned	તેઓએ શીખ્યું છે	teoae shikhyu chhe

ચ લુ પૂરણ્વર્તમ ન (Present Perfect Continuous)

English	Gujarati	Transliteration
I have been learning	હું શીખતો આવું છું.	hun **shi**khto aavu chhun
you have been learning	તું શીખતો આવે છે.	tu **shi**khto aave chhe
he/she/it has been learning	તે શીખતો આવે છે.	te/tenini/te **shi**khto aave chhe
we have been learning	અમે શીખતા આવીએ છીએ.	ame **shi**khta aaviye chhiye
you have been learning	તમે શીખતા આવો છો.	tame **shi**khta aavo chho
they have been learning	તેઓ શીખતા આવે છે.	teo **shi**khta aave chhe

સાદો ભૂત (Simple Past)

English	Gujarati	Transliteration
I learnt; learned	હું શીખ્યો	mein **shi**khyu
you learnt; learned	તું શીખ્યો	te **shi**khyu
he/she/it learnt; learned	તે શીખ્યો	tene **shi**khyu
we learnt; learned	અમે શીખ્યા	ame **shi**khya
you learnt; learned	તમે શીખ્યા	tame **shi**khya
they learnt; learned	તેઓ શીખ્યા	teo **shi**khya

ચાલુ ભૂત (Past Continuous)

English	Gujarati	Transliteration
I was learning	હું શીખતો હતો	hun **shi**khto hato
you were learning	તું શીખતો હતો	tu **shi**khto hato
he/she/it was learning	તે/તેણીની/તે શીખતો હતો	te/tenini/te **shi**khto hato
we were learning	અમે શીખતા હતાં	ame **shi**khta hata
you were learning	તમે શીખતા હતાં	tame **shi**khta hata
they were learning	તેઓ શીખતા હતાં	teo **shi**khta hata

પૂરણભૂત (Past Perfect)

English	Gujarati	Transliteration
I had learnt; learned	હું શીખતો હતો	hun **shik**hto hato
you had learnt; learned	તું શીખતો હતો	tu **shik**hto hato
he/she/it had learnt; learned	તે શીખતો હતો	te **shik**hto hato
we had learnt; learned	અમે શીખતા હતા	ame **shik**hta hata
you had learnt; learned	તમે શીખતા હતા	tame **shik**hta hata
they had learnt; learned	તેઓ શીખતા હતા	teo **shik**hta hata

ચાલુ પૂર્ણ ભૂત (Past Perfect Continuous)

English	Gujarati	Transliteration
I had been learning	હું શીખી રહ્યો હતો	hun **shik**hi rahyo hato
you had been learning	તું શીખી રહ્યો હતો	tu **shik**hi rahyo hato
he/she/it had been learning	તે/તેણીની/તે શીખી રહ્યો હતો	te/tenini/te **shik**hi rahyo hato
we had been learning	અમે શીખી રહ્યાં હતાં	ame **shik**hi rahya hata
you had been learning	તમે શીખી રહ્યાં હતાં	tame **shik**hi rahya hata
they had been learning	તેઓ શીખી રહ્યાં હતાં	teo **shik**hi rahya hata

સાદો ભવિષ્ય (Simple Future)

English	Gujarati	Transliteration
I will learn	હું શીખીશ	hun **shik**hish
you will learn	તું શીખીશ	tu **shik**hish
he/she/it will learn	તે/તેણીની/તે શીખશે	te/tenini/te **shik**hshe
we will learn	અમે શીખીશું	ame **shik**hishu
you will learn	તમે શીખશો	tame **shik**hsho
they will learn	તેઓ શીખશે	teo **shik**hshe

ચ લુ ભવ્િષ્િય(Future Continuous)

English	Gujarati	Transliteration
I will be learning	હું શીખતો હોઈશ	hun **shi**khto hoish
you will be learning	તું શીખતો હોઈશ	tu **shi**khto hoish
he/she/it will be learning	તે/તેણીની/તે શીખતો હશે	te/tenini/te **shi**khto hashe
we will be learning	અમે શીખતા હોઈશું	ame **shi**khta hashu
you will be learning	તમે શીખતા હશો	tame **shi**khtoahasho
they will be learning	તેઓ શીખતા હશે	Teo **shi**khta hashe

પૂર્ણ ભવિષ્ય (Future Perfect)

English	Gujarati	Transliteration
I will have learnt; learned	મેં શીખ્યું હશે	mein **shi**khyu hashe
you will have learnt; learned	તે શીખ્યું હશે	te **shi**khyu hashe
he/she/it will have learnt; learned	તેણે શીખ્યું હશે	tene **shi**khyu hashe
we will have learnt; learned	અમે શીખ્યું હશે	ame **shi**khyu hashe
you will have learnt; learned	તમે શીખ્યું હશે	tame **shi**khyu hashe
they will have learnt; learned	તેઓએ શીખ્યું હશે	teoae **shi**khyu hashe

ચાલુ પૂર્ણ ભવિષ્ય (Future Perfect Continuous)

English	Gujarati	Transliteration
I will have been learning	હું શીખી રહ્યો હોઈશ	hun **shi**khi rahyo hoish
you will have been learning	તું શીખી રહ્યો હોઈશ	tu **shi**khi rahyo hoish
he/she/it will have been learning	તે/તેણીની/તે શીખી રહ્યો હશે	te/tenini/te **shi**khi rahyo hashe
we will have been learning	અમે શીખી રહ્યાં હોઈશું	ame **shi**khi rahya hoishu
you will have been learning	તમે શીખી રહ્યાં હશો	tame **shi**khi rahya hasho
they will have been learning	તેઓ શીખી રહ્યાં હશે	teo **shi**khi rahya hashe

54. To lie down: આડા પડવું (aa**da** padvu)

સાદો વર્તમાન (Simple Present)

English	Gujarati	Transliteration
I lie down	હું આડો પડું છું	hun aa**do** padun chhun
you lie down	તું આડો પડે છે	tu aa**do** pade chhe
he/she/it lie downs	તે/તેણીની/તે આડો પડે છે	te/tenini/te aa**do** pade chhe
we lie down	અમે આડા પડીએ છીએ	ame aa**da** padiye chiye
you lie down	તમે આડા પડો છો	tame aa**da** pa**do** chho
they lie down	તેઓ આડા પડે છે	teo aa**da** pade chhe

ચાલુ વર્તમાન (Present Continuous)

English	Gujarati	Transliteration
I am lying down	હું આડો પડી રહ્યો છું.	hun aa**do** padi rahyo chhun
you are lying down	તું આડો પડી રહ્યો છે.	tu aa**do** padi rahyo chhe
he/she/it is lying down	તે આડો પડી રહ્યો છે	te aa**do** padi rahyo chhe
we are lying down	અમે આડા પડી રહ્યાં છીએ.	ame aa**da** padi rahya chiye
you are lying down	તમે આડા પડી રહ્યાં છો.	tame aa**da** padi rahya chho
they are lying down	તેઓ આડા પડી રહ્યાં છે.	teo aa**da** padi rahya chhe

પૂર્ણ વર્તમાન (Present Perfect)

English	Gujarati	Transliteration
I have lied down	હું આડો પડ્યો છું	hun aa**do** padyo chhu
you have lied down	તું આડો પડ્યો છે	tu aa**do** padyo chhe
he/she/it has lied down	તે આડો પડ્યો છે	te aa**do** padyo chhe
we have lied down	અમે આડા પડ્યા છીએ	ame aa**da** padya chhiye
you have lied down	તમે આડા પડ્યા છો	tame aa**da** padya chho
they have lied down	તેઓ આડા પડ્યા છે	teo aa**da** padya chhe

231

ચ લુ પૂ્રણવ્રતમ ન (Present Perfect Continuous)

English	Gujarati	Transliteration
I have been lying down	હું આડો પડતો આવું છું.	hun aa**do** padto aavu chhun
you have been lying down	તું આડો પડતો આવે છે.	tu aa**do** padto aave chhe
he/she/it has been lying down	તે આડો પડતો આવે છે.	te/tenini/te aa**do** padto aave chhe
we have been lying down	અમે આડા પડતા આવીએ છીએ.	ame aa**da** padta aaviye chhiye
you have been lying down	તમે આડા પડતા આવો છો.	tame aa**da** padta aavo chho
they have been lying down	તેઓ આડા પડતા આવે છે.	teo aa**da** padta aave chhe

<u>સાદો ભૂત (Simple Past)</u>

English	Gujarati	Transliteration
I lied down	હું આડો પડ્યો	hun aa**do** padyo
you lied down	તું આડો પડ્યો	tu aa**do** padyo
he/she/it lied down	તે આડો પડ્યો	te aa**do** padyo
we lied down	અમે આડા પડ્યા	ame aa**da** padya
you lied down	તમે આડા પડ્યા	tame aa**da** padya
they lied down	તેઓ આડા પડ્યા	teo aa**da** padya

<u>ચાલુ ભૂત (Past Continuous)</u>

English	Gujarati	Transliteration
I was lying down	હું આડો પડતો હતો	hun aa**do** padto hato
you were lying down	તું આડો પડતો હતો	tu aa**do** padto hato
he/she/it was lying down	તે/તેણીની/તે આડો પડતો હતો	te/tenini/te aa**do** padto hato
we were lying down	અમે આડા પડતા હતાં	ame aa**da** padta hata
you were lying down	તમે આડા પડતા હતાં	tame aa**da** padta hata
they were lying down	તેઓ આડા પડતા હતાં	teo aa**da** padta hata

પૂરણભૂત (Past Perfect)

English	Gujarati	Transliteration
I had lied down	હું આડો પડ્યો હતો	hun aa**do** padyo hato
you had lied down	તું આડો પડ્યો હતો	tu aa**do** padyo hato
he/she/it had lied down	તે આડો પડ્યો હતો	te aa**do** padyo hato
we had lied down	અમે આડા પડ્યા હતાં	ame aa**da** padya hata
you had lied down	તમે આડા પડ્યા હતાં	tame aa**da** padya hata
they had lied down	તેઓ આડા પડ્યા હતાં	teo aa**da** padya hata

ચાલુ પૂર્ણ ભૂત (Past Perfect Continuous)

English	Gujarati	Transliteration
I had been lying down	હું આડો પડી રહ્યો હતો	hun aa**do** padi rahyo hato
you had been lying down	તું આડો પડી રહ્યો હતો	tu aa**do** padi rahyo hato
he/she/it had been lying down	તે/તેણીની/તે આડો પડી રહ્યો હતો	te/tenini/te aa**do** padi rahyo hato
we had been lying down	અમે આડા પડી રહ્યાં હતાં	ame aa**da** padi rahya hata
you had been lying down	તમે આડા પડી રહ્યાં હતાં	tame aa**da** padi rahya hata
they had been lying down	તેઓ આડા પડી રહ્યાં હતાં	teo aa**da** padi rahya hata

સાદો ભવિષ્ય (Simple Future)

English	Gujarati	Transliteration
I will lie down	હું આડો પડીશ	hun aa**do** padish
you will lie down	તું આડો પડીશ	tu aa**do** padish
he/she/it will lie down	તે/તેણીની/તે આડો પડશે	te/tenini/te aa**do** padshe
we will lie down	અમે આડા પડીશું	ame aa**da** padishu
you will lie down	તમે આડા પડશો	tame aa**da** padsho
they will lie down	તેઓ આડા પડશે	teo aa**da** padshe

ચ લુ ભવ ષ્ય(Future Continuous)

English	Gujarati	Transliteration
I will be lying down	હું આડો પડતો હોઈશ	hun aa**do** padto hoish
you will be lying down	તું આડો પડતો હોઈશ	tu aa**do** padto hoish
he/she/it will be lying down	તે/તેણીની/તે આડો પડતો હશે	te/tenini/te aa**do** padto hashe
we will be lying down	અમે આડા પડતા હોઈશું	ame aa**da** padta hoishu
you will be lying down	તમે આડા પડતા હશો	tame aa**da** padta hasho
they will be lying down	તેઓ આડા પડતા હશે	Teo aa**da** padta hashe

પૂર્ણ ભવિષ્ય (Future Perfect)

English	Gujarati	Transliteration
I will have lied down	હું આડો પડ્યો હોઈશ	hun aa**do** padyo hoish
you will have lied down	તું આડો પડ્યો હોઈશ	tu aa**do** padyo hoish
he/she/it will have lied down	તે આડો પડ્યો હશે	te aa**do** padyo hashe
we will have lied down	અમે આડા પડ્યા હોઈશું	ame aa**da** padya hoishu
you will have lied down	તમે આડા પડ્યા હશો	tame aa**da** padya hasho
they will have lied down	તેઓ આડા પડ્યા હશે	teo aa**da** padya hashe

ચાલુ પૂર્ણ ભવિષ્ય (Future Perfect Continuous)

English	Gujarati	Transliteration
I will have been lying down	હું આડો પડી રહ્યો હોઈશ	hun aa**do** padi rahyo hoish
you will have been lying down	તું આડો પડી રહ્યો હોઈશ	tu aa**do** padi rahyo hoish
he/she/it will have been lying down	તે/તેણીની/તે આડો પડી રહ્યો હશે	te/tenini/te aa**do** padi rahyo hashe
we will have been lying down	અમે આડા પડી રહ્યાં હોઈશું	ame aa**da** padi rahya hoishu
you will have been lying down	તમે આડા પડી રહ્યાં હશો	tame aa**da** padi rahya hasho
they will have been lying down	તેઓ આડા પડી રહ્યાં હશે	teo aa**da** padi rahya hashe

55. To like: ગમવું (**ga**mvun)

સાદો વર્તમાન (Simple Present)

English	Gujarati	Transliteration
I like	મને ગમે છે	mane **ga**me chhe
you like	તને ગમે છે	tane **ga**me chhe
he/she/it likes	તેને ગમે છે	tene **ga**me chhe
we like	અમને ગમે છે	amne **ga**me chhe
you like	તમને ગમે છે	tamne **ga**me chhe
they like	તેઓને ગમે છે	teone **ga**me chhe

ચાલુ વર્તમાન (Present Continuous)

English	Gujarati	Transliteration
I am liking	મને ગમી રહ્યું છે	mane **ga**mi rahyu chhe
you are liking	તને ગમી રહ્યું છે.	tane **ga**mi rahyu chhe
he/she/it is liking	તેને ગમી રહ્યું છે	te **ga**mi rahyu chhe
we are liking	અમને ગમી રહ્યું છે.	amne **ga**mi rahyu chhe
you are liking	તમને ગમી રહ્યું છે.	tamne **ga**mi rahyu chhe
they are liking	તેઓને ગમી રહ્યું છે.	teone **ga**mi rahyu chhe

પૂર્ણ વર્તમાન (Present Perfect)

English	Gujarati	Transliteration
I have liked	મને ગમ્યું છે	mein **ga**myu chhe
you have liked	તને ગમ્યું છે	te **ga**myu chhe
he/she/it has liked	તેને ગમ્યું છે	tene **ga**myu chhe
we have liked	અમને ગમ્યું છે	amne **ga**myu chhe
you have liked	તમને ગમ્યું છે	tamne **ga**myu chhe
they have liked	તેઓને ગમ્યું છે	teoneae **ga**myu chhe

ચ લુ પૂરણવરતમ ન (Present Perfect Continuous)

English	Gujarati	Transliteration
I have been liking	મને ગમતું આવે છે.	mane **ga**mtu aave chhe
you have been liking	તને ગમતું આવે છે.	tane **ga**mtu aave chhe
he/she/it has been liking	તેને ગમતું આવે છે.	tene **ga**mtu aave chhe
we have been liking	અમને ગમતું આવે છે.	amne **ga**mtu aave chhe
you have been liking	તમને ગમતું આવે છે.	tamne **ga**mtu aave chhe
they have been liking	તેઓને ગમતું આવે છે.	teone **ga**mtu aave chhe

સાદો ભૂત (Simple Past)

English	Gujarati	Transliteration
I liked	મને ગમ્યું	mane **ga**myu
you liked	તને ગમ્યું	te **ga**myu
he/she/it liked	તેને ગમ્યું	tene **ga**myu
we liked	અમને ગમ્યું	amne **ga**myu
you liked	તમને ગમ્યું	tamne **ga**myu
they liked	તેઓને ગમ્યું	teone **ga**myu

ચાલુ ભૂત (Past Continuous)

English	Gujarati	Transliteration
I was liking	મને ગમતું હતું	mane **ga**mtu hatu
you were liking	તને ગમતું હતું	tane **ga**mtu hatu
he/she/it was liking	તેને ગમતું હતું	tene **ga**mtu hatu
we were liking	અમને ગમતું હતું	amne **ga**mtu hatu
you were liking	તમને ગમતું હતું	tamne **ga**mtu hatu
they were liking	તેઓને ગમતું હતું	teone **ga**mtu hatu

પૂરણ્ભૂત (Past Perfect)

English	Gujarati	Transliteration
I had liked	મને ગમતું આવતું હતું	mane **ga**mtu aavtu hatu
you had liked	તને ગમતું આવતું હતું	tane **ga**mtu aavtu hatu
he/she/it had liked	તેને ગમતું આવતું હતું	tene **ga**mtu aavtu hatu
we had liked	અમને ગમતું આવતું હતું	amne **ga**mtu aavtu hatu
you had liked	તમને ગમતું આવતું હતું	tamne **ga**mtu aavtu hatu
they had liked	તેઓને ગમતું આવતું હતું	teone **ga**mtu aavtu hatu

ચાલુ પૂર્ણ ભૂત (Past Perfect Continuous)

English	Gujarati	Transliteration
I had been liking	મને ગમી રહ્યું હતું	mane **ga**mi rahyu hatu
you had been liking	તને ગમી રહ્યું હતું	tane **ga**mi rahyu hatu
he/she/it had been liking	તેને ગમી રહ્યું હતું	tene **ga**mi rahyu hatu
we had been liking	અમને ગમી રહ્યું હતું	amne **ga**mi rahyu hatu
you had been liking	તમને ગમી રહ્યું હતું	tamne **ga**mi rahyu hatu
they had been liking	તેઓને ગમી રહ્યું હતું	teone **ga**mi rahyu hatu

સાદો ભવિષ્ય (Simple Future)

English	Gujarati	Transliteration
I will like	મને ગમશે	mane **ga**mshe
you will like	તને ગમશે	tane **ga**mshe
he/she/it will like	તેને ગમશે	tene **ga**mshe
we will like	અમને ગમશે	amne **ga**mshe
you will like	તમને ગમશે	tamne **ga**mshe
they will like	તેઓને ગમશે	teone **ga**mshe

ચ લુ ભવિષ્ય(Future Continuous)

English	Gujarati	Transliteration
I will be liking	મને ગમતું આવતું હશે	mane **ga**mtu aavtu hashe
you will be liking	તને ગમતું આવતું હશે	tane **ga**mtu aavtu hashe
he/she/it will be liking	તેને ગમતું આવતું હશે	tene **ga**mtu aavtu hashe
we will be liking	અમને ગમતું આવતું હશે	amne **ga**mtu aavtu hashe
you will be liking	તમને ગમતું આવતું હશે	tamne **ga**mut aavtu hashe
they will be liking	તેઓને ગમતું આવતું હશે	Teone **ga**mtu aavtu hashe

પૂર્ણ ભવિષ્ય (Future Perfect)

English	Gujarati	Transliteration
I will have liked	મને ગમ્યું હશે	mane **ga**myu hashe
you will have liked	તને ગમ્યું હશે	te **ga**myu hashe
he/she/it will have liked	તેને ગમ્યું હશે	tene **ga**myu hashe
we will have liked	અમને ગમ્યું હશે	amne **ga**myu hashe
you will have liked	તમને ગમ્યું હશે	tamne **ga**myu hashe
they will have liked	તેઓને ગમ્યું હશે	teone **ga**myu hashe

ચાલુ પૂર્ણ ભવિષ્ય (Future Perfect Continuous)

English	Gujarati	Transliteration
I will have been liking	મને ગમી રહ્યું હશે	mane **ga**mi rahyu hashe
you will have been liking	તને ગમી રહ્યું હશે	tane **ga**mi rahyu hashe
he/she/it will have been liking	તેને ગમી રહ્યું હશે	tene **ga**mi rahyu hashe
we will have been liking	અમને ગમી રહ્યું હશે	amne **ga**mi rahyu hashe
you will have been liking	તમને ગમી રહ્યું હશે	tamne **ga**mi rahyu hashe
they will have been liking	તેઓને ગમી રહ્યું હશે	teone **ga**mi rahyu hashe

56. To listen: સાંભળવું (sam**bh**dvun)

સાદો વર્તમાન (Simple Present)

English	Gujarati	Transliteration
I listen	હું સાંભળું છું	hun sam**bh**dun chhun
you listen	તું સાંભળે છે	tu sam**bh**de chhe
he/she/it listens	તે/તેણીની/તે સાંભળે છે	te/tenini/te sam**bh**de chhe
we listen	અમે સાંભળીએ છીએ	ame sam**bh**diye chiye
you listen	તમે સાંભળો છો	tame sam**bh**do chho
they listen	તેઓ સાંભળે છે	teo sam**bh**de chhe

ચાલુ વર્તમાન (Present Continuous)

English	Gujarati	Transliteration
I am listening	હું સાંભળી રહ્યો છું.	hun sam**bh**di rahyo chhun
you are listening	તું સાંભળી રહ્યો છે.	tu sam**bh**di rahyo chhe
he/she/it is listening	તે સાંભળી રહ્યો છે	te sam**bh**di rahyo chhe
we are listening	અમે સાંભળી રહ્યાં છીએ.	ame sam**bh**di rahya chiye
you are listening	તમે સાંભળી રહ્યાં છો.	tame sam**bh**di rahya chho
they are listening	તેઓ સાંભળી રહ્યાં છે.	teo sam**bh**di rahya chhe

પૂર્ણ વર્તમાન (Present Perfect)

English	Gujarati	Transliteration
I have listened	મેં સાંભળ્યું છે	mein sam**bh**dyu chhe
you have listened	તે સાંભળ્યું છે	te sam**bh**dyu chhe
he/she/it has listened	તેણે સાંભળ્યું છે	tene sam**bh**dyu chhe
we have listened	અમે સાંભળ્યું છે	ame sam**bh**dyu chhe
you have listened	તમે સાંભળ્યું છે	tame sam**bh**dyu chhe
they have listened	તેઓએ સાંભળ્યું છે	teoae sam**bh**dyu chhe

ચ લુ પૂરણવર્તમ ન (Present Perfect Continuous)

English	Gujarati	Transliteration
I have been listening	હું સાંભળતો આવું છું.	hun sam**bh**dto aavu chhun
you have been listening	તું સાંભળતો આવે છે.	tu sam**bh**dto aave chhe
he/she/it has been listening	તે સાંભળતો આવે છે.	te/tenini/te sam**bh**dto aave chhe
we have been listening	અમે સાંભળતા આવીએ છીએ.	ame sam**bh**dta aaviye chhiye
you have been listening	તમે સાંભળતા આવો છો.	tame sam**bh**dta aavo chho
they have been listening	તેઓ સાંભળતા આવે છે.	teo sam**bh**dta aave chhe

સાદો ભૂત (Simple Past)

English	Gujarati	Transliteration
I listened	મેં સાંભળ્યું	mein sam**bh**dyu
you listened	તે સાંભળ્યું	te sam**bh**dyu
he/she/it listened	તેણે સાંભળ્યું	tene sam**bh**dyu
we listened	અમે સાંભળ્યું	ame sam**bh**dyu
you listened	તમે સાંભળ્યું	tame sam**bh**dyu
they listened	તેઓએ સાંભળ્યું	teoae sam**bh**dyu

ચાલુ ભૂત (Past Continuous)

English	Gujarati	Transliteration
I was listening	હું સાંભળતો હતો	hun sam**bh**dto hato
you were listening	તું સાંભળતો હતો	tu sam**bh**dto hato
he/she/it was listening	તે/તેણીની/તે સાંભળતો હતો	te/tenini/te sam**bh**dto hato
we were listening	અમે સાંભળતા હતાં	ame sam**bh**dta hata
you were listening	તમે સાંભળતા હતાં	tame sam**bh**dta hata
they were listening	તેઓ સાંભળતા હતાં	teo sam**bh**dta hata

પૂરણભૂત (Past Perfect)

English	Gujarati	Transliteration
I had listened	મેં સાંભળ્યું હતું	mein sam**bh**dyu hatu
you had listened	તે સાંભળ્યું હતું	te sam**bh**dyu hatu
he/she/it had listened	તેણે સાંભળ્યું હતું	tene sam**bh**dyu hatu
we had listened	અમે સાંભળ્યું હતું	ame sam**bh**dyu hatu
you had listened	તમે સાંભળ્યું હતું	tame sam**bh**dyu hatu
they had listened	તેઓએ સાંભળ્યું હતું	teoae sam**bh**dyu hatu

ચાલુ પૂર્ણ ભૂત (Past Perfect Continuous)

English	Gujarati	Transliteration
I had been listening	હું સાંભળી રહ્યો હતો	hun sam**bh**di rahyo hato
you had been listening	તું સાંભળી રહ્યો હતો	tu sam**bh**di rahyo hato
he/she/it had been listening	તે/તેણીની/તે સાંભળી રહ્યો હતો	te/tenini/te sam**bh**di rahyo hato
we had been listening	અમે સાંભળી રહ્યાં હતાં	ame sam**bh**di rahya hata
you had been listening	તમે સાંભળી રહ્યાં હતાં	tame sam**bh**di rahya hata
they had been listening	તેઓ સાંભળી રહ્યાં હતાં	teo sam**bh**di rahya hata

સાદો ભવિષ્ય (Simple Future)

English	Gujarati	Transliteration
I will listen	હું સાંભળીશ	hun sam**bh**dish
you will listen	તું સાંભળીશ	tu sam**bh**dish
he/she/it will listen	તે/તેણીની/તે સાંભળશે	te/tenini/te sam**bh**dshe
we will listen	અમે સાંભળીશું	ame sam**bh**dishu
you will listen	તમે સાંભળશો	tame sam**bh**disho
they will listen	તેઓ સાંભળશે	teo sam**bh**dishe

ચ લુ ભવિષ્યિય(Future Continuous)

English	Gujarati	Transliteration
I will be listening	હું સાંભળતો હોઈશ	hun sam**bh**dto hoish
you will be listening	તું સાંભળતો હોઈશ	tu sam**bh**dto hoish
he/she/it will be listening	તે/તેણીની/તે સાંભળતો હશે	te/tenini/te sam**bh**dto hashe
we will be listening	અમે સાંભળતા હોઈશું	ame sam**bh**dta hashu
you will be listening	તમે સાંભળતા હશો	tame sam**bh**dta hasho
they will be listening	તેઓ સાંભળતા હશે	Teo sam**bh**dta hashe

પૂર્ણ ભવિષ્ય (Future Perfect)

English	Gujarati	Transliteration
I will have listened	મેં સાંભળ્યું હશે	mein sam**bh**dyun hashe
you will have listened	તે સાંભળ્યું હશે	te sam**bh**dyun hashe
he/she/it will have listened	તેણે સાંભળ્યું હશે	tene sam**bh**dyun hashe
we will have listened	અમે સાંભળ્યું હશે	ame sam**bh**dyun hashe
you will have listened	તમે સાંભળ્યું હશે	tame sam**bh**dyun hashe
they will have listened	તેઓએ સાંભળ્યું હશે	teoye sam**bh**dyun hashe

ચાલુ પૂર્ણ ભવિષ્ય (Future Perfect Continuous)

English	Gujarati	Transliteration
I will have been listening	હું સાંભળી રહ્યો હોઈશ	hun sam**bh**di rahyo hoish
you will have been listening	તું સાંભળી રહ્યો હોઈશ	tu sam**bh**di rahyo hoish
he/she/it will have been listening	તે/તેણીની/તે સાંભળી રહ્યો હશે	te/tenini/te sam**bh**di rahyo hashe
we will have been listening	અમે સાંભળી રહ્યાં હોઈશું	ame sam**bh**di rahya hoishu
you will have been listening	તમે સાંભળી રહ્યાં હશો	tame sam**bh**di rahya hasho
they will have been listening	તેઓ સાંભળી રહ્યાં હશે	teo sam**bh**di rahya hashe

57. To live: રહેવું, જીવવું (rahevun, *ji*vavun)

સાદો વર્તમાન (Simple Present)

English	Gujarati	Transliteration
I live	હું જીવું છું	hun **ji**vun chhun
you live	તું જીવે છે	tu **ji**ve chhe
he/she/it lives	તે/તેણીની/તે જીવે છે	te/tenini/te **ji**ve chhe
we live	અમે જીવીએ છીએ	ame **ji**viye chiye
you live	તમે જીવો છો	tame **ji**vo chho
they live	તેઓ જીવે છે	teo **ji**ve chhe

ચાલુ વર્તમાન (Present Continuous)

English	Gujarati	Transliteration
I am living	હું જીવી રહ્યો છું.	hun **ji**vi rahyo chhun
you are living	તું જીવી રહ્યો છે.	tu **ji**vi rahyo chhe
he/she/it is living	તે જીવી રહ્યો છે	te **ji**vi rahyo chhe
we are living	અમે જીવી રહ્યાં છીએ.	ame **ji**vi rahya chiye
you are living	તમે જીવી રહ્યાં છો.	tame **ji**vi rahya chho
they are living	તેઓ જીવી રહ્યાં છે.	teo **ji**vi rahya chhe

પૂર્ણ વર્તમાન (Present Perfect)

English	Gujarati	Transliteration
I have lived	હું જીવ્યો છું	hun **ji**vyo chhu
you have lived	તું જીવ્યો છે	tu **ji**vyo chhe
he/she/it has lived	તે જીવ્યો છે	te **ji**vyo chhe
we have lived	અમે જીવ્યા છીએ	ame **ji**vya chhiye
you have lived	તમે જીવ્યા છો	tame **ji**vya chho
they have lived	તેઓ જીવ્યા છે	teo **ji**vya chhe

ચ લુ પૂર્ણવર્તમ ન (Present Perfect Continuous)

English	Gujarati	Transliteration
I have been living	હું જીવતો આવું છું.	hun **ji**vto aavu chhun
you have been living	તું જીવતો આવે છે.	tu **ji**vto aave chhe
he/she/it has been living	તે જીવતો આવે છે.	te/tenini/te **ji**vto aave chhe
we have been living	અમે જીવતા આવીએ છીએ.	ame **ji**vta aaviye chhiye
you have been living	તમે જીવતા આવો છો.	tame **ji**vta aavo chho
they have been living	તેઓ જીવતા આવે છે.	teo **ji**vta aave chhe

સાદો ભૂત (Simple Past)

English	Gujarati	Transliteration
I lived	હું જીવ્યો	hun **ji**vyo
you lived	તું જીવ્યો	te **ji**vyo
he/she/it lived	તે જીવ્યો	tene **ji**vyo
we lived	અમે જીવ્યા	ame **ji**vya
you lived	તમે જીવ્યા	tame **ji**vya
they lived	તેઓ જીવ્યા	teo **ji**vya

ચાલુ ભૂત (Past Continuous)

English	Gujarati	Transliteration
I was living	હું જીવતો હતો	hun **ji**vto hato
you were living	તું જીવતો હતો	tu **ji**vto hato
he/she/it was living	તે/તેણીની/તે જીવતો હતો	te/tenini/te **ji**vto hato
we were living	અમે જીવતા હતાં	ame **ji**vta hata
you were living	તમે જીવતા હતાં	tame **ji**vta hata
they were living	તેઓ જીવતા હતાં	teo **ji**vta hata

પૂરણભૂત (Past Perfect)

English	Gujarati	Transliteration
I had lived	હું જીવ્યો હતો	hun **jivyo** hato
you had lived	તું જીવ્યો હતો	tu **jivyo** hato
he/she/it had lived	તે જીવ્યો હતો	te **jivyo** hato
we had lived	અમે જીવ્યા હતાં	ame **jivya** hata
you had lived	તમે જીવ્યા હતાં	tame **jivya** hata
they had lived	તેઓ જીવ્યા હતાં	teo **jivya** hata

ચાલુ પૂર્ણ ભૂત (Past Perfect Continuous)

English	Gujarati	Transliteration
I had been living	હું જીવી રહ્યો હતો	hun **jivi** rahyo hato
you had been living	તું જીવી રહ્યો હતો	tu **jivi** rahyo hato
he/she/it had been living	તે/તેણીની/તે જીવી રહ્યો હતો	te/tenini/te **jivi** rahyo hato
we had been living	અમે જીવી રહ્યાં હતાં	ame **jivi** rahya hata
you had been living	તમે જીવી રહ્યાં હતાં	tame **jivi** rahya hata
they had been living	તેઓ જીવી રહ્યાં હતાં	teo **jivi** rahya hata

સાદો ભવિષ્ય (Simple Future)

English	Gujarati	Transliteration
I will live	હું જીવીશ	hun **jivish**
you will live	તું જીવીશ	tu **jivish**
he/she/it will live	તે/તેણીની/તે જીવશે	te/tenini/te **jivshe**
we will live	અમે જીવીશું	ame **jivshu**
you will live	તમે જીવશો	tame **jivsho**
they will live	તેઓ જીવશે	teo **jivshe**

ચ લુ ભવિષ્ય(Future Continuous)

English	Gujarati	Transliteration
I will be living	હું જીવતો હોઈશ	hun **ji**vto hoish
you will be living	તું જીવતો હોઈશ	tu **ji**vto hoish
he/she/it will be living	તે/તેણીની/તે જીવતો હશે	te/tenini/te **ji**vto hashe
we will be living	અમે જીવતા હોઈશું	ame **ji**vta hoishu
you will be living	તમે જીવતા હશો	tame **ji**vta hasho
they will be living	તેઓ જીવતા હશે	Teo **ji**vta hashe

પૂર્ણ ભવિષ્ય (Future Perfect)

English	Gujarati	Transliteration
I will have lived	હું જીવ્યો હોઈશ	hun **ji**vyon hoish
you will have lived	તું જીવ્યો હોઈશ	tu **ji**vyon hoish
he/she/it will have lived	તે જીવ્યો હશે	te **ji**vyon hashe
we will have lived	અમે જીવ્યા હોઈશું	ame **ji**vyan hoishu
you will have lived	તમે જીવ્યા હશો	tame **ji**vyan hasho
they will have lived	તેઓ જીવ્યા હશે	teo **ji**vyon hashe

ચાલુ પૂર્ણ ભવિષ્ય (Future Perfect Continuous)

English	Gujarati	Transliteration
I will have been living	હું જીવી રહ્યો હોઈશ	hun **ji**vi rahyo hoish
you will have been living	તું જીવી રહ્યો હોઈશ	tu **ji**vi rahyo hoish
he/she/it will have been living	તે/તેણીની/તે જીવી રહ્યો હશે	te/tenini/te **ji**vi rahyo hashe
we will have been living	અમે જીવી રહ્યાં હોઈશું	ame **ji**vi rahya hoishu
you will have been living	તમે જીવી રહ્યાં હશો	tame **ji**vi rahya hasho
they will have been living	તેઓ જીવી રહ્યાં હશે	teo **ji**vi rahya hashe

58. To lose: હારવું (harvun)

સાદો વર્તમાન (Simple Present)

English	Gujarati	Transliteration
I lose	હું હારું છું	hun harun chhun
you lose	તું હારે છે	tu hare chhe
he/she/it loses	તે/તેણીની/તે હારે છે	te/tenini/te hare chhe
we lose	અમે હારીએ છીએ	ame hariye chiye
you lose	તમે હારો છો	tame haro chho
they lose	તેઓ હારે છે	teo hare chhe

ચાલુ વર્તમાન (Present Continuous)

English	Gujarati	Transliteration
I am losing	હું હારી રહ્યો છું.	hun hari rahyo chhun
you are losing	તું હારી રહ્યો છે.	tu hari rahyo chhe
he/she/it is losing	તે હારી રહ્યો છે	te hari rahyo chhe
we are losing	અમે હારી રહ્યાં છીએ.	ame hari rahya chiye
you are losing	તમે હારી રહ્યાં છો.	tame hari rahya chho
they are losing	તેઓ હારી રહ્યાં છે.	teo hari rahya chhe

પૂર્ણ વર્તમાન (Present Perfect)

English	Gujarati	Transliteration
I have lost	હું હાર્યો છું	hun haryo chhu
you have lost	તું હાર્યો છે	tu haryo chhe
he/she/it has lost	તે હાર્યો છે	te haryo chhe
we have lost	અમે હાર્યા છીએ	ame harya chhiye
you have lost	તમે હાર્યા છો	tame harya chho
they have lost	તેઓ હાર્યા છે	teo harya chhe

ચ લુ પૂરણવરતમ ન (Present Perfect Continuous)

English	Gujarati	Transliteration
I have been losing	હું હારતો આવું છું.	hun **har**to aavu chhun
you have been losing	તું હારતો આવે છે.	tu **har**to aave chhe
he/she/it has been losing	તે હારતો આવે છે.	te/tenini/te **har**to aave chhe
we have been losing	અમે હારતા આવીએ છીએ.	ame **har**ta aaviye chhiye
you have been losing	તમે હારતા આવો છો.	tame **har**ta aavo chho
they have been losing	તેઓ હારતા આવે છે.	teo **har**ta aave chhe

<u>સાદો ભૂત (Simple Past)</u>

English	Gujarati	Transliteration
I lost	હું હાર્યો	hun **har**yo
you lost	તું હાર્યો	te **har**yo
he/she/it lost	તે હાર્યો	tene **har**yo
we lost	અમે હાર્યા	ame **har**ya
you lost	તમે હાર્યા	tame **har**ya
they lost	તેઓ હાર્યા	teo **har**ya

<u>ચાલુ ભૂત (Past Continuous)</u>

English	Gujarati	Transliteration
I was losing	હું હારતો હતો	hun **har**to hato
you were losing	તું હારતો હતો	tu **har**to hato
he/she/it was losing	તે/તેણીની/તે હારતો હતો	te/tenini/te **har**to hato
we were losing	અમે હારતા હતાં	ame **har**ta hata
you were losing	તમે હારતા હતાં	tame **har**ta hata
they were losing	તેઓ હારતા હતાં	teo **har**ta hata

પૂરણ ભૂત (Past Perfect)

English	Gujarati	Transliteration
I had lost	હું હાર્યો હતો	hun **har**yo hato
you had lost	તું હાર્યો હતો	tu **har**yo hato
he/she/it had lost	તે હાર્યો હતો	te **har**yo hato
we had lost	અમે હાર્યા હતાં	ame **har**ya hata
you had lost	તમે હાર્યા હતાં	tame **har**ya hata
they had lost	તેઓ હાર્યા હતાં	teo **har**ya hata

ચાલુ પૂર્ણ ભૂત (Past Perfect Continuous)

English	Gujarati	Transliteration
I had been losing	હું હારી રહ્યો હતો	hun **har**i rahyo hato
you had been losing	તું હારી રહ્યો હતો	tu **har**i rahyo hato
he/she/it had been losing	તે/તેણીની/તે હારી રહ્યો હતો	te/tenini/te **har**i rahyo hato
we had been losing	અમે હારી રહ્યાં હતાં	ame **har**i rahya hata
you had been losing	તમે હારી રહ્યાં હતાં	tame **har**i rahya hata
they had been losing	તેઓ હારી રહ્યાં હતાં	teo **har**i rahya hata

સાદો ભવિષ્ય (Simple Future)

English	Gujarati	Transliteration
I will lose	હું હારીશ	hun **har**ish
you will lose	તું હારીશ	tu **har**ish
he/she/it will lose	તે/તેણીની/તે હારશે	te/tenini/te **har**she
we will lose	અમે હારીશું	ame **har**shu
you will lose	તમે હારશો	tame **har**sho
they will lose	તેઓ હારશે	teo **har**she

ચ લુ ભવિષ્ય(Future Continuous)

English	Gujarati	Transliteration
I will be losing	હું હારતો હોઈશ	hun **har**to hoish
you will be losing	તું હારતો હોઈશ	tu **har**to hoish
he/she/it will be losing	તે/તેણીની/તે હારતો હશે	te/tenini/te **har**to hashe
we will be losing	અમે હારતા હોઈશું	ame **har**ta hoishu
you will be losing	તમે હારતા હશો	tame **har**ta hasho
they will be losing	તેઓ હારતા હશે	Teo **har**ta hashe

પૂર્ણ ભવિષ્ય (Future Perfect)

English	Gujarati	Transliteration
I will have lost	હું હાર્યો હોઈશ	hun **har**yon hoish
you will have lost	તું હાર્યો હોઈશ	tu **har**yon hoish
he/she/it will have lost	તે હાર્યો હશે	te **har**yon hashe
we will have lost	અમે હાર્યા હોઈશું	ame **har**yan hoishu
you will have lost	તમે હાર્યા હશો	tame **har**yan hasho
they will have lost	તેઓ હાર્યા હશે	teo **har**yon hashe

ચાલુ પૂર્ણ ભવિષ્ય (Future Perfect Continuous)

English	Gujarati	Transliteration
I will have been losing	હું હારી રહ્યો હોઈશ	hun **har**i rahyo hoish
you will have been losing	તું હારી રહ્યો હોઈશ	tu **har**i rahyo hoish
he/she/it will have been losing	તે/તેણીની/તે હારી રહ્યો હશે	te/tenini/te **har**i rahyo hashe
we will have been losing	અમે હારી રહ્યાં હોઈશું	ame **har**i rahya hoishu
you will have been losing	તમે હારી રહ્યાં હશો	tame **har**i rahya hasho
they will have been losing	તેઓ હારી રહ્યાં હશે	teo **har**i rahya hashe

59. To love: પ્રેમ કરવો (**pre**m karvo)

સાદો વર્તમાન (Simple Present)

English	Gujarati	Transliteration
I love	હું પ્રેમ કરું છું	hun **pre**m karun chhun
you love	તું પ્રેમ કરે છે	tu **pre**m kare chhe
he/she/it loves	તે/તેણીની/તે પ્રેમ કરે છે	te/tenini/te **pre**m kare chhe
we love	અમે પ્રેમ કરીએ છીએ	ame **pre**m kariye chiye
you love	તમે પ્રેમ કરો છો	tame **pre**m karo chho
they love	તેઓ પ્રેમ કરે છે	teo **pre**m kare chhe

ચાલુ વર્તમાન (Present Continuous)

English	Gujarati	Transliteration
I am loving	હું પ્રેમ કરી રહ્યો છું.	hun **pre**m kari rahyo chhun
you are loving	તું પ્રેમ કરી રહ્યો છે.	tu **pre**m kari rahyo chhe
he/she/it is loving	તે પ્રેમ કરી રહ્યો છે	te **pre**m kari rahyo chhe
we are loving	અમે પ્રેમ કરી રહ્યાં છીએ.	ame **pre**m kari rahya chiye
you are loving	તમે પ્રેમ કરી રહ્યાં છો.	tame **pre**m kari rahya chho
they are loving	તેઓ પ્રેમ કરી રહ્યાં છે.	teo **pre**m kari rahya chhe

પૂર્ણ વર્તમાન (Present Perfect)

English	Gujarati	Transliteration
I have loved	મેં પ્રેમ કર્યો છે	mein **pre**m karyo chhe
you have loved	તે પ્રેમ કર્યો છે	tu **pre**m karyo chhe
he/she/it has loved	તેણે પ્રેમ કર્યો છે	te **pre**m karyo chhe
we have loved	અમે પ્રેમ કર્યો છીએ	ame **pre**m karyo chhiye
you have loved	તમે પ્રેમ કર્યો છો	tame **pre**m karyo chho
they have loved	તેઓએ પ્રેમ કર્યો છે	teo **pre**m karyo chhe

ચ લુ પૂરણવર્તમ ન (Present Perfect Continuous)

English	Gujarati	Transliteration
I have been loving	હું પ્રેમ કરતો આવું છું.	hun **pre**m karto aavu chhun
you have been loving	તું પ્રેમ કરતો આવે છે.	tu **pre**m karto aave chhe
he/she/it has been loving	તે પ્રેમ કરતો આવે છે.	te/tenini/te **pre**m karto aave chhe
we have been loving	અમે પ્રેમ કરતા આવીએ છીએ.	ame **pre**m karta aaviye chhiye
you have been loving	તમે પ્રેમ કરતા આવો છો.	tame **pre**m karta aavo chho
they have been loving	તેઓએ પ્રેમ કરતા આવે છે.	teo **pre**m karta aave chhe

સાદો ભૂત (Simple Past)

English	Gujarati	Transliteration
I loved	મેં પ્રેમ કર્યો	mein **pre**m karyo
you loved	તે પ્રેમ કર્યો	te **pre**m karyo
he/she/it loved	તેણે પ્રેમ કર્યો	tene **pre**m karyo
we loved	અમે પ્રેમ કર્યો	ame **pre**m karyo
you loved	તમે પ્રેમ કર્યો	tame **pre**m karyo
they loved	તેઓએ પ્રેમ કર્યો	teo **pre**m karyo

ચાલુ ભૂત (Past Continuous)

English	Gujarati	Transliteration
I was loving	હું પ્રેમ કરતો હતો	hun **pre**m karto hato
you were loving	તું પ્રેમ કરતો હતો	tu **pre**m karto hato
he/she/it was loving	તે/તેણીની/તે પ્રેમ કરતો હતો	te/tenini/te **pre**m karto hato
we were loving	અમે પ્રેમ કરતા હતાં	ame **pre**m karta hata
you were loving	તમે પ્રેમ કરતા હતાં	tame **pre**m karta hata
they were loving	તેઓ પ્રેમ કરતા હતાં	teo **pre**m karta hata

પૂરણભૂત (Past Perfect)

English	Gujarati	Transliteration
I had loved	મેં પ્રેમ કર્યો હતો	mein **pre**m karyo hato
you had loved	તે પ્રેમ કર્યો હતો	te **pre**m karyo hato
he/she/it had loved	તેણે પ્રેમ કર્યો હતો	tene **pre**m karyo hato
we had loved	અમે પ્રેમ કર્યો હતો	ame **pre**m karyo hata
you had loved	તમે પ્રેમ કર્યો હતો	tame **pre**m karyo hata
they had loved	તેઓએ પ્રેમ કર્યો હતો	teoae **pre**m karyo hata

ચાલુ પૂર્ણ ભૂત (Past Perfect Continuous)

English	Gujarati	Transliteration
I had been loving	હું પ્રેમ કરી રહ્યો હતો	hun **pre**m kari rahyo hato
you had been loving	તું પ્રેમ કરી રહ્યો હતો	tu **pre**m kari rahyo hato
he/she/it had been loving	તે/તેણીની/તે પ્રેમ કરી રહ્યો હતો	te/tenini/te **pre**m kari rahyo hato
we had been loving	અમે પ્રેમ કરી રહ્યાં હતાં	ame **pre**m kari rahya hata
you had been loving	તમે પ્રેમ કરી રહ્યાં હતાં	tame **pre**m kari rahya hata
they had been loving	તેઓએ પ્રેમ કરી રહ્યાં હતાં	teo **pre**m kari rahya hata

સાદો ભવિષ્ય (Simple Future)

English	Gujarati	Transliteration
I will love	હું પ્રેમ કરીશ	hun **pre**m karish
you will love	તું પ્રેમ કરીશ	tu **pre**m karish
he/she/it will love	તે/તેણીની/તે પ્રેમ કરશે	te/tenini/te **pre**m karshe
we will love	અમે પ્રેમ કરીશું	ame **pre**m karishu
you will love	તમે પ્રેમ કરશો	tame **pre**m karsho
they will love	તેઓ પ્રેમ કરશે	teo **pre**m karshe

ચ લુ ભવ ષ્િય(Future Continuous)

English	Gujarati	Transliteration
I will be loving	હું પ્રેમ કરતો હોઈશ	hun **pre**m karto hoish
you will be loving	તું પ્રેમ કરતો હોઈશ	tu **pre**m karto hoish
he/she/it will be loving	તે/તેણીની/તે પ્રેમ કરતો હશે	te/tenini/te **pre**m karto hashe
we will be loving	અમે પ્રેમ કરતા હોઈશું	ame **pre**m karta hoishu
you will be loving	તમે પ્રેમ કરતા હશો	tame **pre**m karta hasho
they will be loving	તેઓ પ્રેમ કરતા હશે	Teo **pre**m karta hashe

પૂર્ણ ભવિષ્ય (Future Perfect)

English	Gujarati	Transliteration
I will have loved	મેં પ્રેમ કર્યો હશે	mein **pre**m karyon hoish
you will have loved	તે પ્રેમ કર્યો હશે	te **pre**m karyon hashe
he/she/it will have loved	તેણે પ્રેમ કર્યો હશે	tene **pre**m karyon hashe
we will have loved	અમે પ્રેમ કર્યો હશે	ame **pre**m karyan hashe
you will have loved	તમે પ્રેમ કર્યો હશે	tame **pre**m karyan hashe
they will have loved	તેઓએ પ્રેમ કર્યો હશે	teoae **pre**m karyon hashe

ચાલુ પૂર્ણ ભવિષ્ય (Future Perfect Continuous)

English	Gujarati	Transliteration
I will have been loving	હું પ્રેમ કરી રહ્યો હોઈશ	hun **pre**m kari rahyo hoish
you will have been loving	તું પ્રેમ કરી રહ્યો હોઈશ	tu **pre**m kari rahyo hoish
he/she/it will have been loving	તે/તેણીની/તે પ્રેમ કરી રહ્યો હશે	te/tenini/te **pre**m kari rahyo hashe
we will have been loving	અમે પ્રેમ કરી રહ્યાં હોઈશું	ame **pre**m kari rahya hoishu
you will have been loving	તમે પ્રેમ કરી રહ્યાં હશો	tame **pre**m kari rahya hasho
they will have been loving	તેઓ પ્રેમ કરી રહ્યાં હશે	teo **pre**m kari rahya hashe

60. To meet: મળવું (**Ma**lvu)

સાદો વર્તમાન (Simple Present)

English	Gujarati	Transliteration
I meet	હું મળું છું	hun **ma**lun chhun
you meet	તું મળે છે	tu **ma**le chhe
he/she/it meets	તે/તેણીની/તે મળે છે	te/tenini/te **ma**le chhe
we meet	અમે મળીએ છીએ	ame **ma**liye chiye
you meet	તમે મળો છો	tame **ma**lo chho
they meet	તેઓ મળે છે	teo **ma**le chhe

ચાલુ વર્તમાન (Present Continuous)

English	Gujarati	Transliteration
I am meeting	હું મળી રહ્યો છું.	hun **ma**li rahyo chhun
you are meeting	તું મળી રહ્યો છે.	tu **ma**li rahyo chhe
he/she/it is meeting	તે મળી રહ્યો છે	te **ma**li rahyo chhe
we are meeting	અમે મળી રહ્યાં છીએ.	ame **ma**li rahya chiye
you are meeting	તમે મળી રહ્યાં છો.	tame **ma**li rahya chho
they are meeting	તેઓ મળી રહ્યાં છે.	teo **ma**li rahya chhe

પૂર્ણ વર્તમાન (Present Perfect)

English	Gujarati	Transliteration
I have met	હું મળ્યો છે	hun **ma**lyo chhu
you have met	તું મળ્યો છે	tu **ma**lyo chhe
he/she/it has met	તે મળ્યો છે	te **ma**lyo chhe
we have met	અમે મળિયા છીએ	ame **ma**liya chhiye
you have met	તમે મળિયા છો	tame **ma**liya chho
they have met	તેઓ મળિયા છે	teo **ma**liya chhe

ચ ુલ ૂપ્રણ્વ્ર્તમ ન (Present Perfect Continuous)

English	Gujarati	Transliteration
I have been meeting	હું મળતો આવું છું.	hun **mal**to aavu chhun
you have been meeting	તું મળતો આવે છે.	tu **mal**to aave chhe
he/she/it has been meeting	તે મળતો આવે છે.	te/tenini/te **mal**to aave chhe
we have been meeting	અમે મળતા આવીએ છીએ.	ame **mal**ta aaviye chhiye
you have been meeting	તમે મળતા આવો છો.	tame **mal**ta aavo chho
they have been meeting	તેઓ મળતા આવે છે.	teo **mal**ta aave chhe

<u>સાદો ભૂત (Simple Past)</u>

English	Gujarati	Transliteration
I met	હું મળ્યો	hun **mal**yo
you met	તે મળ્યો	te **mal**yo
he/she/it met	તેણે મળ્યો	tene **mal**yo
we met	અમે મળિયા	ame **mal**iya
you met	તમે મળિયા	tame **mal**iya
they met	તેઓ મળિયા	teo **mal**iya

<u>ચાલુ ભૂત (Past Continuous)</u>

English	Gujarati	Transliteration
I was meeting	હું મળતા હતો	hun **mal**ta hato
you were meeting	તું મળતા હતો	tu **mal**ta hato
he/she/it was meeting	તે/તેણીની/તે મળતા હતો	te/tenini/te **mal**ta hato
we were meeting	અમે મળતા હતાં	ame **mal**ta hata
you were meeting	તમે મળતા હતાં	tame **mal**ta hata
they were meeting	તેઓ મળતા હતાં	teo **mal**ta hata

પૂરણભૂત (Past Perfect)

English	Gujarati	Transliteration
I had met	હું મળ્યો હતો	hun **ma**lyo hato
you had met	તે મળ્યો હતો	tu **ma**lyo hato
he/she/it had met	તેણે મળ્યો હતો	tene **ma**lyo hato
we had met	અમે મળિયા હતાં	ame **ma**liya hata
you had met	તમે મળિયા હતાં	tame **ma**liya hata
they had met	તેઓ મળિયા હતાં	teo **ma**liya hata

ચાલુ પૂર્ણ ભૂત (Past Perfect Continuous)

English	Gujarati	Transliteration
I had been meeting	હું મળી રહ્યો હતો	hun **ma**li rahyo hato
you had been meeting	તું મળી રહ્યો હતો	tu **ma**li rahyo hato
he/she/it had been meeting	તે/તેણીની/તે મળી રહ્યો હતો	te/tenini/te **ma**li rahyo hato
we had been meeting	અમે મળી રહ્યાં હતાં	ame **ma**li rahya hata
you had been meeting	તમે મળી રહ્યાં હતાં	tame **ma**li rahya hata
they had been meeting	તેઓ મળી રહ્યાં હતાં	teo **ma**li rahya hata

સાદો ભવિષ્ય (Simple Future)

English	Gujarati	Transliteration
I will meet	હું મળીશ	hun **ma**lish
you will meet	તું મળીશ	tu **ma**lish
he/she/it will meet	તે/તેણીની/તે મળશે	te/tenini/te **ma**lshe
we will meet	અમે મળીશું	ame **ma**lishu
you will meet	તમે મળશો	tame **ma**lsho
they will meet	તેઓ મળશે	teo **ma**lshe

ચલુ ભવિષ્ય(Future Continuous)

English	Gujarati	Transliteration
I will be meeting	હું મળતો હોઈશ	hun **mal**to hoish
you will be meeting	તું મળતો હોઈશ	tu **mal**to hoish
he/she/it will be meeting	તે/તેણીની/તે મળતો હશે	te/tenini/te **mal**to hashe
we will be meeting	અમે મળતા હોઈશું	ame **mal**ta hoishu
you will be meeting	તમે મળતા હશો	tame **mal**ta hasho
they will be meeting	તેઓ મળતા હશે	Teo **mal**ta hashe

પૂર્ણ ભવિષ્ય (Future Perfect)

English	Gujarati	Transliteration
I will have met	હું મળ્યો હોઈશ	hun **mal**yon hoish
you will have met	તું મળ્યો હોઈશ	tu **mal**yon hoish
he/she/it will have met	તે મળ્યો હશે	te **mal**yon hashe
we will have met	અમે મળિયા હોઈશું	ame **mal**iya hoishu
you will have met	તમે મળિયા હશો	tame **mal**iya hasho
they will have met	તેઓ મળિયા હશે	teo **mal**iya hashe

ચાલુ પૂર્ણ ભવિષ્ય (Future Perfect Continuous)

English	Gujarati	Transliteration
I will have been meeting	હું મળી રહ્યો હોઈશ	hun **mal**i rahyo hoish
you will have been meeting	તું મળી રહ્યો હોઈશ	tu **mal**i rahyo hoish
he/she/it will have been meeting	તે/તેણીની/તે મળી રહ્યો હશે	te/tenini/te **mal**i rahyo hashe
we will have been meeting	અમે મળી રહ્યાં હોઈશું	ame **mal**i rahya hoishu
you will have been meeting	તમે મળી રહ્યાં હશો	tame **mal**i rahya hasho
they will have been meeting	તેઓ મળી રહ્યાં હશે	teo **mal**i rahya hashe

61. To need: જરૂરત હોવી (jarurat hovi)

સાદો વર્તમાન (Simple Present)

English	Gujarati	Transliteration
I need	મને જરૂરત છે	mane jarurat chhe
you need	તને જરૂરત છે	tane jarurat chhe
he/she/it needs	તેને જરૂરત છે	tene jarurat chhe
we need	અમને જરૂરત છે	amne jarurat chhe
you need	તમને જરૂરત છે	tamne jarurat chhe
they need	તેઓને જરૂરત છે	teone jarurat chhe

ચાલુ વર્તમાન (Present Continuous)

English	Gujarati	Transliteration
I am needing	મને જરૂરત પડી રહી છે.	mane jarurat padi rahi chhe
you are needing	તને જરૂરત પડી રહી છે.	tane jarurat padi rahi chhe
he/she/it is needing	તેને જરૂરત પડી રહી છે	tene jarurat padi rahi chhe
we are needing	અમને જરૂરત પડી રહી છે.	amne jarurat padi rahi chhe
you are needing	તમને જરૂરત પડી રહી છે.	tamne jarurat padi rahi chhe
they are needing	તેઓને જરૂરત પડી રહી છે.	teone jarurat padi rahi chhe

પૂર્ણ વર્તમાન (Present Perfect)

English	Gujarati	Transliteration
I have needed	મને જરૂરત પડી છે	mane jarurat padi chhe
you have needed	તને જરૂરત પડી છે	tane jarurat padi chhe
he/she/it has needed	તેને જરૂરત પડી છે	tene jarurat padi chhe
we have needed	અમને જરૂરત પડી છે	amne jarurat padi chhe
you have needed	તમને જરૂરત પડી છે	tamne jarurat padi chhe
they have needed	તેઓને જરૂરત પડી છે	teone jarurat padi chhe

ચ લુ પૂરણવરતમ ન (Present Perfect Continuous)

English	Gujarati	Transliteration
I have been needing	મને જરૂરત પડતી છે.	mane jarurat padti chhe
you have been needing	તને જરૂરત પડતી છે.	tane jarurat padti chhe
he/she/it has been needing	તેને જરૂરત પડતી છે.	tene jarurat padti chhe
we have been needing	અમને જરૂરત પડતી છે.	amne jarurat padti chhe
you have been needing	તમને જરૂરત પડતી છે.	tamne jarurat padti chhe
they have been needing	તેઓને જરૂરત પડતી છે.	teone jarurat padti chhe

સાદો ભૂત (Simple Past)

English	Gujarati	Transliteration
I needed	મને જરૂરત પડી	mane jarurat padi
you needed	તને જરૂરત પડી	tane jarurat padi
he/she/it needed	તેને જરૂરત પડી	tene jarurat padi
we needed	અમને જરૂરત પડી	amne jarurat padi
you needed	તમને જરૂરત પડી	tamne jarurat padi
they needed	તેઓને જરૂરત પડી	teone jarurat padi

ચાલુ ભૂત (Past Continuous)

English	Gujarati	Transliteration
I was needing	મને જરૂરત પડતી	mane jarurat padti
you were needing	તને જરૂરત પડતી	tane jarurat padti
he/she/it was needing	તેને જરૂરત પડતી	tene jarurat padti
we were needing	અમને જરૂરત પડતી	amne jarurat padti
you were needing	તમને જરૂરત પડતી	tamne jarurat padti
they were needing	તેઓને જરૂરત પડતી	teone jarurat padti

પૂરણભૂત (Past Perfect)

English	Gujarati	Transliteration
I had needed	મને જરૂરત પડી હતી	mane jarurat padi hati
you had needed	તને જરૂરત પડી હતી	tane jarurat padi hati
he/she/it had needed	તેને જરૂરત પડી હતી	tene jarurat padi hati
we had needed	અમને જરૂરત પડી હતી	amne jarurat padi hati
you had needed	તમને જરૂરત પડી હતી	tamne jarurat padi hati
they had needed	તેઓને જરૂરત પડી હતી	teone jarurat padi hati

ચાલુ પૂર્ણ ભૂત (Past Perfect Continuous)

English	Gujarati	Transliteration
I had been needing	મને જરૂરત પડી રહી હતી	mane jarurat padi rahi hati
you had been needing	તને જરૂરત પડી રહી હતી	tane jarurat padi rahi hati
he/she/it had been needing	તેને જરૂરત પડી રહી હતી	tene jarurat padi rahi hati
we had been needing	અમને જરૂરત પડી રહી હતી	amne jarurat padi rahi hati
you had been needing	તમને જરૂરત પડી રહી હતી	tamne jarurat padi rahi hati
they had been needing	તેઓને જરૂરત પડી રહી હતી	teone jarurat padi rahi hati

સાદો ભવિષ્ય (Simple Future)

English	Gujarati	Transliteration
I will need	મને જરૂરત પડશે	mane jarurat padshe
you will need	તને જરૂરત પડશે	tane jarurat padshe
he/she/it will need	તેને જરૂરત પડશે	tene jarurat padshe
we will need	અમને જરૂરત પડશે	amne jarurat padshe
you will need	તમને જરૂરત પડશે	tamne jarurat padshe
they will need	તેઓને જરૂરત પડશે	teone jarurat padshe

ચ લુ ભવ ષિ્ય(Future Continuous)

English	Gujarati	Transliteration
I will be needing	મને જરૂરત પડતી હશે	mane ja**ru**rat padti hashe
you will be needing	તને જરૂરત પડતી હશે	tane ja**ru**rat padti hashe
he/she/it will be needing	તેને જરૂરત પડતી હશે	tene ja**ru**rat padti hashe
we will be needing	અમને જરૂરત પડતી હશે	amne ja**ru**rat padti hashe
you will be needing	તમને જરૂરત પડતી હશે	tamne ja**ru**rat padti hashe
they will be needing	તેઓને જરૂરત પડતી હશે	teone ja**ru**rat padti hashe

પૂર્ણ ભવિષ્ય (Future Perfect)

English	Gujarati	Transliteration
I will have needed	મને જરૂરત પડી હશે	mane ja**ru**rat padi hashe
you will have needed	તને જરૂરત પડી હશે	tane ja**ru**rat padi hashe
he/she/it will have needed	તેને જરૂરત પડી હશે	tene ja**ru**rat padi hashe
we will have needed	અમને જરૂરત પડી હશે	amne ja**ru**rat padi hashe
you will have needed	તમને જરૂરત પડી હશે	tamne ja**ru**rat padi hashe
they will have needed	તેઓને જરૂરત પડી હશે	teone ja**ru**rat padi hashe

ચાલુ પૂર્ણ ભવિષ્ય (Future Perfect Continuous)

English	Gujarati	Transliteration
I will have been needing	મને જરૂરત પડી રહી હશે	mane ja**ru**rat padi rahi hashe
you will have been needing	તને જરૂરત પડી રહી હશે	tane ja**ru**rat padi rahi hashe
he/she/it will have been needing	તેને જરૂરત પડી રહી હશે	tene ja**ru**rat padi rahi hashe
we will have been needing	અમને જરૂરત પડી રહી હશે	amne ja**ru**rat padi rahi hashe
you will have been needing	તમને જરૂરત પડી રહી હશે	tamne ja**ru**rat padi rahi hashe
they will have been needing	તેઓને જરૂરત પડી રહી હશે	teone ja**ru**rat padi rahi hashe

62. To notice: ધ્યાન આપવું (**dhya**n aapvun)

સાદો વર્તમાન (Simple Present)

English	Gujarati	Transliteration
I notice	હું ધ્યાન આપું છું	hun **dhya**n aapun chhun
you notice	તું ધ્યાન આપે છે	tu **dhya**n aape chhe
he/she/it notices	તે/તેણીની/તે ધ્યાન આપે છે	te/tenini/te **dhya**n aape chhe
we notice	અમે ધ્યાન આપીએ છીએ	ame **dhya**n aapiye chiye
you notice	તમે ધ્યાન આપો છો	tame **dhya**n aapo chho
they notice	તેઓ ધ્યાન આપે છે	teo **dhya**n aape chhe

ચાલુ વર્તમાન (Present Continuous)

English	Gujarati	Transliteration
I am noticing	હું ધ્યાન આપી રહ્યો છું.	hun **dhya**n aapi rahyo chhun
you are noticing	તું ધ્યાન આપી રહ્યો છે.	tu **dhya**n aapi rahyo chhe
he/she/it is noticing	તે ધ્યાન આપી રહ્યો છે	te **dhya**n aapi rahyo chhe
we are noticing	અમે ધ્યાન આપી રહ્યાં છીએ.	ame **dhya**n aapi rahya chiye
you are noticing	તમે ધ્યાન આપી રહ્યાં છો.	tame **dhya**n aapi rahya chho
they are noticing	તેઓ ધ્યાન આપી રહ્યાં છે.	teo **dhya**n aapi rahya chhe

પૂર્ણ વર્તમાન (Present Perfect)

English	Gujarati	Transliteration
I have noticed	મેં ધ્યાન આપ્યું છે	mein **dhya**n aapyun chhe
you have noticed	તે ધ્યાન આપ્યું છે	te **dhya**n aapyun chhe
he/she/It has noticed	તેણે ધ્યાન આપ્યું છે	tene **dhya**n aapyun chhe
we have noticed	અમે ધ્યાન આપ્યું છે	ame **dhya**n aapyun chhe
you have noticed	તમે ધ્યાન આપ્યું છે	tame **dhya**n aapyun chhe
they have noticed	તેઓએ ધ્યાન આપ્યું છે	teoye **dhya**n aapyun chhe

ચ લુ પૂરણવરતમ ન (Present Perfect Continuous)

English	Gujarati	Transliteration
I have been noticing	હું ધ્યાન આપતો આવું છું.	hun **dhyan** aapto aavu chhun
you have been noticing	તું ધ્યાન આપતો આવે છે.	tu **dhyan** aapto aave chhe
he/she/it has been noticing	તે ધ્યાન આપતો આવે છે.	te/tenini/te **dhyan** aapto aave chhe
we have been noticing	અમે ધ્યાન આપતા આવીએ છીએ.	ame **dhyan** aapta aaviye chhiye
you have been noticing	તમે ધ્યાન આપતા આવો છો.	tame **dhyan** aapta aavo chho
they have been noticing	તેઓ ધ્યાન આપતા આવે છે.	teo **dhyan** aapta aave chhe

સાદો ભૂત (Simple Past)

English	Gujarati	Transliteration
I noticed	મેં ધ્યાન આપ્યું	hun **dhyan** aapyun
you noticed	તે ધ્યાન આપ્યું	te **dhyan** aapyun
he/she/it noticed	તેણે ધ્યાન આપ્યું	tene **dhyan** aapyun
we noticed	અમે ધ્યાન આપ્યું	ame **dhyan** aapyun
you noticed	તમે ધ્યાન આપ્યું	tame **dhyan** aapyun
they noticed	તેઓએ ધ્યાન આપ્યું	teoae **dhyan** aapyun

ચાલુ ભૂત (Past Continuous)

English	Gujarati	Transliteration
I was noticing	હું ધ્યાન આપતો હતો	hun **dhyan** aapto hato
you were noticing	તું ધ્યાન આપતો હતો	tu **dhyan** aapto hato
he/she/it was noticing	તે/તેણીની/તે ધ્યાન આપતો હતો	te/tenini/te **dhyan** aapto hato
we were noticing	અમે ધ્યાન આપતા હતાં	ame **dhyan** aapta hata
you were noticing	તમે ધ્યાન આપતા હતાં	tame **dhyan** aapta hata
they were noticing	તેઓ ધ્યાન આપતા હતાં	teo **dhyan** aapta hata

પૂરણભૂત (Past Perfect)

English	Gujarati	Transliteration
I had noticed	મેં ધ્યાન આપ્યું હતું	mein **dhya**n aapyun hatun
you had noticed	તે ધ્યાન આપ્યું હતું	te **dhya**n aapyun hatun
he/she/it had noticed	તેણે ધ્યાન આપ્યું હતું	tene **dhya**n aapyun hatun
we had noticed	અમે ધ્યાન આપ્યું હતું	ame **dhya**n aapyun hatun
you had noticed	તમે ધ્યાન આપ્યું હતું	tame **dhya**n aapyun hatun
they had noticed	તેઓએ ધ્યાન આપ્યું હતું	teoye **dhya**n aapyun hatun

ચાલુ પૂર્ણ ભૂત (Past Perfect Continuous)

English	Gujarati	Transliteration
I had been noticing	હું ધ્યાન આપી રહ્યો હતો	hun **dhya**n aapi rahyo hato
you had been noticing	તું ધ્યાન આપી રહ્યો હતો	tu **dhya**n aapi rahyo hato
he/she/it had been noticing	તે/તેણીની/તે ધ્યાન આપી રહ્યો હતો	te/tenini/te **dhya**n aapi rahyo hato
we had been noticing	અમે ધ્યાન આપી રહ્યાં હતાં	ame **dhya**n aapi rahya hata
you had been noticing	તમે ધ્યાન આપી રહ્યાં હતાં	tame **dhya**n aapi rahya hata
they had been noticing	તેઓ ધ્યાન આપી રહ્યાં હતાં	teo **dhya**n aapi rahya hata

સાદો ભવિષ્ય (Simple Future)

English	Gujarati	Transliteration
I will notice	હું ધ્યાન આપીશ	hun **dhya**n aapish
you will notice	તું ધ્યાન આપીશ	tu **dhya**n aapish
he/she/it will notice	તે/તેણીની/તે ધ્યાન આપશે	te/tenini/te **dhya**n aapshe
we will notice	અમે ધ્યાન આપીશું	ame **dhya**n aapishu
you will notice	તમે ધ્યાન આપશો	tame **dhya**n aapsho
they will notice	તેઓ ધ્યાન આપશે	teo **dhya**n aapshe

265

ચ લુ ભવિષ્ય(Future Continuous)

English	Gujarati	Transliteration
I will be noticing	હું ધ્યાન આપતો હોઈશ	hun **dhya**n aapto hoish
you will be noticing	તું ધ્યાન આપતો હોઈશ	tu **dhya**n aapto hoish
he/she/it will be noticing	તે/તેણીની/તે ધ્યાન આપતો હશે	te/tenini/te **dhya**n aapto hashe
we will be noticing	અમે ધ્યાન આપતા હોઈશું	ame **dhya**n aapta hoishu
you will be noticing	તમે ધ્યાન આપતા હશો	tame **dhya**n aapta hasho
they will be noticing	તેઓ ધ્યાન આપતા હશે	Teo **dhya**n aapta hashe

પૂર્ણ ભવિષ્ય (Future Perfect)

English	Gujarati	Transliteration
I will have noticed	હું ધ્યાન આપતો હોઈશ	hun **dhya**n aapto hoish
you will have noticed	તું ધ્યાન આપતો હોઈશ	tu **dhya**n aapto hoish
he/she/it will have noticed	તે ધ્યાન આપતો હશે	te **dhya**n aapto hashe
we will have noticed	અમે ધ્યાન આપતા હોઈશું	ame **dhya**n aapta hoishu
you will have noticed	તમે ધ્યાન આપતા હશો	tame **dhya**n aapta hasho
they will have noticed	તેઓ ધ્યાન આપતા હશે	teo **dhya**n aapta hashe

ચાલુ પૂર્ણ ભવિષ્ય (Future Perfect Continuous)

English	Gujarati	Transliteration
I will have been noticing	હું ધ્યાન આપી રહ્યો હોઈશ	hun **dhya**n aapi rahyo hoish
you will have been noticing	તું ધ્યાન આપી રહ્યો હોઈશ	tu **dhya**n aapi rahyo hoish
he/she/it will have been noticing	તે/તેણીની/તે ધ્યાન આપી રહ્યો હશે	te/tenini/te **dhya**n aapi rahyo hashe
we will have been noticing	અમે ધ્યાન આપી રહ્યાં હોઈશું	ame **dhya**n aapi rahya hoishu
you will have been noticing	તમે ધ્યાન આપી રહ્યાં હશો	tame **dhya**n aapi rahya hasho
they will have been noticing	તેઓ ધ્યાન આપી રહ્યાં હશે	teo **dhya**n aapi rahya hashe

63. To open: ખોલવું (**kho**lvun)

સાદો વર્તમાન (Simple Present)

English	Gujarati	Transliteration
I open	હું ખોલું છું	hun **kho**lun chhun
you open	તું ખોલે છે	tu **kho**le chhe
he/she/it opens	તે/તેણીની/તે ખોલે છે	te/tenini/te **kho**le chhe
we open	અમે ખોલીએ છીએ	ame **kho**liye chiye
you open	તમે ખોલો છો	tame **kho**lo chho
they open	તેઓ ખોલે છે	teo **kho**le chhe

ચાલુ વર્તમાન (Present Continuous)

English	Gujarati	Transliteration
I am opening	હું ખોલી રહ્યો છું	hun **kho**li rahyo chhun
you are opening	તું ખોલી રહ્યો છે	tu **kho**li rahyo chhe
he/she/it is opening	તે/તેણીની/તે ખોલી રહ્યો છે	te/tenini/te **kho**li rahyo chhe
we are opening	અમે ખોલી રહ્યાં છીએ	ame **kho**li rahya chiye
you are opening	તમે ખોલી રહ્યાં છો	tame **kho**li rahya chho
they are opening	તેઓ ખોલી રહ્યાં છે	teo **kho**li rahya chhe

પૂર્ણ વર્તમાન (Present Perfect)

English	Gujarati	Transliteration
I have opened	મેં ખોલ્યું છે	mein **kho**lyun chhun
you have opened	તે ખોલ્યું છે	tu **kho**lyun chhe
he/she/it has opened	તે/તેણીની/તે ખોલ્યું છે	te/tenini/te **kho**lyun chhe
we have opened	અમે ખોલ્યું છે	ame **kho**lyun chhe
you have opened	તમે ખોલ્યું છે	tame **kho**lyun chhe
they have opened	તેઓએ ખોલ્યું છે	teoye **kho**lyun chhe

ચ લુ પૂરણવ્રતમ ન (Present Perfect Continuous)

English	Gujarati	Transliteration
I have been opening	હું ખોલી રહ્યો છું	hun **kho**li rahyo chhun
you have been opening	તું ખોલી રહ્યો છે	tu **kho**li rahyo chhe
he/she/it has been opening	તે/તેણીની/તે ખોલી રહ્યો છે	te/tenini/te **kho**li rahyo chhe
we have been opening	અમે ખોલી રહ્યાં છીએ	ame **kho**li rahya chhiye
you have been opening	તમે ખોલી રહ્યાં છો	tame **kho**li rahya chho
they have been opening	તેઓ ખોલી રહ્યાં છે	teo a**kho**li rahya chhe

સાદો ભૂત (Simple Past)

English	Gujarati	Transliteration
I opened	મેં ખોલ્યું	mein **kho**lyun
you opened	તે ખોલ્યું	te **kho**lyun
he/she/it opened	તેણે ખોલ્યું	tene **kho**lyun
we opened	અમે ખોલ્યું	ame **kho**lyun
you opened	તમે ખોલ્યું	tame **kho**lyun
they opened	તેઓએ ખોલ્યું	teoye **kho**lyun

ચાલુ ભૂત (Past Continuous)

English	Gujarati	Transliteration
I was opening	હું ખોલતો હતો	hu **kho**lto hato
you were opening	તું ખોલતો હતો	tu **kho**lto hato
he/she/it was opening	તે/તેણીની/તે ખોલતો હતો	te/tenini/te **kho**lto hato
we were opening	અમે ખોલતા હતાં	ame **kho**lta hata
you were opening	તમે ખોલતા હતાં	tame **kho**lta hata
they were opening	તેઓ ખોલતા હતાં	teo **kho**lta hata

પૂરણભૂત (Past Perfect)

English	Gujarati	Transliteration
I had opened	મેં ખોલ્યું હતું	mein **kho**lyun hatun
you had opened	તે ખોલ્યું હતું	te **kho**lyun hatun
he/she/it had opened	તેણે ખોલ્યું હતું	tene **kho**lyun hatun
we had opened	અમે ખોલ્યું હતું	ame **kho**lyun hatun
you had opened	તમે ખોલ્યું હતું	tame **kho**lyun hatun
they had opened	તેઓએ ખોલ્યું હતું	Teoae **kho**lyun hatun

ચાલુ પૂર્ણ ભૂત (Past Perfect Continuous)

English	Gujarati	Transliteration
I had been opening	હું ખોલી રહ્યો હતો	hun **kho**li rahyo hato
you had been opening	તું ખોલી રહ્યો હતો	tu **kho**li rahyo hato
he/she/it had been opening	તે/તેણીની/તે ખોલી રહ્યો હતો	te/tenini/te **kho**li rahyo hato
we had been opening	અમે ખોલી રહ્યાં હતાં	ame **kho**li rahya hata
you had been opening	તમે ખોલી રહ્યાં હતાં	tame **kho**li rahya hata
they had been opening	તેઓ ખોલી રહ્યાં હતાં	teo **kho**li rahya hata

સાદો ભવિષ્ય (Simple Future)

English	Gujarati	Transliteration
I will open	હું ખોલીશ	hun **kho**lish
you will open	તું ખોલીશ	tu **kho**lish
he/she/it will open	તે/તેણીની/તે ખોલશે	te/tenini/te **kho**lshe
we will open	અમે ખોલીશું	ame **kho**lishu
you will open	તમે ખોલશો	tame **kho**lsho
they will open	તેઓ ખોલશે	teo **kho**lishe

ચ લુ ભવ ષ્ય(Future Continuous)

English	Gujarati	Transliteration
I will be opening	હું ખોલી રહ્યો હોઈશ	hun **kho**li rahyo hoish
you will be opening	તું ખોલી રહ્યો હોઈશ	tu **kho**li rahyo hoish
he/she/it will be opening	તે/તેણીની/તે ખોલી રહ્યો હશે	te/tenini/te **kho**li rahyo hashe
we will be opening	અમે ખોલી રહ્યાં હોઈશું	ame **kho**li rahya hoishu
you will be opening	તમે ખોલી રહ્યાં હશો	tame **kho**li rahya hasho
they will be opening	તેઓ ખોલી રહ્યાં હશે	teo **kho**li rahya hashe

પૂર્ણ ભવિષ્ય (Future Perfect)

English	Gujarati	Transliteration
I will have opened	હું ખોલતો હોઈશ	hun **khol**to hoish
you will have opened	તું ખોલતો હોઈશ	tu **khol**to hoish
he/she/it will has opened	તે/તેણીની/તે ખોલતો હશે	te/tenini/te **khol**to hashe
we will have opened	અમે ખોલતા હોઈશું	ame **khol**ta hoishu
you will have opened	તમે ખોલતા હશો	tame **khol**ta hasho
they will have opened	તેઓ ખોલતા હશે	teo **khol**ta hashe

ચાલુ પૂર્ણ ભવિષ્ય (Future Perfect Continuous)

English	Gujarati	Transliteration
I will have been opening	હું ખોલતો આવતો હોઈશ	hun **khol**to aavto hoish
you will have been opening	તું ખોલતો આવતો હોઈશ	tu **khol**to aavto hoish
he/she/it will have been opening	તે/તેણીની/તે ખોલતો આવતો હશે	te/tenini/te **khol**to aavto hashe
we will have been opening	અમે ખોલતા આવતા હોઈશું	ame **khol**ta aavta hoishu
you will have been opening	તમે ખોલતા આવતા હશો	tame **khol**ta aavta hasho
they will have been opening	તેઓ ખોલતા આવતા હશે	teo **khol**ta aavta hashe

64. To play: રમવું (ramvun)

સાદો વર્તમાન (Simple Present)

English	Gujarati	Transliteration
I play	હું રમું છું	hun ramun chhun
you play	તું રમે છે	tu rame chhe
he/she/it plays	તે/તેણીની/તે રમે છે	te/tenini/te rame chhe
we play	અમે રમીએ છીએ	ame ramiye chiye
you play	તમે રમો છો	tame ramo chho
they play	તેઓ રમે છે	teo rame chhe

ચાલુ વર્તમાન (Present Continuous)

English	Gujarati	Transliteration
I am playing	હું રમી રહ્યો છું.	hun rami rahyo chhun
you are playing	તું રમી રહ્યો છે.	tu rami rahyo chhe
he/she/it is playing	તે રમી રહ્યો છે	te rami rahyo chhe
we are playing	અમે રમી રહ્યાં છીએ.	ame rami rahya chiye
you are playing	તમે રમી રહ્યાં છો.	tame rami rahya chho
they are playing	તેઓ રમી રહ્યાં છે.	teo rami rahya chhe

પૂર્ણ વર્તમાન (Present Perfect)

English	Gujarati	Transliteration
I have played	હું રમ્યો છું	hun ramyo chhu
you have played	તું રમ્યો છે	tu ramyo chhe
he/she/it has played	તે રમ્યો છે	te ramyo chhe
we have played	અમે રમ્યા છીએ	ame ramya chhiye
you have played	તમે રમ્યા છો	tame ramya chho
they have played	તેઓ રમ્યા છે	teo ramya chhe

ચ ુલ ૂપ્રણવ્રત્મ ન (Present Perfect Continuous)

English	Gujarati	Transliteration
I have been playing	હું રમતો આવું છું.	hun **ra**mto aavu chhun
you have been playing	તું રમતો આવે છે.	tu **ra**mto aave chhe
he/she/it has been playing	તે રમતો આવે છે.	te **ra**mto aave chhe
we have been playing	અમે રમતા આવીએ છીએ.	ame **ra**mta aaviye chhiye
you have been playing	તમે રમતા આવો છો.	tame **ra**mta aavo chho
they have been playing	તેઓ રમતા આવે છે.	teo **ra**mta aave chhe

સાદો ભૂત (Simple Past)

English	Gujarati	Transliteration
I played	હું રમ્યો	hun **ra**myo
you played	તું રમ્યો	te **ra**myo
he/she/it played	તે રમ્યો	tene **ra**myo
we played	અમે રમ્યા	ame **ra**mya
you played	તમે રમ્યા	tame **ra**mya
they played	તેઓ રમ્યા	teo **ra**mya

ચાલુ ભૂત (Past Continuous)

English	Gujarati	Transliteration
I was playing	હું રમતો હતો	hun **ra**mto hato
you were playing	તું રમતો હતો	tu **ra**mto hato
he/she/it was playing	તે/તેણીની/તે રમતો હતો	te/tenini/te **ra**mto hato
we were playing	અમે રમતા હતાં	ame **ra**mta hata
you were playing	તમે રમતા હતાં	tame **ra**mta hata
they were playing	તેઓ રમતા હતાં	teo **ra**mta hata

પૂરણભૂત (Past Perfect)

English	Gujarati	Transliteration
I had played	હું રમ્યો હતો	hun **ra**myo hato
you had played	તું રમ્યો હતો	tu **ra**myo hato
he/she/it had played	તે રમ્યો હતો	te **ra**myo hato
we had played	અમે રમ્યા હતાં	ame **ra**mya hata
you had played	તમે રમ્યા હતાં	tame **ra**mya hata
they had played	તેઓ રમ્યા હતાં	teo **ra**mya hata

ચાલુ પૂર્ણ ભૂત (Past Perfect Continuous)

English	Gujarati	Transliteration
I had been playing	હું રમી રહ્યો હતો	hun **ra**mi rahyo hato
you had been playing	તું રમી રહ્યો હતો	tu **ra**mi rahyo hato
he/she/it had been playing	તે/તેણીની/તે રમી રહ્યો હતો	te/tenini/te **ra**mi rahyo hato
we had been playing	અમે રમી રહ્યાં હતાં	ame **ra**mi rahya hata
you had been playing	તમે રમી રહ્યાં હતાં	tame **ra**mi rahya hata
they had been playing	તેઓ રમી રહ્યાં હતાં	teo **ra**mi rahya hata

સાદો ભવિષ્ય (Simple Future)

English	Gujarati	Transliteration
I will play	હું રમીશ	hun **ra**mish
you will play	તું રમીશ	tu **ra**mish
he/she/it will play	તે/તેણીની/તે રમશે	te/tenini/te **ra**mshe
we will play	અમે રમીશું	ame **ra**mishu
you will play	તમે રમશો	tame **ra**msho
they will play	તેઓ રમશે	teo **ra**mshe

ચ લુ ભવિષ્ય(Future Continuous)

English	Gujarati	Transliteration
I will be playing	હું રમતો હોઈશ	hun **ra**mto hoish
you will be playing	તું રમતો હોઈશ	tu **ra**mto hoish
he/she/it will be playing	તે/તેણીની/તે રમતો હશે	te/tenini/te **ra**mto hashe
we will be playing	અમે રમતા હોઈશું	ame **ra**mta hoishu
you will be playing	તમે રમતા હશો	tame **ra**mta hasho
they will be playing	તેઓ રમતા હશે	Teo **ra**mta hashe

પૂર્ણ ભવિષ્ય (Future Perfect)

English	Gujarati	Transliteration
I will have played	હું રમ્યો હોઈશ	hun **ra**myo hoish
you will have played	તું રમ્યો હોઈશ	tu **ra**myo hoish
he/she/it will have played	તે રમ્યો હશે	te **ra**myo hashe
we will have played	અમે રમ્યા હોઈશું	ame **ra**mya hoishu
you will have played	તમે રમ્યા હશો	tame **ra**mya hasho
they will have played	તેઓ રમ્યા હશે	teo **ra**mya hashe

ચાલુ પૂર્ણ ભવિષ્ય (Future Perfect Continuous)

English	Gujarati	Transliteration
I will have been playing	હું રમી રહ્યો હોઈશ	hun **ra**mi rahyo hoish
you will have been playing	તું રમી રહ્યો હોઈશ	tu **ra**mi rahyo hoish
he/she/it will have been playing	તે/તેણીની/તે રમી રહ્યો હશે	te/tenini/te **ra**mi rahyo hashe
we will have been playing	અમે રમી રહ્યાં હોઈશું	ame **ra**mi rahya hoishu
you will have been playing	તમે રમી રહ્યાં હશો	tame **ra**mi rahya hasho
they will have been playing	તેઓ રમી રહ્યાં હશે	teo **ra**mi rahya hashe

65. To put: મુકવું (**mu**kvun)

સાદો વર્તમાન (Simple Present)

English	Gujarati	Transliteration
I put	હું મુકું છું	hun **mu**kun chhun
you put	તું મુકે છે	tu **mu**ke chhe
he/she/it puts	તે/તેણીની/તે મુકે છે	te/tenini/te **mu**ke chhe
we put	અમે મુકીએ છીએ	ame **mu**kiye chiye
you put	તમે મુકો છો	tame **mu**ko chho
they put	તેઓ મુકે છે	teo **mu**ke chhe

ચાલુ વર્તમાન (Present Continuous)

English	Gujarati	Transliteration
I am putting	હું મુકી રહ્યો છું.	hun **mu**ki rahyo chhun
you are putting	તું મુકી રહ્યો છે.	tu **mu**ki rahyo chhe
he/she/it is putting	તે મુકી રહ્યો છે	te **mu**ki rahyo chhe
we are putting	અમે મુકી રહ્યાં છીએ.	ame **mu**ki rahya chiye
you are putting	તમે મુકી રહ્યાં છો.	tame **mu**ki rahya chho
they are putting	તેઓ મુકી રહ્યાં છે.	teo **mu**ki rahya chhe

પૂર્ણ વર્તમાન (Present Perfect)

English	Gujarati	Transliteration
I have put	મેં મુક્યું છે	mein **mu**kyun chhe
you have put	તે મુક્યું છે	tu **mu**kyun chhe
he/she/it has put	તેણે મુક્યું છે	tene **mu**kyun chhe
we have put	અમે મુક્યું છે	ame **mu**kyun chhe
you have put	તમે મુક્યું છે	tame **mu**kyun chhe
they have put	તેઓએ મુક્યું છે	teoye **mu**kyun chhe

ચ લુ પૂરણવ્રત્મ ન (Present Perfect Continuous)

English	Gujarati	Transliteration
I have been putting	હું મુકતો આવું છું.	hun **mu**kto aavu chhun
you have been putting	તું મુકતો આવે છે.	tu **mu**kto aave chhe
he/she/it has been putting	તે મુકતો આવે છે.	te/tenini/te **mu**kto aave chhe
we have been putting	અમે મુકતા આવીએ છીએ.	ame **mu**kta aaviye chhiye
you have been putting	તમે મુકતા આવો છો.	tame **mu**kta aavo chho
they have been putting	તેઓ મુકતા આવે છે.	teo **mu**kta aave chhe

સાદો ભૂત (Simple Past)

English	Gujarati	Transliteration
I put	મેં મુક્યું	mein **mu**kyun
you put	તે મુક્યું	te **mu**kyun
he/she/it put	તેણે મુક્યું	tene **mu**kyun
we put	અમે મુક્યું	ame **mu**kyun
you put	તમે મુક્યું	tame **mu**kyun
they put	તેઓએ મુક્યું	teoye **mu**kyun

ચાલુ ભૂત (Past Continuous)

English	Gujarati	Transliteration
I was putting	હું મુકતો હતો	hun **mu**kto hato
you were putting	તું મુકતો હતો	tu **mu**kto hato
he/she/it was putting	તે/તેણીની/તે મુકતો હતો	te/tenini/te **mu**kto hato
we were putting	અમે મુકતા હતાં	ame **mu**kta hata
you were putting	તમે મુકતા હતાં	tame **mu**kta hata
they were putting	તેઓ મુકતા હતાં	teo **mu**kta hata

પૂરણભૂત (Past Perfect)

English	Gujarati	Transliteration
I had put	મેં મુક્યું હતું	mein mukyun hatun
you had put	તે મુક્યું હતું	tu mukyun hatun
he/she/it had put	તેણે મુક્યું હતું	tene mukyun hatun
we had put	અમે મુક્યું હતું	ame mukyun hatun
you had put	તમે મુક્યું હતું	tame mukyun hatun
they had put	તેઓએ મુક્યું હતું	teoye mukyun hatun

ચાલુ પૂર્ણ ભૂત (Past Perfect Continuous)

English	Gujarati	Transliteration
I had been putting	હું મુકી રહ્યો હતો	hun muki rahyo hato
you had been putting	તું મુકી રહ્યો હતો	tu muki rahyo hato
he/she/it had been putting	તે/તેણીની/તે મુકી રહ્યો હતો	te/tenini/te muki rahyo hato
we had been putting	અમે મુકી રહ્યાં હતાં	ame muki rahya hata
you had been putting	તમે મુકી રહ્યાં હતાં	tame muki rahya hata
they had been putting	તેઓ મુકી રહ્યાં હતાં	teo muki rahya hata

સાદો ભવિષ્ય (Simple Future)

English	Gujarati	Transliteration
I will put	હું મુકીશ	hun mukish
you will put	તું મુકીશ	tu mukish
he/she/it will put	તે/તેણીની/તે મુકશે	te/tenini/te mukshe
we will put	અમે મુકીશું	ame mukishu
you will put	તમે મુકશો	tame muksho
they will put	તેઓ મુકશે	teo mukshe

ચ લુ ભવિષ્યિ(Future Continuous)

English	Gujarati	Transliteration
I will be putting	હું મુકતો હોઈશ	hun **mu**kto hoish
you will be putting	તું મુકતો હોઈશ	tu **mu**kto hoish
he/she/it will be putting	તે/તેણીની/તે મુકતો હશે	te/tenini/te **mu**kto hashe
we will be putting	અમે મુકતા હોઈશું	ame **mu**kta hoishu
you will be putting	તમે મુકતા હશો	tame **mu**kta hasho
they will be putting	તેઓ મુકતા હશે	Teo **mu**kta hashe

પૂર્ણ ભવિષ્ય (Future Perfect)

English	Gujarati	Transliteration
I will have put	મેં મુક્યું હશે	mein **mu**kyun hashe
you will have put	તે મુક્યું હશે	tu **mu**kyun hashe
he/she/it will have put	તેણે મુક્યું હશે	tene **mu**kyun hashe
we will have put	અમે મુક્યું હશે	ame **mu**kyun hashe
you will have put	તમે મુક્યું હશે	tame **mu**kyun hashe
they will have put	તેઓએ મુક્યું હશે	teoye **mu**kyun hashe

ચાલુ પૂર્ણ ભવિષ્ય (Future Perfect Continuous)

English	Gujarati	Transliteration
I will have been putting	હું મુકી રહ્યો હોઈશ	hun **mu**ki rahyo hoish
you will have been putting	તું મુકી રહ્યો હોઈશ	tu **mu**ki rahyo hoish
he/she/it will have been putting	તે/તેણીની/તે મુકી રહ્યો હશે	te/tenini/te **mu**ki rahyo hashe
we will have been putting	અમે મુકી રહ્યાં હોઈશું	ame **mu**ki rahya hoishu
you will have been putting	તમે મુકી રહ્યાં હશો	tame **mu**ki rahya hasho
they will have been putting	તેઓ મુકી રહ્યાં હશે	teo **mu**ki rahya hashe

66. To read: વાંચવું (**van**chvun)

સાદો વર્તમાન (Simple Present)

English	Gujarati	Transliteration
I read	હું વાંચું છું	hun **van**chun chhun
you read	તું વાંચે છે	tu **van**che chhe
he/she/it reads	તે/તેણીની/તે વાંચે છે	te/tenini/te **van**che chhe
we read	અમે વાંચીએ છીએ	ame **van**chiye chiye
you read	તમે વાંચો છો	tame **van**cho chho
they read	તેઓ વાંચે છે	teo **van**che chhe

ચાલુ વર્તમાન (Present Continuous)

English	Gujarati	Transliteration
I am reading	હું વાંચી રહ્યો છું.	hun **van**chi rahyo chhun
you are reading	તું વાંચી રહ્યો છે.	tu **van**chi rahyo chhe
he/she/it is reading	તે વાંચી રહ્યો છે	te **van**chi rahyo chhe
we are reading	અમે વાંચી રહ્યાં છીએ.	ame **van**chi rahya chiye
you are reading	તમે વાંચી રહ્યાં છો.	tame **van**chi rahya chho
they are reading	તેઓ વાંચી રહ્યાં છે.	teo **van**chi rahya chhe

પૂર્ણ વર્તમાન (Present Perfect)

English	Gujarati	Transliteration
I have read	મેં વાંચ્યું છે	mein **van**chyun chhe
you have read	તે વાંચ્યું છે	te **van**chyun chhe
he/she/it has read	તેણે વાંચ્યું છે	tene **van**chyun chhe
we have read	અમે વાંચ્યું છે	ame **van**chyun chhe
you have read	તમે વાંચ્યું છે	tame **van**chyun chhe
they have read	તેઓએ વાંચ્યું છે	teoye **van**chyun chhe

ચ લુ પૂરણવ્રત્મ ન (Present Perfect Continuous)

English	Gujarati	Transliteration
I have been reading	હું વાંચતો આવું છું.	hun **van**chto aavu chhun
you have been reading	તું વાંચતો આવે છે.	tu **van**chto aave chhe
he/she/it has been reading	તે વાંચતો આવે છે.	te/tenini/te **van**chto aave chhe
we have been reading	અમે વાંચતા આવીએ છીએ.	ame **van**chta aaviye chhiye
you have been reading	તમે વાંચતા આવો છો.	tame **van**chta aavo chho
they have been reading	તેઓ વાંચતા આવે છે.	teo **van**chta aave chhe

સાદો ભૂત (Simple Past)

English	Gujarati	Transliteration
I read	મેં વાંચ્યું	mein **van**chyun
you read	તે વાંચ્યું	te **van**chyun
he/she/it read	તેણે વાંચ્યું	tene **van**chyun
we read	અમે વાંચ્યું	ame **van**chyun
you read	તમે વાંચ્યું	tame **van**chyun
they read	તેઓએ વાંચ્યું	teoye **van**chyun

ચાલુ ભૂત (Past Continuous)

English	Gujarati	Transliteration
I was reading	હું વાંચતો હતો	hun **van**chto hato
you were reading	તું વાંચતો હતો	tu **van**chto hato
he/she/it was reading	તે/તેણીની/તે વાંચતો હતો	te/tenini/te **van**chto hato
we were reading	અમે વાંચતા હતાં	ame **van**chta hata
you were reading	તમે વાંચતા હતાં	tame **van**chta hata
they were reading	તેઓ વાંચતા હતાં	teo **van**chta hata

પૂરણભૂત (Past Perfect)

English	Gujarati	Transliteration
I had read	મેં વાંચ્યું હતું	mein vanchyun hatun
you had read	તે વાંચ્યું હતું	te vanchyun hatun
he/she/it had read	તેણે વાંચ્યું હતું	tene vanchyun hatun
we had read	અમે વાંચ્યું હતું	ame vanchyun hatun
you had read	તમે વાંચ્યું હતું	tame vanchyun hatun
they had read	તેઓએ વાંચ્યું હતું	teoye vanchyun hatun

ચાલુ પૂર્ણ ભૂત (Past Perfect Continuous)

English	Gujarati	Transliteration
I had been reading	હું વાંચી રહ્યો હતો	hun vanchi rahyo hato
you had been reading	તું વાંચી રહ્યો હતો	tu vanchi rahyo hato
he/she/it had been reading	તે/તેણીની/તે વાંચી રહ્યો હતો	te/tenini/te vanchi rahyo hato
we had been reading	અમે વાંચી રહ્યાં હતાં	ame vanchi rahya hata
you had been reading	તમે વાંચી રહ્યાં હતાં	tame vanchi rahya hata
they had been reading	તેઓ વાંચી રહ્યાં હતાં	teo vanchi rahya hata

સાદો ભવિષ્ય (Simple Future)

English	Gujarati	Transliteration
I will read	હું વાંચીશ	hun vanchish
you will read	તું વાંચીશ	tu vanchish
he/she/it will read	તે/તેણીની/તે વાંચશે	te/tenini/te vanchshe
we will read	અમે વાંચીશું	ame vanchshu
you will read	તમે વાંચશો	tame vanchsho
they will read	તેઓ વાંચશે	teo vanchshe

ચ લુ ભવિષ્યિય(Future Continuous)

English	Gujarati	Transliteration
I will be reading	હું વાંચતો હોઈશ	hun **van**chto hoish
you will be reading	તું વાંચતો હોઈશ	tu **van**chto hoish
he/she/it will be reading	તે/તેણીની/તે વાંચતો હશે	te/tenini/te **van**chto hashe
we will be reading	અમે વાંચતા હોઈશું	ame **van**chta hoishu
you will be reading	તમે વાંચતા હશો	tame **van**chta hasho
they will be reading	તેઓ વાંચતા હશે	Teo **van**chta hashe

પૂર્ણ ભવિષ્ય (Future Perfect)

English	Gujarati	Transliteration
I will have read	મેં વાંચ્યું હશે	mein **van**chyun hashe
you will have read	તે વાંચ્યું હશે	te **van**chyun hashe
he/she/it will have read	તેણે વાંચ્યું હશે	tene **van**chyun hashe
we will have read	અમે વાંચ્યું હશે	ame **van**chyun hashe
you will have read	તમે વાંચ્યું હશે	tame **van**chyun hashe
they will have read	તેઓએ વાંચ્યું હશે	teoye **van**chyun hashe

ચાલુ પૂર્ણ ભવિષ્ય (Future Perfect Continuous)

English	Gujarati	Transliteration
I will have been reading	હું વાંચી રહ્યો હોઈશ	hun **van**chi rahyo hoish
you will have been reading	તું વાંચી રહ્યો હોઈશ	tu **van**chi rahyo hoish
he/she/it will have been reading	તે/તેણીની/તે વાંચી રહ્યો હશે	te/tenini/te **van**chi rahyo hashe
we will have been reading	અમે વાંચી રહ્યાં હોઈશું	ame **van**chi rahya hoishu
you will have been reading	તમે વાંચી રહ્યાં હશો	tame **van**chi rahya hasho
they will have been reading	તેઓ વાંચી રહ્યાં હશે	teo **van**chi rahya hashe

67. To receive: પ્રાપ્ત કરવું (**pra**pt karvun)

સાદો વર્તમાન (Simple Present)

English	Gujarati	Transliteration
I receive	હું પ્રાપ્ત કરું છું	hun **pra**pt karun chhun
you receive	તું પ્રાપ્ત કરે છે	tu **pra**pt kare chhe
he/she/it receives	તે/તેણીની/તે પ્રાપ્ત કરે છે	te/tenini/te **pra**pt kare chhe
we receive	અમે પ્રાપ્ત કરીએ છીએ	ame **pra**pt kariye chiye
you receive	તમે પ્રાપ્ત કરો છો	tame **pra**pt karo chho
they receive	તેઓ પ્રાપ્ત કરે છે	teo **pra**pt kare chhe

ચાલુ વર્તમાન (Present Continuous)

English	Gujarati	Transliteration
I am receiving	હું પ્રાપ્ત કરી રહ્યો છું.	hun **pra**pt kari rahyo chhun
you are receiving	તું પ્રાપ્ત કરી રહ્યો છે.	tu **pra**pt kari rahyo chhe
he/she/it is receiving	તે પ્રાપ્ત કરી રહ્યો છે	te **pra**pt kari rahyo chhe
we are receiving	અમે પ્રાપ્ત કરી રહ્યાં છીએ.	ame **pra**pt kari rahya chiye
you are receiving	તમે પ્રાપ્ત કરી રહ્યાં છો.	tame **pra**pt kari rahya chho
they are receiving	તેઓ પ્રાપ્ત કરી રહ્યાં છે.	teo **pra**pt kari rahya chhe

પૂર્ણ વર્તમાન (Present Perfect)

English	Gujarati	Transliteration
I have received	મેં પ્રાપ્ત કર્યું છે	mein **pra**pt karyun chhe
you have received	તે પ્રાપ્ત કર્યું છે	te **pra**pt karyun chhe
he/she/it has received	તેણે પ્રાપ્ત કર્યું છે	tene **pra**pt karyun chhe
we have received	અમે પ્રાપ્ત કર્યું છે	ame **pra**pt karyun chhe
you have received	તમે પ્રાપ્ત કર્યું છે	tame **pra**pt karyun chhe
they have received	તેઓએ પ્રાપ્ત કર્યું છે	teoye **pra**pt karyun chhe

ચ લુ પૂરણવરતમ ન (Present Perfect Continuous)

English	Gujarati	Transliteration
I have been receiving	હું પ્રાપ્ત કરતો આવું છું.	hun **pra**pt karto aavu chhun
you have been receiving	તું પ્રાપ્ત કરતો આવે છે.	tu **pra**pt karto aave chhe
he/she/it has been receiving	તે પ્રાપ્ત કરતો આવે છે.	te/tenini/te **pra**pt karto aave chhe
we have been receiving	અમે પ્રાપ્ત કરતા આવીએ છીએ.	ame **pra**pt karta aaviye chhiye
you have been receiving	તમે પ્રાપ્ત કરતા આવો છો.	tame **pra**pt karta aavo chho
they have been receiving	તેઓ પ્રાપ્ત કરતા આવે છે.	teo **pra**pt karta aave chhe

સાદો ભૂત (Simple Past)

English	Gujarati	Transliteration
I received	મેં પ્રાપ્ત કર્યું	mein **pra**pt karyun
you received	તે પ્રાપ્ત કર્યું	te **pra**pt karyun
he/she/it received	તેણે પ્રાપ્ત કર્યું	tene **pra**pt karyun
we received	અમે પ્રાપ્ત કર્યું	ame **pra**pt karyun
you received	તમે પ્રાપ્ત કર્યું	tame **pra**pt karyun
they received	તેઓએ પ્રાપ્ત કર્યું	teoye **pra**pt karyun

ચાલુ ભૂત (Past Continuous)

English	Gujarati	Transliteration
I was receiving	હું પ્રાપ્ત કરતો હતો	hun **pra**pt karto hato
you were receiving	તું પ્રાપ્ત કરતો હતો	tu **pra**pt karto hato
he/she/it was receiving	તે/તેણીની/તે પ્રાપ્ત કરતો હતો	te/tenini/te **pra**pt karto hato
we were receiving	અમે પ્રાપ્ત કરતા હતાં	ame **pra**pt karta hata
you were receiving	તમે પ્રાપ્ત કરતા હતાં	tame **pra**pt karta hata
they were receiving	તેઓ પ્રાપ્ત કરતા હતાં	teo **pra**pt karta hata

પૂરણભૂત (Past Perfect)

English	Gujarati	Transliteration
I had received	મેં પ્રાપ્ત કર્યું હતું	mein **pra**pt karyun hatun
you had received	તે પ્રાપ્ત કર્યું હતું	te **pra**pt karyun hatun
he/she/it had received	તેણે પ્રાપ્ત કર્યું હતું	tene **pra**pt karyun hatun
we had received	અમે પ્રાપ્ત કર્યું હતું	ame **pra**pt karyun hatun
you had received	તમે પ્રાપ્ત કર્યું હતું	tame **pra**pt karyun hatun
they had received	તેઓએ પ્રાપ્ત કર્યું હતું	teoye **pra**pt karyun hatun

ચાલુ પૂર્ણ ભૂત (Past Perfect Continuous)

English	Gujarati	Transliteration
I had been receiving	હું પ્રાપ્ત કરી રહ્યો હતો	hun **pra**pt kari rahyo hato
you had been receiving	તું પ્રાપ્ત કરી રહ્યો હતો	tu **pra**pt kari rahyo hato
he/she/it had been receiving	તે/તેણીની/તે પ્રાપ્ત કરી રહ્યો હતો	te/tenini/te **pra**pt kari rahyo hato
we had been receiving	અમે પ્રાપ્ત કરી રહ્યાં હતાં	ame **pra**pt kari rahya hata
you had been receiving	તમે પ્રાપ્ત કરી રહ્યાં હતાં	tame **pra**pt kari rahya hata
they had been receiving	તેઓ પ્રાપ્ત કરી રહ્યાં હતાં	teo **pra**pt kari rahya hata

સાદો ભવિષ્ય (Simple Future)

English	Gujarati	Transliteration
I will put	હું પ્રાપ્ત કરીશ	hun **pra**pt karish
you will put	તું પ્રાપ્ત કરીશ	tu **pra**pt karish
he/she/it will put	તે/તેણીની/તે પ્રાપ્ત કરીશે	te/tenini/te **pra**pt karshe
we will put	અમે પ્રાપ્ત કરીશું	ame **pra**pt karsihu
you will put	તમે પ્રાપ્ત કરીશો	tame **pra**pt karsho
they will put	તેઓ પ્રાપ્ત કરીશે	teo **pra**pt karishe

ચ લુ ભવિષ્યિય(Future Continuous)

English	Gujarati	Transliteration
I will be receiving	હું પ્રાપ્ત કરતો હોઈશ	hun **pra**pt karto hoish
you will be receiving	તું પ્રાપ્ત કરતો હોઈશ	tu **pra**pt karto hoish
he/she/it will be receiving	તે/તેણીની/તે પ્રાપ્ત કરતો હશે	te/tenini/te **pra**pt karto hashe
we will be receiving	અમે પ્રાપ્ત કરતા હોઈશું	ame **pra**pt karta hoishu
you will be receiving	તમે પ્રાપ્ત કરતા હશો	tame **pra**pt karta hasho
they will be receiving	તેઓ પ્રાપ્ત કરતા હશે	Teo **pra**pt karta hashe

પૂર્ણ ભવિષ્ય (Future Perfect)

English	Gujarati	Transliteration
I will have received	મેં પ્રાપ્ત કર્યું હશે	mein **pra**pt karyun hashe
you will have received	તે પ્રાપ્ત કર્યું હશે	te **pra**pt karyun hashe
he/she/it will have received	તેણે પ્રાપ્ત કર્યું હશે	tene **pra**pt karyun hashe
we will have received	અમે પ્રાપ્ત કર્યું હશે	ame **pra**pt karyun hashe
you will have received	તમે પ્રાપ્ત કર્યું હશે	tame **pra**pt karyun hashe
they will have received	તેઓએ પ્રાપ્ત કર્યું હશે	teoye **pra**pt karyun hashe

ચાલુ પૂર્ણ ભવિષ્ય (Future Perfect Continuous)

English	Gujarati	Transliteration
I will have been receiving	હું પ્રાપ્ત કરી રહ્યો હોઈશ	hun **pra**pt kari rahyo hoish
you will have been receiving	તું પ્રાપ્ત કરી રહ્યો હોઈશ	tu **pra**pt kari rahyo hoish
he/she/it will have been receiving	તે/તેણીની/તે પ્રાપ્ત કરી રહ્યો હશે	te/tenini/te **pra**pt kari rahyo hashe
we will have been receiving	અમે પ્રાપ્ત કરી રહ્યાં હોઈશું	ame **pra**pt kari rahya hoishu
you will have been receiving	તમે પ્રાપ્ત કરી રહ્યાં હશો	tame **pra**pt kari rahya hasho
they will have been receiving	તેઓ પ્રાપ્ત કરી રહ્યાં હશે	teo **pra**pt kari rahya hashe

68. To remember: યાદ રાખવું (**yaa**d rakhvun)

<u>સાદો વર્તમાન (Simple Present)</u>

English	Gujarati	Transliteration
I remember	હું યાદ કરૂં છું	hun **yaa**d karun chhun
you remember	તું યાદ કરે છે	tu **yaa**d kare chhe
he/she/it remembers	તે/તેણીની/તે યાદ કરે છે	te/tenini/te **yaa**d kare chhe
we remember	અમે યાદ કરીએ છીએ	ame **yaa**d kariye chiye
you remember	તમે યાદ કરો છો	tame **yaa**d karo chho
they remember	તેઓ યાદ કરે છે	teo **yaa**d kare chhe

<u>ચાલુ વર્તમાન (Present Continuous)</u>

English	Gujarati	Transliteration
I am remembering	હું યાદ કરી રહ્યો છું.	hun **yaa**d kari rahyo chhun
you are remembering	તું યાદ કરી રહ્યો છે.	tu **yaa**d kari rahyo chhe
he/she/it is remembering	તે યાદ કરી રહ્યો છે	te **yaa**d kari rahyo chhe
we are remembering	અમે યાદ કરી રહ્યાં છીએ.	ame **yaa**d kari rahya chiye
you are remembering	તમે યાદ કરી રહ્યાં છો.	tame **yaa**d kari rahya chho
they are remembering	તેઓ યાદ કરી રહ્યાં છે.	teo **yaa**d kari rahya chhe

<u>પૂર્ણ વર્તમાન (Present Perfect)</u>

English	Gujarati	Transliteration
I have remembered	મેં યાદ કર્યું છે	mein **yaa**d karyun chhe
you have remembered	તે યાદ કર્યું છે	te **yaa**d karyun chhe
he/she/it has remembered	તેણે યાદ કર્યું છે	tene **yaa**d karyun chhe
we have remembered	અમે યાદ કર્યું છે	ame **yaa**d karyun chhe
you have remembered	તમે યાદ કર્યું છે	tame **yaa**d karyun chhe
they have remembered	તેઓએ યાદ કર્યું છે	teoye **yaa**d karyun chhe

ચ લુ ૂપ્રણ્વ્રત્મ ન (Present Perfect Continuous)

English	Gujarati	Transliteration
I have been remembering	હું યાદ કરતો આવું છું.	hun **yaa**d karto aavu chhun
you have been remembering	તું યાદ કરતો આવે છે.	tu **yaa**d karto aave chhe
he/she/it has been remembering	તે યાદ કરતો આવે છે.	te/tenini/te **yaa**d karto aave chhe
we have been remembering	અમે યાદ કરતા આવીએ છીએ.	ame **yaa**d karta aaviye chhiye
you have been remembering	તમે યાદ કરતા આવો છો.	tame **yaa**d karta aavo chho
they have been remembering	તેઓ યાદ કરતા આવે છે.	teo **yaa**d karta aave chhe

સાદો ભૂત (Simple Past)

English	Gujarati	Transliteration
I remembered	મેં યાદ કર્યું	mein **yaa**d karyun
you remembered	તે યાદ કર્યું	te **yaa**d karyun
he/she/it remembered	તેણે યાદ કર્યું	tene **yaa**d karyun
we remembered	અમે યાદ કર્યું	ame **yaa**d karyun
you remembered	તમે યાદ કર્યું	tame **yaa**d karyun
they remembered	તેઓએ યાદ કર્યું	teoye **yaa**d karyun

ચાલુ ભૂત (Past Continuous)

English	Gujarati	Transliteration
I was remembering	હું યાદ કરતો હતો	hun **yaa**d karto hato
you were remembering	તું યાદ કરતો હતો	tu **yaa**d karto hato
he/she/it was remembering	તે/તેણીની/તે યાદ કરતો હતો	te/tenini/te **yaa**d karto hato
we were remembering	અમે યાદ કરતા હતાં	ame **yaa**d karta hata
you were remembering	તમે યાદ કરતા હતાં	tame **yaa**d karta hata
they were remembering	તેઓ યાદ કરતા હતાં	teo **yaa**d karta hata

પૂરણભૂત (Past Perfect)

English	Gujarati	Transliteration
I had remembered	મેં યાદ કર્યું હતું	mein **yaa**d karyun hatun
you had remembered	તે યાદ કર્યું હતું	te **yaa**d karyun hatun
he/she/it had remembered	તેણે યાદ કર્યું હતું	tene **yaa**d karyun hatun
we had remembered	અમે યાદ કર્યું હતું	ame **yaa**d karyun hatun
you had remembered	તમે યાદ કર્યું હતું	tame **yaa**d karyun hatun
they had remembered	તેઓએ યાદ કર્યું હતું	teoye **yaa**d karyun hatun

ચાલુ પૂર્ણ ભૂત (Past Perfect Continuous)

English	Gujarati	Transliteration
I had been remembering	હું યાદ કરી રહ્યો હતો	hun **yaa**d kari rahyo hato
you had been remembering	તું યાદ કરી રહ્યો હતો	tu **yaa**d kari rahyo hato
he/she/it had been remembering	તે/તેણીની/તે યાદ કરી રહ્યો હતો	te/tenini/te **yaa**d kari rahyo hato
we had been remembering	અમે યાદ કરી રહ્યાં હતાં	ame **yaa**d kari rahya hata
you had been remembering	તમે યાદ કરી રહ્યાં હતાં	tame **yaa**d kari rahya hata
they had been remembering	તેઓ યાદ કરી રહ્યાં હતાં	teo **yaa**d kari rahya hata

સાદો ભવિષ્ય (Simple Future)

English	Gujarati	Transliteration
I will remember	હું યાદ કરીશ	hun **yaa**d karish
you will remember	તું યાદ કરીશ	tu **yaa**d karish
he/she/it will remember	તે/તેણીની/તે યાદ કરશે	te/tenini/te **yaa**d karshe
we will remember	અમે યાદ કરીશું	ame **yaa**d karishu
you will remember	તમે યાદ કરશો	tame **yaa**d karsho
they will remember	તેઓ યાદ કરશે	teo **yaa**d karshe

ચ લુ ભવ ષ્િય(Future Continuous)

English	Gujarati	Transliteration
I will be remembering	હું યાદ કરતો હોઈશ	hun **yaa**d karto hoish
you will be remembering	તું યાદ કરતો હોઈશ	tu **yaa**d karto hoish
he/she/it will be remembering	તે/તેણીની/તે યાદ કરતો હશે	te/tenini/te **yaa**d karto hashe
we will be remembering	અમે યાદ કરતા હોઈશું	ame **yaa**d karta hoishu
you will be remembering	તમે યાદ કરતા હશો	tame **yaa**d karta hasho
they will be remembering	તેઓ યાદ કરતા હશે	Teo **yaa**d karta hashe

પૂર્ણ ભવિષ્ય (Future Perfect)

English	Gujarati	Transliteration
I will have remembered	મેં યાદ કર્યું હશે	mein **yaa**d karyun hashe
you will have remembered	તે યાદ કર્યું હશે	te **yaa**d karyun hashe
he/she/it will have remembered	તેણે યાદ કર્યું હશે	tene **yaa**d karyun hashe
we will have remembered	અમે યાદ કર્યું હશે	ame **yaa**d karyun hashe
you will have remembered	તમે યાદ કર્યું હશે	tame **yaa**d karyun hashe
they will have remembered	તેઓએ યાદ કર્યું હશે	teoye **yaa**d karyun hashe

ચાલુ પૂર્ણ ભવિષ્ય (Future Perfect Continuous)

English	Gujarati	Transliteration
I will have been remembering	હું યાદ કરી રહ્યો હોઈશ	hun **yaa**d kari rahyo hoish
you will have been remembering	તું યાદ કરી રહ્યો હોઈશ	tu **yaa**d kari rahyo hoish
he/she/it will have been remembering	તે/તેણીની/તે યાદ કરી રહ્યો હશે	te/tenini/te **yaa**d kari rahyo hashe
we will have been remembering	અમે યાદ કરી રહ્યાં હોઈશું	ame **yaa**d kari rahya hoishu
you will have been remembering	તમે યાદ કરી રહ્યાં હશો	tame **yaa**d kari rahya hasho
they will have been remembering	તેઓ યાદ કરી રહ્યાં હશે	teo **yaa**d kari rahya hashe

69. To repeat: ફરીથી કરવું (farithi karvun)

સાદો વર્તમાન (Simple Present)

English	Gujarati	Transliteration
I repeat	હું ફરીથી કરું છું	hun farithi karun chhun
you repeat	તું ફરીથી કરે છે	tu farithi kare chhe
he/she/it repeats	તે/તેણીની/તે ફરીથી કરે છે	te/tenini/te farithi kare chhe
we repeat	અમે ફરીથી કરીએ છીએ	ame farithi kariye chiye
you repeat	તમે ફરીથી કરો છો	tame farithi karo chho
they repeat	તેઓ ફરીથી કરે છે	teo farithi kare chhe

ચાલુ વર્તમાન (Present Continuous)

English	Gujarati	Transliteration
I am repeating	હું ફરીથી કરી રહ્યો છું.	hun farithi kari rahyo chhun
you are repeating	તું ફરીથી કરી રહ્યો છે.	tu farithi kari rahyo chhe
he/she/it is repeating	તે ફરીથી કરી રહ્યો છે	te farithi kari rahyo chhe
we are repeating	અમે ફરીથી કરી રહ્યાં છીએ.	ame farithi kari rahya chiye
you are repeating	તમે ફરીથી કરી રહ્યાં છો.	tame farithi kari rahya chho
they are repeating	તેઓ ફરીથી કરી રહ્યાં છે.	teo farithi kari rahya chhe

પૂર્ણ વર્તમાન (Present Perfect)

English	Gujarati	Transliteration
I have repeated	મેં ફરીથી કર્યું છું	mein farithi karyun chhun
you have repeated	તે ફરીથી કર્યું છે	te farithi karyun chhun
he/she/it has repeated	તેણે ફરીથી કર્યું છે	tene farithi karyun chhun
we have repeated	અમે ફરીથી કર્યું છે	ame farithi karyun chhun
you have repeated	તમે ફરીથી કર્યું છે	tame farithi karyun chhun
they have repeated	તેઓએ ફરીથી કર્યું છે	teoye farithi karyun chhun

ચ લુ પૂરણ્વ્રતમ ન (Present Perfect Continuous)

English	Gujarati	Transliteration
I have been repeating	હું ફરીથી કરતો આવું છું.	hun farithi karto aavu chhun
you have been repeating	તું ફરીથી કરતો આવે છે.	tu farithi karto aave chhe
he/she/it has been repeating	તે ફરીથી કરતો આવે છે.	te/tenini/te farithi karto aave chhe
we have been repeating	અમે ફરીથી કરતા આવીએ છીએ.	ame farithi karta aaviye chhiye
you have been repeating	તમે ફરીથી કરતા આવો છો.	tame farithi karta aavo chho
they have been repeating	તેઓ ફરીથી કરતા આવે છે.	teo farithi karta aave chhe

સાદો ભૂત (Simple Past)

English	Gujarati	Transliteration
I repeated	મેં ફરીથી કર્યું	mein farithi karyun
you repeated	તે ફરીથી કર્યું	te farithi karyun
he/she/it repeated	તેણે ફરીથી કર્યું	tene farithi karyun
we repeated	અમે ફરીથી કર્યું	ame farithi karyun
you repeated	તમે ફરીથી કર્યું	tame farithi karyun
they repeated	તેઓએ ફરીથી કર્યું	teoye farithi karyun

ચાલુ ભૂત (Past Continuous)

English	Gujarati	Transliteration
I was repeating	હું ફરીથી કરતો હતો	hun farithi karto hato
you were repeating	તું ફરીથી કરતો હતો	tu farithi karto hato
he/she/it was repeating	તે/તેણીની/તે ફરીથી કરતો હતો	te/tenini/te farithi karto hato
we were repeating	અમે ફરીથી કરતા હતાં	ame farithi karta hata
you were repeating	તમે ફરીથી કરતા હતાં	tame farithi karta hata
they were repeating	તેઓ ફરીથી કરતા હતાં	teo farithi karta hata

પૂરણભૂત (Past Perfect)

English	Gujarati	Transliteration
I had repeated	મેં ફરીથી કર્યું હતું	mein farithi karyun hatun
you had repeated	તે ફરીથી કર્યું હતું	te farithi karyun hatun
he/she/it had repeated	તેણે ફરીથી કર્યું હતું	tene farithi karyun hatun
we had repeated	અમે ફરીથી કર્યું હતું	ame farithi karyun hatun
you had repeated	તમે ફરીથી કર્યું હતું	tame farithi karyun hatun
they had repeated	તેઓએ ફરીથી કર્યું હતું	teoye farithi karyun hatun

ચાલુ પૂર્ણ ભૂત (Past Perfect Continuous)

English	Gujarati	Transliteration
I had been repeating	હું ફરીથી કરી રહ્યો હતો	hun farithi kari rahyo hato
you had been repeating	તું ફરીથી કરી રહ્યો હતો	tu farithi kari rahyo hato
he/she/it had been repeating	તે/તેણીની/તે ફરીથી કરી રહ્યો હતો	te/tenini/te farithi kari rahyo hato
we had been repeating	અમે ફરીથી કરી રહ્યાં હતાં	ame farithi kari rahya hata
you had been repeating	તમે ફરીથી કરી રહ્યાં હતાં	tame farithi kari rahya hata
they had been repeating	તેઓ ફરીથી કરી રહ્યાં હતાં	teo farithi kari rahya hata

સાદો ભવિષ્ય (Simple Future)

English	Gujarati	Transliteration
I will repeat	હું ફરીથી કરીશ	hun farithi karish
you will repeat	તું ફરીથી કરીશ	tu farithi karish
he/she/it will repeat	તે/તેણીની/તે ફરીથી કરશે	te/tenini/te farithi karshe
we will repeat	અમે ફરીથી કરીશું	ame farithi karishu
you will repeat	તમે ફરીથી કરશો	tame farithi karsho
they will repeat	તેઓ ફરીથી કરશે	teo farithi karshe

ચ લુ ભવિષ્ય(Future Continuous)

English	Gujarati	Transliteration
I will be repeating	હું ફરીથી કરતો હોઈશ	hun fa**ri**thi karto hoish
you will be repeating	તું ફરીથી કરતો હોઈશ	tu fa**ri**thi karto hoish
he/she/it will be repeating	તે/તેણીની/તે ફરીથી કરતો હશે	te/tenini/te fa**ri**thi karto hashe
we will be repeating	અમે ફરીથી કરતા હોઈશું	ame fa**ri**thi karta hoishu
you will be repeating	તમે ફરીથી કરતા હશો	tame fa**ri**thi karta hasho
they will be repeating	તેઓ ફરીથી કરતા હશે	Teo fa**ri**thi karta hashe

પૂર્ણ ભવિષ્ય (Future Perfect)

English	Gujarati	Transliteration
I will have repeated	મેં ફરીથી કર્યું હશે	mein fa**ri**thi karyun hashe
you will have repeated	તે ફરીથી કર્યું હશે	te fa**ri**thi karyun hashe
he/she/it will have repeated	તેને ફરીથી કર્યું હશે	tene fa**ri**thi karyun hashe
we will have repeated	અમે ફરીથી કર્યું હશે	ame fa**ri**thi karyun hashe
you will have repeated	તમે ફરીથી કર્યું હશે	tame fa**ri**thi karyun hashe
they will have repeated	તેઓએ ફરીથી કર્યું હશે	teoye fa**ri**thi karyun hashe

ચાલુ પૂર્ણ ભવિષ્ય (Future Perfect Continuous)

English	Gujarati	Transliteration
I will have been repeating	હું ફરીથી કરી રહ્યો હોઈશ	hun fa**ri**thi kari rahyo hoish
you will have been repeating	તું ફરીથી કરી રહ્યો હોઈશ	tu fa**ri**thi kari rahyo hoish
he/she/it will have been repeating	તે/તેણીની/તે ફરીથી કરી રહ્યો હશે	te/tenini/te fa**ri**thi kari rahyo hashe
we will have been repeating	અમે ફરીથી કરી રહ્યાં હોઈશું	ame fa**ri**thi kari rahya hoishu
you will have been repeating	તમે ફરીથી કરી રહ્યાં હશો	tame fa**ri**thi kari rahya hasho
they will have been repeating	તેઓ ફરીથી કરી રહ્યાં હશે	teo fa**ri**thi kari rahya hashe

70. To return: પાછા આવવું (pa**chha** avavun)

સાદો વર્તમાન (Simple Present)

English	Gujarati	Transliteration
I return	હું પાછો આવું છું	hun pa**chho** avun chhun
you return	તું પાછો આવે છે	tu pa**chho** ave chhe
he/she/it returns	તે/તેણીની/તે પાછો આવે છે	te/tenini/te pa**chho** ave chhe
we return	અમે પાછા આવીએ છીએ	ame pa**chha** aviye chiye
you return	તમે પાછા આવો છો	tame pa**chha** avo chho
they return	તેઓ પાછો આવે છે	teo pa**chho** ave chhe

ચાલુ વર્તમાન (Present Continuous)

English	Gujarati	Transliteration
I am returning	હું પાછો આવી રહ્યો છું.	hun pa**chho** avi rahyo chhun
you are returning	તું પાછો આવી રહ્યો છે.	tu pa**chho** avi rahyo chhe
he/she/it is returning	તે પાછો આવી રહ્યો છે	te pa**chho** avi rahyo chhe
we are returning	અમે પાછા આવી રહ્યાં છીએ.	ame pa**chho** avi rahya chiye
you are returning	તમે પાછા આવી રહ્યાં છો.	tame pa**chho** avi rahya chho
they are returning	તેઓ પાછા આવી રહ્યાં છે.	teo pa**chho** avi rahya chhe

પૂર્ણ વર્તમાન (Present Perfect)

English	Gujarati	Transliteration
I have returned	હું પાછો આવ્યો છું	hun pa**chho** avyo chhu
you have returned	તું પાછો આવ્યો છે	tu pa**chho** avyo chhe
he/she/it has returned	તે પાછો આવ્યો છે	te pa**chho** avyo chhe
we have returned	અમે પાછા આવીયા છીએ	ame pa**chha** aviya chhiye
you have returned	તમે પાછા આવીયા છો	tame pa**chha** aviya chho
they have returned	તેઓ પાછા આવીયા છે	teo pa**chha** aviya chhe

ચ લુ પૂ્રણવ્રતમ ન (Present Perfect Continuous)

English	Gujarati	Transliteration
I have been returning	હું પાછો આવતો આવું છું.	hun pa**chho** avto aavu chhun
you have been returning	તું પાછો આવતો આવે છે.	tu pa**chho** avto aave chhe
he/she/it has been returning	તે પાછો આવતો આવે છે.	te/tenini/te pa**chho** avto aave chhe
we have been returning	અમે પાછા આવતા આવીએ છીએ.	ame pa**chha** avta aaviye chhiye
you have been returning	તમે પાછા આવતા આવો છો.	tame pa**chha** avta aavo chho
they have been returning	તેઓ પાછા આવતા આવે છે.	teo pa**chha** avta aave chhe

સાદો ભૂત (Simple Past)

English	Gujarati	Transliteration
I returned	હું પાછો આવ્યો	hun pa**chho** avyo
you returned	તું પાછો આવ્યો	tu pa**chho** avyo
he/she/it returned	તે પાછો આવ્યો	te pa**chho** avyo
we returned	અમે પાછા આવીયા	ame pa**chha** aviya
you returned	તમે પાછા આવીયા	tame pa**chha** aviya
they returned	તેઓ પાછા આવીયા	teo pa**chha** avyia

ચાલુ ભૂત (Past Continuous)

English	Gujarati	Transliteration
I was returning	હું પાછો આવતો હતો	hun pa**chho** avto hato
you were returning	તું પાછો આવતો હતો	tu pa**chho** avto hato
he/she/it was returning	તે/તેણીની/તે પાછો આવતો હતો	te/tenini/te pa**chho** avto hato
we were returning	અમે પાછા આવતા હતાં	ame pa**chha** avta hata
you were returning	તમે પાછા આવતા હતાં	tame pa**chha** avta hata
they were returning	તેઓ પાછા આવતા હતાં	teo pa**chha** avta hata

પૂરણભૂત (Past Perfect)

English	Gujarati	Transliteration
I had returned	હું પાછો આવ્યો હતો	hun pa**chho** avyo hato
you had returned	તું પાછો આવ્યો હતો	tu pa**chho** avyo hato
he/she/it had returned	તે પાછો આવ્યો હતો	te pa**chho** avyo hato
we had returned	અમે પાછા આવીયા હતાં	ame pa**chha** aviya hata
you had returned	તમે પાછા આવીયા હતાં	tame pa**chha** aviya hata
they had returned	તેઓ પાછા આવીયા હતાં	teo pa**chha** aviya hata

ચાલુ પૂર્ણ ભૂત (Past Perfect Continuous)

English	Gujarati	Transliteration
I had been returning	હું પાછો આવી રહ્યો હતો	hun pa**chho** avi rahyo hato
you had been returning	તું પાછો આવી રહ્યો હતો	tu pa**chho** avi rahyo hato
he/she/it had been returning	તે/તેણીની/તે પાછો આવી રહ્યો હતો	te/tenini/te pa**chho** avi rahyo hato
we had been returning	અમે પાછા આવી રહ્યાં હતાં	ame pa**chha** avi rahya hata
you had been returning	તમે પાછા આવી રહ્યાં હતાં	tame pa**chha** avi rahya hata
they had been returning	તેઓ પાછા આવી રહ્યાં હતાં	teo pa**chha** avi rahya hata

સાદો ભવિષ્ય (Simple Future)

English	Gujarati	Transliteration
I will return	હું પાછો આવીશ	hun pa**chho** avish
you will return	તું પાછો આવીશ	tu pa**chho** avish
he/she/it will return	તે/તેણીની/તે પાછો આવશે	te/tenini/te pa**chho** avshe
we will return	અમે પાછા આવીશું	ame pa**chha** avishu
you will return	તમે પાછા આવશો	tame pa**chha** avsho
they will return	તેઓ પાછા આવશે	teo pa**chha** avshe

ચ લુ ભવિષ્ય(Future Continuous)

English	Gujarati	Transliteration
I will be returning	હું પાછો આવતો હોઈશ	hun pa**chho** avto hoish
you will be returning	તું પાછો આવતો હોઈશ	tu pa**chho** avto hoish
he/she/it will be returning	તે/તેણીની/તે પાછો આવતો હશે	te/tenini/te pa**chho** avto hashe
we will be returning	અમે પાછા આવતા હોઈશું	ame pa**chha** avta hoishu
you will be returning	તમે પાછા આવતા હશો	tame pa**chha** avta hasho
they will be returning	તેઓ પાછા આવતા હશે	Teo pa**chha** avta hashe

પૂર્ણ ભવિષ્ય (Future Perfect)

English	Gujarati	Transliteration
I will have returned	હું પાછો આવ્યો હોઈશ	hun pa**chho** avyo hoish
you will have returned	તું પાછો આવ્યો હોઈશ	tu pa**chho** avyo hoish
he/she/it will have returned	તે પાછો આવ્યો હશે	te pa**chho** avyo hashe
we will have returned	અમે પાછા આવીયા હોઈશું	ame pa**chha** aviya hoishu
you will have returned	તમે પાછા આવીયા હશો	tame pa**chha** aviya hasho
they will have returned	તેઓ પાછા આવીયા હશે	teo pa**chha** aviya hashe

ચાલુ પૂર્ણ ભવિષ્ય (Future Perfect Continuous)

English	Gujarati	Transliteration
I will have been returning	હું પાછો આવી રહ્યો હોઈશ	hun pa**chho** avi rahyo hoish
you will have been returning	તું પાછો આવી રહ્યો હોઈશ	tu pa**chho** avi rahyo hoish
he/she/it will have been returning	તે/તેણીની/તે પાછો આવી રહ્યો હશે	te/tenini/te pa**chho** avi rahyo hashe
we will have been returning	અમે પાછા આવી રહ્યાં હોઈશું	ame pa**chha** avi rahya hoishu
you will have been returning	તમે પાછા આવી રહ્યાં હશો	tame pa**chha** avi rahya hasho
they will have been returning	તેઓ પાછા આવી રહ્યાં હશે	teo pa**chha** avi rahya hashe

71. To run: દોડવું (**do**dvun)

સાદો વર્તમાન (Simple Present)

English	Gujarati	Transliteration
I run	હું દોડું છું	hun **do**dun chhun
you run	તું દોડે છે	tu **do**de chhe
he/she/it runs	તે/તેણીની/તે દોડે છે	te/tenini/te **do**de chhe
we run	અમે દોડીએ છીએ	ame **do**diye chiye
you run	તમે દોડો છો	tame **do**do chho
they run	તેઓ દોડે છે	teo **do**de chhe

ચાલુ વર્તમાન (Present Continuous)

English	Gujarati	Transliteration
I am running	હું દોડી રહ્યો છું.	hun **do**di rahyo chhun
you are running	તું દોડી રહ્યો છે.	tu **do**di rahyo chhe
he/she/it is running	તે દોડી રહ્યો છે	te **do**di rahyo chhe
we are running	અમે દોડી રહ્યાં છીએ.	ame **do**di rahya chiye
you are running	તમે દોડી રહ્યાં છો.	tame **do**di rahya chho
they are running	તેઓ દોડી રહ્યાં છે.	teo **do**di rahya chhe

પૂર્ણ વર્તમાન (Present Perfect)

English	Gujarati	Trunsliteration
I have run	હું દોડ્યો છું	hun **do**dyo chhu
you have run	તું દોડ્યો છે	tu **do**dyo chhe
he/she/it has run	તે દોડ્યો છે	te **do**dyo chhe
we have run	અમે દોડિયા છીએ	ame **do**diya chhiye
you have run	તમે દોડિયા છો	tame **do**diya chho
they have run	તેઓ દોડિયા છે	teo **do**diya chhe

ચ લુ પૂરણવરતમ ન (Present Perfect Continuous)

English	Gujarati	Transliteration
I have been running	હું દોડતો આવું છું.	hun **do**dto aavu chhun
you have been running	તું દોડતો આવે છે.	tu **do**dto aave chhe
he/she/it has been running	તે દોડતો આવે છે.	te/tenini/te **do**dto aave chhe
we have been running	અમે દોડતા આવીએ છીએ.	ame **do**dta aaviye chhiye
you have been running	તમે દોડતા આવો છો.	tame **do**dta aavo chho
they have been running	તેઓ દોડતા આવે છે.	teo **do**dta aave chhe

સાદો ભૂત (Simple Past)

English	Gujarati	Transliteration
I run	હું દોડ્યો	hun **do**dyo
you run	તું દોડ્યો	te **do**dyo
he/she/it run	તે દોડ્યો	tene **do**dyo
we run	અમે દોડિયા	ame **do**diya
you run	તમે દોડિયા	tame **do**diya
they run	તેઓ દોડિયા	teo **do**diya

ચાલુ ભૂત (Past Continuous)

English	Gujarati	Transliteration
I was running	હું દોડતો હતો	hun **do**dto hato
you were running	તું દોડતો હતો	tu **do**dto hato
he/she/it was running	તે/તેણીની/તે દોડતો હતો	te/tenini/te **do**dto hato
we were running	અમે દોડતા હતાં	ame **do**dta hata
you were running	તમે દોડતા હતાં	tame **do**dta hata
they were running	તેઓ દોડતા હતાં	teo **do**dta hata

પૂર્ણભૂત (Past Perfect)

English	Gujarati	Transliteration
I had run	હું દોડ્યો હતો	hun **do**dyo hato
you had run	તું દોડ્યો હતો	tu **do**dyo hato
he/she/it had run	તે દોડ્યો હતો	te **do**dyo hato
we had run	અમે દોડિયા હતાં	ame **do**diya hata
you had run	તમે દોડિયા હતાં	tame **do**diya hata
they had run	તેઓ દોડિયા હતાં	teo **do**diya hata

ચાલુ પૂર્ણ ભૂત (Past Perfect Continuous)

English	Gujarati	Transliteration
I had been running	હું દોડી રહ્યો હતો	hun **do**di rahyo hato
you had been running	તું દોડી રહ્યો હતો	tu **do**di rahyo hato
he/she/it had been running	તે/તેણીની/તે દોડી રહ્યો હતો	te/tenini/te **do**di rahyo hato
we had been running	અમે દોડી રહ્યાં હતાં	ame **do**di rahya hata
you had been running	તમે દોડી રહ્યાં હતાં	tame **do**di rahya hata
they had been running	તેઓ દોડી રહ્યાં હતાં	teo **do**di rahya hata

સાદો ભવિષ્ય (Simple Future)

English	Gujarati	Transliteration
I will run	હું દોડીશ	hun **do**dish
you will run	તું દોડીશ	tu **do**dish
he/she/it will run	તે/તેણીની/તે દોડશે	te/tenini/te **do**dshe
we will run	અમે દોડીશું	ame **do**dishu
you will run	તમે દોડશો	tame **do**dsho
they will run	તેઓ દોડશે	teo **do**dshe

ચ લુ ભવિષ્ય(Future Continuous)

English	Gujarati	Transliteration
I will be running	હું દોડતો હોઈશ	hun **do**dto hoish
you will be running	તું દોડતો હોઈશ	tu **do**dto hoish
he/she/it will be running	તે/તેણીની/તે દોડતો હશે	te/tenini/te **do**dto hashe
we will be running	અમે દોડતા હોઈશું	ame **do**dta hoishu
you will be running	તમે દોડતા હશો	tame **do**dta hasho
they will be running	તેઓ દોડતા હશે	Teo **do**dta hashe

પૂર્ણ ભવિષ્ય (Future Perfect)

English	Gujarati	Transliteration
I will have run	હું દોડ્યો હોઈશ	hun **do**dyo hoish
you will have run	તું દોડ્યો હોઈશ	tu **do**dyo hoish
he/she/it will have run	તે દોડ્યો હશે	te **do**dyo hashe
we will have run	અમે દોડિયા હોઈશું	ame **do**diya hoishu
you will have run	તમે દોડિયા હશો	tame **do**diya hasho
they will have run	તેઓ દોડિયા હશે	teo **do**diyo hashe

ચાલુ પૂર્ણ ભવિષ્ય (Future Perfect Continuous)

English	Gujarati	Transliteration
I will have been running	હું દોડી રહ્યો હોઈશ	hun **do**di rahyo hoish
you will have been running	તું દોડી રહ્યો હોઈશ	tu **do**di rahyo hoish
he/she/it will have been running	તે/તેણીની/તે દોડી રહ્યો હશે	te/tenini/te **do**di rahyo hashe
we will have been running	અમે દોડી રહ્યાં હોઈશું	ame **do**di rahya hoishu
you will have been running	તમે દોડી રહ્યાં હશો	tame **do**di rahya hasho
they will have been running	તેઓ દોડી રહ્યાં હશે	teo **do**di rahya hashe

72. To say: કહેવું (**ka**hevun)

સાદો વર્તમાન (Simple Present)

English	Gujarati	Transliteration
I say	હું કહું છું	hun **ka**hun chhun
you say	તું કહે છે	tu **ka**he chhe
he/she/it says	તે/તેણીની/તે કહે છે	te/tenini/te **ka**he chhe
we say	અમે કહીએ છીએ	ame **ka**hiye chiye
you say	તમે કહો છો	tame **ka**ho chho
they say	તેઓ કહે છે	teo **ka**he chhe

ચાલુ વર્તમાન (Present Continuous)

English	Gujarati	Transliteration
I am saying	હું કહી રહ્યો છું.	hun **ka**hi rahyo chhun
you are saying	તું કહી રહ્યો છે.	tu **ka**hi rahyo chhe
he/she/it is saying	તે કહી રહ્યો છે	te **ka**hi rahyo chhe
we are saying	અમે કહી રહ્યાં છીએ.	ame **ka**hi rahya chiye
you are saying	તમે કહી રહ્યાં છો.	tame **ka**hi rahya chho
they are saying	તેઓ કહી રહ્યાં છે.	teo **ka**hi rahya chhe

પૂર્ણ વર્તમાન (Present Perfect)

English	Gujarati	Transliteration
I have said	મેં કહ્યું છે	mein **ka**hyun chhe
you have said	તે કહ્યું છે	te **ka**hyun chhe
he/she/it has said	તેણે કહ્યું છે	tene **ka**hyun chhe
we have said	અમે કહ્યું છે	ame **ka**hyun chhe
you have said	તમે કહ્યું છે	tame **ka**hyun chhe
they have said	તેઓએ કહ્યું છે	teoye **ka**hyun chhe

ચ લુ ્પૂરણવ્રતમ ન (Present Perfect Continuous)

English	Gujarati	Transliteration
I have been saying	હું કહેતો આવું છું.	hun **ka**heto aavu chhun
you have been saying	તું કહેતો આવે છે.	tu **ka**heto aave chhe
he/she/it has been saying	તે કહેતો આવે છે.	te/tenini/te **ka**heto aave chhe
we have been saying	અમે કહેતા આવીએ છીએ.	ame **ka**heta aaviye chhiye
you have been saying	તમે કહેતા આવો છો.	tame **ka**heta aavo chho
they have been saying	તેઓ કહેતા આવે છે.	teo **ka**heta aave chhe

સાદો ભૂત (Simple Past)

English	Gujarati	Transliteration
I said	મેં કહ્યું	mein **ka**hyun
you said	તે કહ્યું	te **ka**hyun
he/she/it said	તેણે કહ્યું	tene **ka**hyun
we said	અમે કહ્યું	ame **ka**hyun
you said	તમે કહ્યું	tame **ka**hyun
they said	તેઓએ કહ્યું	teoye **ka**hyun

ચાલુ ભૂત (Past Continuous)

English	Gujarati	Transliteration
I was saying	હું કહેતો હતો	hun **ka**heto hato
you were saying	તું કહેતો હતો	tu **ka**heto hato
he/she/it was saying	તે/તેણીની/તે કહેતો હતો	te/tenini/te **ka**heto hato
we were saying	અમે કહેતા હતાં	ame **ka**heta hata
you were saying	તમે કહેતા હતાં	tame **ka**heta hata
they were saying	તેઓ કહેતા હતાં	teo **ka**heta hata

પૂર્ણભૂત (Past Perfect)

English	Gujarati	Transliteration
I had said	મેં કહ્યું હતું	mein **ka**hyun hatun
you had said	તે કહ્યું હતું	te **ka**hyun hatun
he/she/it had said	તેણે કહ્યું હતું	tene **ka**hyun hatun
we had said	અમે કહ્યું હતું	ame **ka**hyun hatun
you had said	તમે કહ્યું હતું	tame **ka**hyun hatun
they had said	તેઓએ કહ્યું હતું	teoye **ka**hyun hatun

ચાલુ પૂર્ણ ભૂત (Past Perfect Continuous)

English	Gujarati	Transliteration
I had been saying	હું કહી રહ્યો હતો	hun **ka**hi rahyo hato
you had been saying	તું કહી રહ્યો હતો	tu **ka**hi rahyo hato
he/she/it had been saying	તે/તેણીની/તે કહી રહ્યો હતો	te/tenini/te **ka**hi rahyo hato
we had been saying	અમે કહી રહ્યાં હતાં	ame **ka**hi rahya hata
you had been saying	તમે કહી રહ્યાં હતાં	tame **ka**hi rahya hata
they had been saying	તેઓ કહી રહ્યાં હતાં	teo **ka**hi rahya hata

સાદો ભવિષ્ય (Simple Future)

English	Gujarati	Transliteration
I will say	હું કહીશ	hun **ka**hish
you will say	તું કહીશ	tu **ka**hish
he/she/it will say	તે/તેણીની/તે કહશે	te/tenini/te **ka**hshe
we will say	અમે કહીશું	ame **ka**hishu
you will say	તમે કહશો	tame **ka**hsho
they will say	તેઓ કહશે	teo **ka**hshe

ચ લુ ભવ ષ્યિ(Future Continuous)

English	Gujarati	Transliteration
I will be saying	હું કહેતો હોઈશ	hun **ka**hto hoish
you will be saying	તું કહેતો હોઈશ	tu **ka**hto hoish
he/she/it will be saying	તે/તેણીની/તે કહેતો હશે	te/tenini/te **ka**heto hashe
we will be saying	અમે કહેતા હોઈશું	ame **ka**heta hoishu
you will be saying	તમે કહેતા હશો	tame **ka**heta hasho
they will be saying	તેઓ કહેતા હશે	Teo **ka**heta hashe

પૂર્ણ ભવિષ્ય (Future Perfect)

English	Gujarati	Transliteration
I will have said	મેં કહ્યું હશે	mein **ka**hyun hashe
you will have said	તે કહ્યું હશે	te **ka**hyun hashe
he/she/it will have said	તેણે કહ્યું હશે	tene **ka**hyun hashe
we will have said	અમે કહ્યું હશે	ame **ka**hyun hashe
you will have said	તમે કહ્યું હશે	tame **ka**hyun hashe
they will have said	તેઓએ કહ્યું હશે	teoye **ka**hyun hashe

ચાલુ પૂર્ણ ભવિષ્ય (Future Perfect Continuous)

English	Gujarati	Transliteration
I will have been saying	હું કહી રહ્યો હોઈશ	hun **ka**hi rahyo hoish
you will have been saying	તું કહી રહ્યો હોઈશ	tu **ka**hi rahyo hoish
he/she/it will have been saying	તે/તેણીની/તે કહી રહ્યો હશે	te/tenini/te **ka**hi rahyo hashe
we will have been saying	અમે કહી રહ્યાં હોઈશું	ame **ka**hi rahya hoishu
you will have been saying	તમે કહી રહ્યાં હશો	tame **ka**hi rahya hasho
they will have been saying	તેઓ કહી રહ્યાં હશે	teo **ka**hi rahya hashe

73. To scream: ચીસ પાડવી (**chee**s padvi)

સાદો વર્તમાન (Simple Present)

English	Gujarati	Transliteration
I scream	હું ચીસ પાડું છું	hun **chee**s padun chhun
you scream	તું ચીસ પાડે છે	tu **chee**s pade chhe
he/she/it screams	તે/તેણીની/તે ચીસ પાડે છે	te/tenini/te **chee**s pade chhe
we scream	અમે ચીસ પાડીએ છીએ	ame **chee**s padiye chiye
you scream	તમે ચીસ પાડો છો	tame **chee**s pado chho
they scream	તેઓ ચીસ પાડે છે	teo **chee**s pade chhe

ચાલુ વર્તમાન (Present Continuous)

English	Gujarati	Transliteration
I am screaming	હું ચીસ પાડી રહ્યો છું.	hun **chee**s padi rahyo chhun
you are screaming	તું ચીસ પાડી રહ્યો છે.	tu **chee**s padi rahyo chhe
he/she/it is screaming	તે ચીસ પાડી રહ્યો છે	te **chee**s padi rahyo chhe
we are screaming	અમે ચીસ પાડી રહ્યાં છીએ.	ame **chee**s padi rahya chiye
you are screaming	તમે ચીસ પાડી રહ્યાં છો.	tame **chee**s padi rahya chho
they are screaming	તેઓ ચીસ પાડી રહ્યાં છે.	teo **chee**s padi rahya chhe

પૂર્ણ વર્તમાન (Present Perfect)

English	Gujarati	Transliteration
I have screamed	મેં ચીસ પાડી છે	mein **chee**s padi chhe
you have screamed	તે ચીસ પાડી છે	te **chee**s padi chhe
he/she/it has screamed	તેણે ચીસ પાડી છે	tene **chee**s padi chhe
we have screamed	અમે ચીસ પાડી છે	ame **chee**s padi chhe
you have screamed	તમે ચીસ પાડી છે	tame **chee**s padi chhe
they have screamed	તેઓએ ચીસ પાડી છે	teoye **chee**s padi chhe

ચ લુ પૂરણવ્રત્મ ન (Present Perfect Continuous)

English	Gujarati	Transliteration
I have been screaming	હું ચીસ પાડતો આવું છું.	hun **chee**s padto aavu chhun
you have been screaming	તું ચીસ પાડતો આવે છે.	tu **chee**s padto aave chhe
he/she/it has been screaming	તે ચીસ પાડતો આવે છે.	te/tenini/te **chee**s padto aave chhe
we have been screaming	અમે ચીસ પાડતા આવીએ છીએ.	ame **chee**s padta aaviye chhiye
you have been screaming	તમે ચીસ પાડતા આવો છો.	tame **chee**s padta aavo chho
they have been screaming	તેઓ ચીસ પાડતા આવે છે.	teo **chee**s padta aave chhe

સાદો ભૂત (Simple Past)

English	Gujarati	Transliteration
I screamed	મેં ચીસ પાડી	mein **chee**s padi
you screamed	તે ચીસ પાડી	te **chee**s padi
he/she/it screamed	તેણે ચીસ પાડી	tene **chee**s padi
we screamed	અમે ચીસ પાડી	ame **chee**s padi
you screamed	તમે ચીસ પાડી	tame **chee**s padi
they screamed	તેઓએ ચીસ પાડી	teoye **chee**s padi

ચાલુ ભૂત (Past Continuous)

English	Gujarati	Transliteration
I was screaming	હું ચીસ પાડતો હતો	hun **chee**s padto hato
you were screaming	તું ચીસ પાડતો હતો	tu **chee**s padto hato
he/she/it was screaming	તે/તેણીની/તે ચીસ પાડતો હતો	te/tenini/te **chee**s padto hato
we were screaming	અમે ચીસ પાડતા હતાં	ame **chee**s padta hata
you were screaming	તમે ચીસ પાડતા હતાં	tame **chee**s padta hata
they were screaming	તેઓ ચીસ પાડતા હતાં	teo **chee**s padta hata

પૂરણભૂત (Past Perfect)

English	Gujarati	Transliteration
I had screamed	મેં ચીસ પાડી હતી	mein **chee**s padi hati
you had screamed	તે ચીસ પાડી હતી	te **chee**s padi hati
he/she/it had screamed	તેણે ચીસ પાડી હતી	tene **chee**s padi hati
we had screamed	અમે ચીસ પાડી હતી	ame **chee**s padi hati
you had screamed	તમે ચીસ પાડી હતી	tame **chee**s padi hati
they had screamed	તેઓએ ચીસ પાડી હતી	teoye **chee**s padi hati

ચાલુ પૂર્ણ ભૂત (Past Perfect Continuous)

English	Gujarati	Transliteration
I had been screaming	હું ચીસ પાડી રહ્યો હતો	hun **chee**s padi rahyo hato
you had been screaming	તું ચીસ પાડી રહ્યો હતો	tu **chee**s padi rahyo hato
he/she/it had been screaming	તે/તેણીની/તે ચીસ પાડી રહ્યો હતો	te/tenini/te **chee**s padi rahyo hato
we had been screaming	અમે ચીસ પાડી રહ્યાં હતાં	ame **chee**s padi rahya hata
you had been screaming	તમે ચીસ પાડી રહ્યાં હતાં	tame **chee**s padi rahya hata
they had been screaming	તેઓ ચીસ પાડી રહ્યાં હતાં	teo **chee**s padi rahya hata

સાદો ભવિષ્ય (Simple Future)

English	Gujarati	Transliteration
I will scream	હું ચીસ પાડીશ	hun **chee**s padish
you will scream	તું ચીસ પાડીશ	tu **chee**s padish
he/she/it will scream	તે/તેણીની/તે ચીસ પાડશે	te/tenini/te **chee**s padshe
we will scream	અમે ચીસ પાડીશું	ame **chee**s padishu
you will scream	તમે ચીસ પાડશો	tame **chee**s padsho
they will scream	તેઓ ચીસ પાડશે	teo **chee**s padshe

ચ લુ ભવ ષ્ય(Future Continuous)

English	Gujarati	Transliteration
I will be screaming	હું ચીસ પાડતો હોઈશ	hun **chee**s padto hoish
you will be screaming	તું ચીસ પાડતો હોઈશ	tu **chee**s padto hoish
he/she/it will be screaming	તે/તેણીની/તે ચીસ પાડતો હશે	te/tenini/te **chee**s padto hashe
we will be screaming	અમે ચીસ પાડતા હોઈશું	ame **chee**s padta hoishu
you will be screaming	તમે ચીસ પાડતા હશો	tame **chee**s padta hasho
they will be screaming	તેઓ ચીસ પાડતા હશે	Teo **chee**s padta hashe

પૂર્ણ ભવિષ્ય (Future Perfect)

English	Gujarati	Transliteration
I will have screamed	મેં ચીસ પાડી હશે	mein **chee**s padi hashe
you will have screamed	તે ચીસ પાડી હશે	te **chee**s padi hashe
he/she/it will have screamed	તેણે ચીસ પાડી હશે	tene **chee**s padi hashe
we will have screamed	અમે ચીસ પાડી હશે	ame **chee**s padi hashe
you will have screamed	તમે ચીસ પાડી હશે	tame **chee**s padi hashe
they will have screamed	તેઓએ ચીસ પાડી હશે	teoye **chee**s padi hashe

ચાલુ પૂર્ણ ભવિષ્ય (Future Perfect Continuous)

English	Gujarati	Transliteration
I will have been screaming	હું ચીસ પાડી રહ્યો હોઈશ	hun **chee**s padi rahyo hoish
you will have been screaming	તું ચીસ પાડી રહ્યો હોઈશ	tu **chee**s padi rahyo hoish
he/she/it will have been screaming	તે/તેણીની/તે ચીસ પાડી રહ્યો હશે	te/tenini/te **chee**s padi rahyo hashe
we will have been screaming	અમે ચીસ પાડી રહ્યાં હોઈશું	ame **chee**s padi rahya hoishu
you will have been screaming	તમે ચીસ પાડી રહ્યાં હશો	tame **chee**s padi rahya hasho
they will have been screaming	તેઓ ચીસ પાડી રહ્યાં હશે	teo **chee**s padi rahya hashe

74. To see: જોવું (*jo*vun)

સાદો વર્તમાન (Simple Present)

English	Gujarati	Transliteration
I see	હું જોવું છું	hun *jo*vun chhun
you see	તું જોવે છે	tu *jo*ve chhe
he/she/it sees	તે/તેણીની/તે જોવે છે	te/tenini/te *jo*ve chhe
we see	અમે જોવીએ છીએ	ame *jo*viye chiye
you see	તમે જોવો છો	tame *jo*vo chho
they see	તેઓએ જોવે છે	teoye *jo*ve chhe

ચાલુ વર્તમાન (Present Continuous)

English	Gujarati	Transliteration
I am seeing	હું જોઈ રહ્યો છું.	hun *joi* rahyo chhun
you are seeing	તું જોઈ રહ્યો છે.	tu *joi* rahyo chhe
he/she/it is seeing	તે જોઈ રહ્યો છે	te *joi* rahyo chhe
we are seeing	અમે જોઈ રહ્યાં છીએ.	ame *joi* rahya chiye
you are seeing	તમે જોઈ રહ્યાં છો.	tame *joi* rahya chho
they are seeing	તેઓ જોઈ રહ્યાં છે.	teo *joi* rahya chhe

પૂર્ણ વર્તમાન (Present Perfect)

English	Gujarati	Transliteration
I have seen	મેં જોયું છે	mein *jo*yun chhe
you have seen	તે જોયું છે	te *jo*yun chhe
he/she/it has seen	તેણે જોયું છે	tene *jo*yun chhe
we have seen	અમે જોયું છે	ame *jo*yun chhe
you have seen	તમે જોયું છે	tame *jo*yun chhe
they have seen	તેઓ જોયું છે	teoye *jo*yun chhe

ચ લુ પૂરણવ્રતમ ન (Present Perfect Continuous)

English	Gujarati	Transliteration
I have been seeing	હું જોતો આવું છું.	hun **jo**to aavu chhun
you have been seeing	તું જોતો આવે છે.	tu **jo**to aave chhe
he/she/it has been seeing	તે જોતો આવે છે.	te/tenini/te **jo**to aave chhe
we have been seeing	અમે જોતા આવીએ છીએ.	ame **jo**ta aaviye chhiye
you have been seeing	તમે જોતા આવો છો.	tame **jo**ta aavo chho
they have been seeing	તેઓ જોતા આવે છે.	teo **jo**ta aave chhe

સાદો ભૂત (Simple Past)

English	Gujarati	Transliteration
I saw	મેં જોયું	mein **jo**yun
you saw	તે જોયું	te **jo**yun
he/she/it saw	તેણે જોયું	tene **jo**yun
we saw	અમે જોયું	ame **jo**yun
you saw	તમે જોયું	tame **jo**yun
they saw	તેઓએ જોયું	teoye **jo**yun

ચાલુ ભૂત (Past Continuous)

English	Gujarati	Transliteration
I was seeing	હું જોતો હતો	hun **jo**to hato
you were seeing	તું જોતો હતો	tu **jo**to hato
he/she/it was seeing	તે/તેણીની/તે જોતો હતો	te/tenini/te **jo**to hato
we were seeing	અમે જોતા હતાં	ame **jo**ta hata
you were seeing	તમે જોતા હતાં	tame **jo**ta hata
they were seeing	તેઓ જોતા હતાં	teo **jo**ta hata

પૂર્ણભૂત (Past Perfect)

English	Gujarati	Transliteration
I had seen	મેં જોયું હતું	mein **jo**yun hatun
you had seen	તે જોયું હતું	te **jo**yun hatun
he/she/it had seen	તેણે જોયું હતું	tene **jo**yun hatun
we had seen	અમે જોયું હતું	ame **jo**yun hatun
you had seen	તમે જોયું હતું	tame **jo**yun hatun
they had seen	તેઓએ જોયું હતું	teoye **jo**yun hatun

ચાલુ પૂર્ણ ભૂત (Past Perfect Continuous)

English	Gujarati	Transliteration
I had been seeing	હું જોઈ રહ્યો હતો	hun **jo**i rahyo hato
you had been seeing	તું જોઈ રહ્યો હતો	tu **jo**i rahyo hato
he/she/it had been seeing	તે/તેણીની/તે જોઈ રહ્યો હતો	te/tenini/te **jo**i rahyo hato
we had been seeing	અમે જોઈ રહ્યાં હતાં	ame **jo**i rahya hata
you had been seeing	તમે જોઈ રહ્યાં હતાં	tame **jo**i rahya hata
they had been seeing	તેઓ જોઈ રહ્યાં હતાં	teo **jo**i rahya hata

સાદો ભવિષ્ય (Simple Future)

English	Gujarati	Transliteration
I will see	હું જોઈશ	hun **jo**ish
you will see	તું જોઈશ	tu **jo**ish
he/she/it will see	તે/તેણીની/તે જોશે	te/tenini/te **jo**she
we will see	અમે જોઈશું	ame **jo**shu
you will see	તમે જોશો	tame **jo**sho
they will see	તેઓ જોશે	teo **jo**she

ચાલુ ભવિષ્ય (Future Continuous)

English	Gujarati	Transliteration
I will be seeing	હું જોતો હોઈશ	hun **jo**to hoish
you will be seeing	તું જોતો હોઈશ	tu **jo**to hoish

he/she/it will be seeing	તે/તેણીની/તે જોતો હશે	te/tenini/te **jo**to hashe
we will be seeing	અમે જોતા હોઈશું	ame **jo**ta hoishu
you will be seeing	તમે જોતા હશો	tame **jo**ta hasho
they will be seeing	તેઓ જોતા હશે	Teo **jo**ta hashe

પૂર્ણ ભવિષ્ય (Future Perfect)

English	Gujarati	Transliteration
I will have seen	મેં જોયું હશે	mein **jo**yun hashe
you will have seen	તે જોયું હશે	te **jo**yun hashe
he/she/it will have seen	તેણે જોયું હશે	tene **jo**yun hashe
we will have seen	અમે જોયું હશે	ame **jo**yun hashe
you will have seen	તમે જોયું હશે	tame **jo**yun hashe
they will have seen	તેઓ જોયું હશે	teoye **jo**yun hashe

ચાલુ પૂર્ણ ભવિષ્ય (Future Perfect Continuous)

English	Gujarati	Transliteration
I will have been seeing	હું જોઈ રહ્યો હોઈશ	hun **jo**i rahyo hoish
you will have been seeing	તું જોઈ રહ્યો હોઈશ	tu **jo**i rahyo hoish
he/she/it will have been seeing	તે/તેણીની/તે જોઈ રહ્યો હશે	te/tenini/te **jo**i rahyo hashe
we will have been seeing	અમે જોઈ રહ્યાં હોઈશું	ame **jo**i rahya hoishu
you will have been seeing	તમે જોઈ રહ્યાં હશો	tame **jo**i rahya hasho
they will have been seeing	તેઓ જોઈ રહ્યાં હશે	teo **jo**i rahya hashe

75. To seem: લાગવું (**lagvun**)

સાદો વર્તમાન (Simple Present)

English	Gujarati	Transliteration
I seem	મને લાગે છે	mane **la**ge chhe
you seem	તને લાગે છે	tane **la**ge chhe
he/she/it seems	તેને લાગે છે	tene **la**ge chhe
we seem	અમને લાગે છે	amne **la**ge chhe
you seem	તમને લાગે છે	tamne **la**ge chhe
they seem	તેઓને લાગે છે	teone **la**ge chhe

ચાલુ વર્તમાન (Present Continuous)

English	Gujarati	Transliteration
I am seeming	મને લાગી રહ્યું છે.	mane **la**gi rahyu chhe
you are seeming	તને લાગી રહ્યું છે.	tane **la**gi rahyu chhe
he/she/it is seeming	તેને લાગી રહ્યું છે	tene **la**gi rahyu chhe
we are seeming	અમને લાગી રહ્યું છે.	amne **la**gi rahyu chhe
you are seeming	તમને લાગી રહ્યું છે.	tamne **la**gi rahyu chhe
they are seeming	તેઓને લાગી રહ્યું છે.	teone **la**gi rahyu chhe

પૂર્ણ વર્તમાન (Present Perfect)

English	Gujarati	Transliteration
I have seemed	મને લાગ્યું છું	mane **la**gyu chhe
you have seemed	તને લાગ્યું છે	tane **la**gyu chhe
he/she/it has seemed	તેને લાગ્યું છે	tene **la**gyu chhe
we have seemed	અમને લાગ્યું છે	amne **la**gyu chhiye
you have seemed	તમને લાગ્યું છે	tamne **la**gyu chhe
they have seemed	તેઓને લાગ્યું છે	teone **la**gyu chhe

ચ લુ પૂ્રણ્વ્રત્મ ન (Present Perfect Continuous)

English	Gujarati	Transliteration
I have been seeming	મને લાગતું આવે છે.	mane **la**gtu aave chhe
you have been seeming	તને લાગતું આવે છે.	tane **la**gtu aave chhe
he/she/it has been seeming	તેને લાગતું આવે છે.	tene **la**gtu aave chhe
we have been seeming	અમને લાગતું આવે છે.	amne **la**gtu aave chhiye
you have been seeming	તમને લાગતું આવે છે.	tamne **la**gtu aave chhe
they have been seeming	તેઓને લાગતું આવે છે.	teone **la**gtu aave chhe

<u>સાદો ભૂત (Simple Past)</u>

English	Gujarati	Transliteration
I seemed	મને લાગ્યું	mane **la**gyu
you seemed	તને લાગ્યું	tane **la**gyu
he/she/it seemed	તેને લાગ્યું	tene **la**gyu
we seemed	અમને લાગ્યું	amne **la**gyu
you seemed	તમને લાગ્યું	tamne **la**gyu
they seemed	તેઓને લાગ્યું	teone **la**gyu

<u>ચાલુ ભૂત (Past Continuous)</u>

English	Gujarati	Transliteration
I was seeming	મને લાગતું હતું	mane **la**gtu hatu
you were seeming	તને લાગતું હતું	tane **la**gtu hatu
he/she/it was seeming	તેને લાગતું હતું	tene **la**gtu hatu
we were seeming	અમને લાગતું હતું	amne **la**gtu hatu
you were seeming	તમને લાગતું હતું	tamne **la**gtu hatu
they were seeming	તેઓને લાગતું હતું	teone **la**gtu hatu

પૂરણભૂત (Past Perfect)

English	Gujarati	Transliteration
I had seemed	મને લાગ્યું હતું	mane lagyu hatu
you had seemed	તને લાગ્યું હતું	tane lagyu hatu
he/she/it had seemed	તેને લાગ્યું હતું	tene lagyu hatu
we had seemed	અમને લાગ્યું હતું	amne lagyu hatu
you had seemed	તમને લાગ્યું હતું	tamne lagyu hatu
they had seemed	તેઓને લાગ્યું હતું	teone lagyu hatu

ચાલુ પૂર્ણ ભૂત (Past Perfect Continuous)

English	Gujarati	Transliteration
I had been seeming	મને લાગી રહ્યું હતું	mane lagi rahyu hatu
you had been seeming	તને લાગી રહ્યું હતું	tane lagi rahyu hatu
he/she/it had been seeming	તેને લાગી રહ્યું હતું	tene lagi rahyu hatu
we had been seeming	અમને લાગી રહ્યું હતું	amne lagi rahyu hatu
you had been seeming	તમને લાગી રહ્યું હતું	tamne lagi rahyu hatu
they had been seeming	તેઓને લાગી રહ્યું હતું	teone lagi rahyu hatu

સાદો ભવિષ્ય (Simple Future)

English	Gujarati	Transliteration
I will seem	મને લાગશે	mane lagshe
you will seem	તને લાગશે	tane lagshe
he/she/it will seem	તેને લાગશે	tene lagshe
we will seem	અમને લાગશે	amne lagshe
you will seem	તમને લાગશે	tamne lagshe
they will seem	તેઓને લાગશે	teone lagshe

ચ લુ ભવ ષ્િય(Future Continuous)

English	Gujarati	Transliteration
I will be seeming	મને લાગતું હશે	mane **la**gtu hashe
you will be seeming	તને લાગતું હશે	tane **la**gtu hashe
he/she/it will be seeming	તેને લાગતું હશે	tene **la**gtu hashe
we will be seeming	અમને લાગતું હશે હશે	amne **la**gtu hashe
you will be seeming	તમને લાગતું હશે હશે	tamne **la**gtu hashe
they will be seeming	તેઓને લાગતું હશે હશે	Teone **la**gtu hashe

પૂર્ણ ભવિષ્ય (Future Perfect)

English	Gujarati	Transliteration
I will have seemed	મને લાગ્યું હશે	mane **la**gyun hashe
you will have seemed	તને લાગ્યું હશે	tane **la**gyun hashe
he/she/it will have seemed	તેને લાગ્યું હશે	tene **la**gyun hashe
we will have seemed	અમને લાગ્યું હશે	amne **la**gyun hashe
you will have seemed	તમને લાગ્યું હશો	tamne **la**gyun hashe
they will have seemed	તેઓને લાગ્યું હશે	teone **la**gyun hashe

ચાલુ પૂર્ણ ભવિષ્ય (Future Perfect Continuous)

English	Gujarati	Transliteration
I will have been seeming	મને લાગી રહ્યું હશે	mane **la**gi rahyu hashe
you will have been seeming	તને લાગી રહ્યું હશે	tane **la**gi rahyu hashe
he/she/it will have been seeming	તેને લાગી રહ્યું હશે	tene **la**gi rahyu hashe
we will have been seeming	અમને લાગી રહ્યું હશે	amne **la**gi rahyu hashe
you will have been seeming	તમને લાગી રહ્યું હશે	tamne **la**gi rahyu hashe
they will have been seeming	તેઓને લાગી રહ્યું હશે	teone **la**gi rahyu hashe

76. To sell: વેચવું (**ve**chvun)

સાદો વર્તમાન (Simple Present)

English	Gujarati	Transliteration
I sell	હું વેચું છું	hun **ve**chun chhun
you sell	તું વેચે છે	tu **ve**che chhe
he/she/it sells	તે/તેણીની/તે વેચે છે	te/tenini/te **ve**che chhe
we sell	અમે વેચીયે છીએ	ame **ve**chiye chiye
you sell	તમે વેચો છો	tame **ve**cho chho
they sell	તેઓ વેચે છે	teo **ve**che chhe

ચાલુ વર્તમાન (Present Continuous)

English	Gujarati	Transliteration
I am selling	હું વેચી રહ્યો છું.	hun **ve**chi rahyo chhun
you are selling	તું વેચી રહ્યો છે.	tu **ve**chi rahyo chhe
he/she/it is selling	તે વેચી રહ્યો છે	te **ve**chi rahyo chhe
we are selling	અમે વેચી રહ્યાં છીએ.	ame **ve**chi rahya chiye
you are selling	તમે વેચી રહ્યાં છો.	tame **ve**chi rahya chho
they are selling	તેઓ વેચી રહ્યાં છે.	teo **ve**chi rahya chhe

પૂર્ણ વર્તમાન (Present Perfect)

English	Gujarati	Transliteration
I have sold	મેં વેચ્યું છે	mein **ve**chyun chee
you have sold	તે વેચ્યું છે	te **ve**chyun chee
he/she/it has sold	તેણે વેચ્યું છે	tene **ve**chyun chee
we have sold	અમે વેચ્યું છે	ame **ve**chyun chee
you have sold	તમે વેચ્યું છે	tame **ve**chyun chee
they have sold	તેઓએ વેચ્યું છે	teoye **ve**chyun chee

ચ લુ પૂરણ વર્તમ ન (Present Perfect Continuous)

English	Gujarati	Transliteration
I have been selling	હું વેચતો આવું છું.	hun **ve**chto aavu chhun
you have been selling	તું વેચતો આવે છે.	tu **ve**chto aave chhe
he/she/it has been selling	તે વેચતો આવે છે.	te/tenini/te **ve**chto aave chhe
we have been selling	અમે વેચતા આવીએ છીએ.	ame **ve**chta aaviye chhiye
you have been selling	તમે વેચતા આવો છો.	tame **ve**chta aavo chho
they have been selling	તેઓ વેચતા આવે છે.	teo **ve**chta aave chhe

<u>સાદો ભૂત (Simple Past)</u>

English	Gujarati	Transliteration
I sold	મેં વેચ્યું	mein **ve**chyun
you sold	તે વેચ્યું	te **ve**chyun
he/she/it sold	તેણે વેચ્યું	tene **ve**chyun
we sold	અમે વેચ્યું	ame **ve**chyun
you sold	તમે વેચ્યું	tame **ve**chyun
they sold	તેઓએ વેચ્યું	teoye **ve**chyun

<u>ચાલુ ભૂત (Past Continuous)</u>

English	Gujarati	Transliteration
I was selling	હું વેચતો હતો	hun **ve**chto hato
you were selling	તું વેચતો હતો	tu **ve**chto hato
he/she/it was selling	તે/તેણીની/તે વેચતો હતો	te/tenini/te **ve**chto hato
we were selling	અમે વેચતા હતાં	ame **ve**chta hata
you were selling	તમે વેચતા હતાં	tame **ve**chta hata
they were selling	તેઓ વેચતા હતાં	teo **ve**chta hata

ૂપ્રણૂભત (Past Perfect)

English	Gujarati	Transliteration
I had sold	મેં વેચ્યું હતું	mein **ve**chyun hatun
you had sold	તે વેચ્યું હતું	te **ve**chyun hatun
he/she/it had sold	તેણે વેચ્યું હતું	tene **ve**chyun hatun
we had sold	અમે વેચ્યું હતું	ame **ve**chyun hatun
you had sold	તમે વેચ્યું હતું	tame **ve**chyun hatun
they had sold	તેઓએ વેચ્યું હતું	teoye **ve**chyun hatun

ચાલુ પૂર્ણ ભૂત (Past Perfect Continuous)

English	Gujarati	Transliteration
I had been selling	હું વેચી રહ્યો હતો	hun **ve**chi rahyo hato
you had been selling	તું વેચી રહ્યો હતો	tu **ve**chi rahyo hato
he/she/it had been selling	તે/તેણીની/તે વેચી રહ્યો હતો	te/tenini/te **ve**chi rahyo hato
we had been selling	અમે વેચી રહ્યાં હતાં	ame **ve**chi rahya hata
you had been selling	તમે વેચી રહ્યાં હતાં	tame **ve**chi rahya hata
they had been selling	તેઓ વેચી રહ્યાં હતાં	teo **ve**chi rahya hata

સાદો ભવિષ્ય (Simple Future)

English	Gujarati	Transliteration
I will sell	હું વેચીશ	hun **ve**chish
you will sell	તું વેચીશ	tu **ve**chish
he/she/it will sell	તે/તેણીની/તે વેચશે	te/tenini/te **ve**chshe
we will sell	અમે વેચીશું	ame **ve**chishu
you will sell	તમે વેચશો	tame **ve**chsho
they will sell	તેઓ વેચશે	teo **ve**chshe

ચ લુ ભવિષ્ય(Future Continuous)

English	Gujarati	Transliteration
I will be selling	હું વેચતો હોઈશ	hun **ve**chto hoish
you will be selling	તું વેચતો હોઈશ	tu **ve**chto hoish
he/she/it will be selling	તે/તેણીની/તે વેચતો હશે	te/tenini/te **ve**chto hashe
we will be selling	અમે વેચતા હોઈશું	ame **ve**chta hoishu
you will be selling	તમે વેચતા હશો	tame **ve**chta hasho
they will be selling	તેઓ વેચતા હશે	Teo **ve**chta hashe

પૂર્ણ ભવિષ્ય (Future Perfect)

English	Gujarati	Transliteration
I will have sold	મેં વેચ્યું હશે	mein **ve**chyun hashe
you will have sold	તે વેચ્યું હશે	te **ve**chyun hashe
he/she/it will have sold	તેણે વેચ્યું હશે	tene **ve**chyun hashe
we will have sold	અમે વેચ્યું હશે	ame **ve**chyun hashe
you will have sold	તમે વેચ્યું હશે	tame **ve**chyun hashe
they will have sold	તેઓએ વેચ્યું હશે	teoye **ve**chyun hashe

ચાલુ પૂર્ણ ભવિષ્ય (Future Perfect Continuous)

English	Gujarati	Transliteration
I will have been selling	હું વેચી રહ્યો હોઈશ	hun **ve**chi rahyo hoish
you will have been selling	તું વેચી રહ્યો હોઈશ	tu **ve**chi rahyo hoish
he/she/it will have been selling	તે/તેણીની/તે વેચી રહ્યો હશે	te/tenini/te **ve**chi rahyo hashe
we will have been selling	અમે વેચી રહ્યાં હોઈશું	ame **ve**chi rahya hoishu
you will have been selling	તમે વેચી રહ્યાં હશો	tame **ve**chi rahya hasho
they will have been selling	તેઓ વેચી રહ્યાં હશે	teo **ve**chi rahya hashe

77. To send: મોકલવું (**mo**kalvun)

સાદો વર્તમાન (Simple Present)

English	Gujarati	Transliteration
I send	હું મોકલું છું	hun **mo**kalun chhun
you send	તું મોકલે છે	tu **mo**kale chhe
he/she/it sends	તે/તેણીની/તે મોકલે છે	te/tenini/te **mo**kale chhe
we send	અમે મોક્લીયે છીએ	ame **mo**kaliye chiye
you send	તમે મોકલો છો	tame **mo**kalo chho
they send	તેઓ મોકલે છે	teo **mo**kale chhe

ચાલુ વર્તમાન (Present Continuous)

English	Gujarati	Transliteration
I am sending	હું મોકલી રહ્યો છું.	hun **mo**kali rahyo chhun
you are sending	તું મોકલી રહ્યો છે.	tu **mo**kali rahyo chhe
he/she/it is sending	તે મોકલી રહ્યો છે	te **mo**kali rahyo chhe
we are sending	અમે મોકલી રહ્યાં છીએ.	ame **mo**kali rahya chiye
you are sending	તમે મોકલી રહ્યાં છો.	tame **mo**kali rahya chho
they are sending	તેઓ મોકલી રહ્યાં છે.	teo **mo**kali rahya chhe

પૂર્ણ વર્તમાન (Present Perfect)

English	Gujarati	Transliteration
I have sent	મેં મોકલ્યું છે	mein **mo**kalyun chhe
you have sent	તે મોકલ્યું છે	te **mo**kalyun chhe
he/she/it has sent	તેણે મોકલ્યું છે	tene **mo**kalyun chhe
we have sent	અમે મોકલ્યું છે	ame **mo**kalyun chhe
you have sent	તમે મોકલ્યું છે	tame **mo**kalyun chhe
they have sent	તેઓએ મોકલ્યું છે	teoye **mo**kalyun chhe

ચ લુ પૂરણવ્રત્મ ન (Present Perfect Continuous)

English	Gujarati	Transliteration
I have been sending	હું મોકલતો આવું છું.	hun **mo**kalto aavu chhun
you have been sending	તું મોકલતો આવે છે.	tu **mo**kalto aave chhe
he/she/it has been sending	તે મોકલતો આવે છે.	te/tenini/te **mo**kalto aave chhe
we have been sending	અમે મોકલતા આવીએ છીએ.	ame **mo**kalta aaviye chhiye
you have been sending	તમે મોકલતા આવો છો.	tame **mo**kalta aavo chho
they have been sending	તેઓ મોકલતા આવે છે.	teo **mo**kalta aave chhe

સાદો ભૂત (Simple Past)

English	Gujarati	Transliteration
I sent	મેં મોકલ્યું	mein **mo**kalyun
you sent	તે મોકલ્યું	te **mo**kalyun
he/she/it sent	તેણે મોકલ્યું	tene **mo**kalyun
we sent	અમે મોકલ્યું	ame **mo**kalyun
you sent	તમે મોકલ્યું	tame **mo**kalyun
they sent	તેઓએ મોકલ્યું	teoye **mo**kalyun

ચાલુ ભૂત (Past Continuous)

English	Gujarati	Transliteration
I was sending	હું મોકલતો હતો	hun **mo**kalto hato
you were sending	તું મોકલતો હતો	tu **mo**kalto hato
he/she/it was sending	તે/તેણીની/તે મોકલતો હતો	te/tenini/te **mo**kalto hato
we were sending	અમે મોકલતા હતાં	ame **mo**kalta hata
you were sending	તમે મોકલતા હતાં	tame **mo**kalta hata
they were sending	તેઓ મોકલતા હતાં	teo **mo**kalta hata

પૂરણભૂત (Past Perfect)

English	Gujarati	Transliteration
I had sent	મેં મોકલ્યું હતું	mein **mo**kalyun hatun
you had sent	તે મોકલ્યું હતું	te **mo**kalyun hatun
he/she/it had sent	તેણે મોકલ્યું હતું	tene **mo**kalyun hatun
we had sent	અમે મોકલ્યું હતું	ame **mo**kalyun hatun
you had sent	તમે મોકલ્યું હતું	tame **mo**kalyun hatun
they had sent	તેઓએ મોકલ્યું હતું	teoye **mo**kalyun hatun

ચાલુ પૂર્ણ ભૂત (Past Perfect Continuous)

English	Gujarati	Transliteration
I had been sending	હું મોકલી રહ્યો હતો	hun **mo**kali rahyo hato
you had been sending	તું મોકલી રહ્યો હતો	tu **mo**kali rahyo hato
he/she/it had been sending	તે/તેણીની/તે મોકલી રહ્યો હતો	te/tenini/te **mo**kali rahyo hato
we had been sending	અમે મોકલી રહ્યાં હતાં	ame **mo**kali rahya hata
you had been sending	તમે મોકલી રહ્યાં હતાં	tame **mo**kali rahya hata
they had been sending	તેઓ મોકલી રહ્યાં હતાં	teo **mo**kali rahya hata

સાદો ભવિષ્ય (Simple Future)

English	Gujarati	Transliteration
I will send	હું મોકલીશ	hun **mo**kalish
you will send	તું મોકલીશ	tu **mo**kalish
he/she/it will send	તે/તેણીની/તે મોકલશે	te/tenini/te **mo**kalshe
we will send	અમે મોકલીશું	ame **mo**kalishu
you will send	તમે મોકલશો	tame **mo**kalsho
they will send	તેઓ મોકલશે	teo **mo**kalshe

ચ લુ ભવિષ્ય(Future Continuous)

English	Gujarati	Transliteration
I will be sending	હું મોકલતો હોઈશ	hun **mo**kalto hoish
you will be sending	તું મોકલતો હોઈશ	tu **mo**kalto hoish
he/she/it will be sending	તે/તેણીની/તે મોકલતો હશે	te/tenini/te **mo**kalto hashe
we will be sending	અમે મોકલતા હોઈશું	ame **mo**kalta hoishu
you will be sending	તમે મોકલતા હશો	tame **mo**kalta hasho
they will be sending	તેઓ મોકલતા હશે	Teo **mo**kalta hashe

પૂર્ણ ભવિષ્ય (Future Perfect)

English	Gujarati	Transliteration
I will have sent	મેં મોકલ્યું હશે	mein **mo**kalyun hashe
you will have sent	તે મોકલ્યું હશે	te **mo**kalyun hashe
he/she/it will have sent	તેણે મોકલ્યું હશે	tene **mo**kalyun hashe
we will have sent	અમે મોકલ્યું હશે	ame **mo**kalyun hashe
you will have sent	તમે મોકલ્યું હશે	tame **mo**kalyun hashe
they will have sent	તેઓએ મોકલ્યું હશે	teoye **mo**kalyun hashe

ચાલુ પૂર્ણ ભવિષ્ય (Future Perfect Continuous)

English	Gujarati	Transliteration
I will have been sending	હું મોકલી રહ્યો હોઈશ	hun **mo**kali rahyo hoish
you will have been sending	તું મોકલી રહ્યો હોઈશ	tu **mo**kali rahyo hoish
he/she/it will have been sending	તે/તેણીની/તે મોકલી રહ્યો હશે	te/tenini/te **mo**kali rahyo hashe
we will have been sending	અમે મોકલી રહ્યાં હોઈશું	ame **mo**kali rahya hoishu
you will have been sending	તમે મોકલી રહ્યાં હશો	tame **mo**kali rahya hasho
they will have been sending	તેઓ મોકલી રહ્યાં હશે	teo **mo**kali rahya hashe

78. To show: દેખાડવું (dekhadvun)

સાદો વર્તમાન (Simple Present)

English	Gujarati	Transliteration
I show	હું દેખાડું છું	hun dekhadun chhun
you show	તું દેખાડે છે	tu dekhade chhe
he/she/it shows	તે/તેણીની/તે દેખાડે છે	te/tenini/te dekhade chhe
we show	અમે દેખાડીયે છીએ	ame dekhadiye chiye
you show	તમે દેખાડો છો	tame dekhado chho
they show	તેઓ દેખાડે છે	teo dekhade chhe

ચાલુ વર્તમાન (Present Continuous)

English	Gujarati	Transliteration
I am showing	હું દેખાડી રહ્યો છું.	hun dekhadi rahyo chhun
you are showing	તું દેખાડી રહ્યો છે.	tu dekhadi rahyo chhe
he/she/it is showing	તે દેખાડી રહ્યો છે	te dekhadi rahyo chhe
we are showing	અમે દેખાડી રહ્યાં છીએ.	ame dekhadi rahya chiye
you are showing	તમે દેખાડી રહ્યાં છો.	tame dekhadi rahya chho
they are showing	તેઓ દેખાડી રહ્યાં છે.	teo dekhadi rahya chhe

પૂર્ણ વર્તમાન (Present Perfect)

English	Gujarati	Transliteration
I have shown; showed	મેં દેખાડ્યું છે	mein dekhadyun chhe
you have shown; showed	તે દેખાડ્યું છે	te dekhadyun chhe
he/she/it has shown; showed	તેણે દેખાડ્યું છે	tene dekhadyun chhe
we have shown; showed	અમે દેખાડ્યું છે	ame dekhadyun chhe
you have shown; showed	તમે દેખાડ્યું છે	tame dekhadyun chhe
they have shown; showed	તેઓએ દેખાડ્યું છે	teoye dekhadyun chhe

ચ લુ પૂર્ણવર્તમ ન (Present Perfect Continuous)

English	Gujarati	Transliteration
I have been showing	હું દેખાડતો આવું છું.	hun **de**khadto aavu chhun
you have been showing	તું દેખાડતો આવે છે.	tu **de**khadto aave chhe
he/she/it has been showing	તે દેખાડતો આવે છે.	te/tenini/te **de**khadto aave chhe
we have been showing	અમે દેખાડતા આવીએ છીએ.	ame **de**khadta aaviye chhiye
you have been showing	તમે દેખાડતા આવો છો.	tame **de**khadta aavo chho
they have been showing	તેઓ દેખાડતા આવે છે.	teo **de**khadta aave chhe

સાદો ભૂત (Simple Past)

English	Gujarati	Transliteration
I showed	મેં દેખાડ્યું	mein **de**khadyun
you showed	તે દેખાડ્યું	te **de**khadyun
he/she/it showed	તેણે દેખાડ્યું	tene **de**khadyun
we showed	અમે દેખાડ્યું	ame **de**khadyun
you showed	તમે દેખાડ્યું	tame **de**khadyun
they showed	તેઓએ દેખાડ્યું	teoye **de**khadyun

ચાલુ ભૂત (Past Continuous)

English	Gujarati	Transliteration
I was showing	હું દેખાડતો હતો	hun **de**khadto hato
you were showing	તું દેખાડતો હતો	tu **de**khadto hato
he/she/it was showing	તે/તેણીની/તે દેખાડતો હતો	te/tenini/te **de**khadto hato
we were showing	અમે દેખાડતા હતાં	ame **de**khadta hata
you were showing	તમે દેખાડતા હતાં	tame **de**khadta hata
they were showing	તેઓ દેખાડતા હતાં	teo **de**khadta hata

પૂરણભૂત (Past Perfect)

English	Gujarati	Transliteration
I had shown; showed	મેં દેખાડ્યું હતું	mein **de**khadyun hatun
you had shown; showed	તે દેખાડ્યું હતું	te **de**khadyun hatun
he/she/it had shown; showed	તેણે દેખાડ્યું હતું	tene **de**khadyun hatun
we had shown; showed	અમે દેખાડ્યું હતું	ame **de**khadyun hatun
you had shown; showed	તમે દેખાડ્યું હતું	tame **de**khadyun hatun
they had shown; showed	તેઓએ દેખાડ્યું હતું	teoye **de**khadyun hatun

ચાલુ પૂર્ણ ભૂત (Past Perfect Continuous)

English	Gujarati	Transliteration
I had been showing	હું દેખાડી રહ્યો હતો	hun **de**khadi rahyo hato
you had been showing	તું દેખાડી રહ્યો હતો	tu **de**khadi rahyo hato
he/she/it had been showing	તે/તેણીની/તે દેખાડી રહ્યો હતો	te/tenini/te **de**khadi rahyo hato
we had been showing	અમે દેખાડી રહ્યાં હતાં	ame **de**khadi rahya hata
you had been showing	તમે દેખાડી રહ્યાં હતાં	tame **de**khadi rahya hata
they had been showing	તેઓ દેખાડી રહ્યાં હતાં	teo **de**khadi rahya hata

સાદો ભવિષ્ય (Simple Future)

English	Gujarati	Transliteration
I will show	હું દેખાડીશ	hun **de**khadish
you will show	તું દેખાડીશ	tu **de**khadish
he/she/it will show	તે/તેણીની/તે દેખાડશે	te/tenini/te **de**khadshe
we will show	અમે દેખાડીશું	ame **de**khadshu
you will show	તમે દેખાડશો	tame **de**khadsho
they will show	તેઓ દેખાડશે	teo **de**khadshe

ચ લુ ભવ ષ્િય(Future Continuous)

English	Gujarati	Transliteration
I will be showing	હું દેખાડતો હોઈશ	hun **de**khadto hoish
you will be showing	તું દેખાડતો હોઈશ	tu **de**khadto hoish
he/she/it will be showing	તે/તેણીની/તે દેખાડતો હશે	te/tenini/te **de**khadto hashe
we will be showing	અમે દેખાડતા હોઈશું	ame **de**khadta hoishu
you will be showing	તમે દેખાડતા હશો	tame **de**khadta hasho
they will be showing	તેઓ દેખાડતા હશે	Teo **de**khadta hashe

પૂર્ણ ભવિષ્ય (Future Perfect)

English	Gujarati	Transliteration
I will have shown; showed	મેં દેખાડ્યું હશે	mein **de**khadyun hashe
you will have shown; showed	તે દેખાડ્યું હશે	te **de**khadyun hashe
he/she/it will have shown; showed	તેણે દેખાડ્યું હશે	tene **de**khadyun hashe
we will have shown; showed	અમે દેખાડ્યું હશે	ame **de**khadyun hashe
you will have shown; showed	તમે દેખાડ્યું હશે	tame **de**khadyun hashe
they will have shown; showed	તેઓએ દેખાડ્યું હશે	teoye **de**khadyun hashe

ચાલુ પૂર્ણ ભવિષ્ય (Future Perfect Continuous)

English	Gujarati	Transliteration
I will have been showing	હું દેખાડી રહ્યો હોઈશ	hun **de**khadi rahyo hoish
you will have been showing	તું દેખાડી રહ્યો હોઈશ	tu **de**khadi rahyo hoish
he/she/it will have been showing	તે/તેણીની/તે દેખાડી રહ્યો હશે	te/tenini/te **de**khadi rahyo hashe
we will have been showing	અમે દેખાડી રહ્યાં હોઈશું	ame **de**khadi rahya hoishu
you will have been showing	તમે દેખાડી રહ્યાં હશો	tame **de**khadi rahya hasho
they will have been showing	તેઓ દેખાડી રહ્યાં હશે	teo **de**khadi rahya hashe

79. To sing: ગાવું (**gaa**vun)

સાદો વર્તમાન (Simple Present)

English	Gujarati	Transliteration
I sing	હું ગાવું છું	hun **gaa**vun chhun
you sing	તું ગાય છે	tu gaay chhe
he/she/it sings	તે/તેણીની/તે ગાય છે	te/tenini/te **gaa**y chhe
we sing	અમે ગાઈએ છીએ	ame **gaa**iye chiye
you sing	તમે ગાવો છો	tame **gaa**vo chho
they sing	તેઓ ગાય છે	teo gaay chhe

ચાલુ વર્તમાન (Present Continuous)

English	Gujarati	Transliteration
I am singing	હું ગાઈ રહ્યો છું.	hun **gaa**i rahyo chhun
you are singing	તું ગાઈ રહ્યો છે.	tu **gaa**i rahyo chhe
he/she/it is singing	તે ગાઈ રહ્યો છે	te **gaa**i rahyo chhe
we are singing	અમે ગાઈ રહ્યાં છીએ.	ame **gaa**i rahya chiye
you are singing	તમે ગાઈ રહ્યાં છો.	tame **gaa**i rahya chho
they are singing	તેઓ ગાઈ રહ્યાં છે.	teo **gaa**i rahya chhe

પૂર્ણ વર્તમાન (Present Perfect)

English	Gujarati	Transliteration
I have sung	મેં ગાયું છે	mein **gaa**yun chhe
you have sung	તે ગાયું છે	te **gaa**yun chhe
he/she/it has sung	તેણે ગાયું છે	tene **gaa**yun chhe
we have sung	અમે ગાયું છે	ame **gaa**yun chhe
you have sung	તમે ગાયું છે	tame **gaa**yun chhe
they have sung	તેઓએ ગાયું છે	teoye **gaa**yun chhe

ચ લુ પૂ્રણ્વ્રત્મ ન (Present Perfect Continuous)

English	Gujarati	Transliteration
I have been singing	હું ગાતો આવું છું.	hun **gaa**to aavu chhun
you have been singing	તું ગાતો આવે છે.	tu **gaa**to aave chhe
he/she/it has been singing	તે ગાતો આવે છે.	te/tenini/te **gaa**to aave chhe
we have been singing	અમે ગાતા આવીએ છીએ.	ame **gaa**ta aaviye chhiye
you have been singing	તમે ગાતા આવો છો.	tame **gaa**ta aavo chho
they have been singing	તેઓ ગાતા આવે છે.	teo **gaa**ta aave chhe

સાદો ભૂત (Simple Past)

English	Gujarati	Transliteration
I sang	મેં ગાયું	mein **gaa**yun
you sang	તે ગાયું	te **gaa**yun
he/she/it sang	તેણે ગાયું	tene **gaa**yun
we sang	અમે ગાયું	ame **gaa**yun
you sang	તમે ગાયું	tame **gaa**yun
they sang	તેઓએ ગાયું	teoye **gaa**yun

ચાલુ ભૂત (Past Continuous)

English	Gujarati	Transliteration
I was singing	હું ગાતો હતો	hun **gaa**to hato
you were singing	તું ગાતો હતો	tu **gaa**to hato
he/she/it was singing	તે/તેણીની/તે ગાતો હતો	te/tenini/te **gaa**to hato
we were singing	અમે ગાતા હતાં	ame **gaa**ta hata
you were singing	તમે ગાતા હતાં	tame **gaa**ta hata
they were singing	તેઓ ગાતા હતાં	teo **gaa**ta hata

પૂર્ણભૂત (Past Perfect)

English	Gujarati	Transliteration
I had sung	મેં ગાયું હતું	mein **gaa**yun hatun
you had sung	તે ગાયું હતું	te **gaa**yun hatun
he/she/it had sung	તેણે ગાયું હતું	tene **gaa**yun hatun
we had sung	અમે ગાયું હતું	ame **gaa**yun hatun
you had sung	તમે ગાયું હતું	tame **gaa**yun hatun
they had sung	તેઓએ ગાયું હતું	teoye **gaa**yun hatun

ચાલુ પૂર્ણ ભૂત (Past Perfect Continuous)

English	Gujarati	Transliteration
I had been singing	હું ગાઈ રહ્યો હતો	hun **gaai** rahyo hato
you had been singing	તું ગાઈ રહ્યો હતો	tu **gaai** rahyo hato
he/she/it had been singing	તે/તેણીની/તે ગાઈ રહ્યો હતો	te/tenini/te **gaai** rahyo hato
we had been singing	અમે ગાઈ રહ્યાં હતાં	ame **gaai** rahya hata
you had been singing	તમે ગાઈ રહ્યાં હતાં	tame **gaai** rahya hata
they had been singing	તેઓ ગાઈ રહ્યાં હતાં	teo **gaai** rahya hata

સાદો ભવિષ્ય (Simple Future)

English	Gujarati	Transliteration
I will sing	હું ગાઈશ	hun **gaa**ish
you will sing	તું ગાઈશ	tu **gaa**ish
he/she/it will sing	તે/તેણીની/તે ગાશે	te/tenini/te **gaa**she
we will sing	અમે ગાઈશું	ame **gaa**ishu
you will sing	તમે ગાશો	tame **gaa**sho
they will sing	તેઓ ગાશે	teo **gaa**she

ચ લુ ભવ ષ્ય(Future Continuous)

English	Gujarati	Transliteration
I will be singing	હું ગાતો હોઈશ	hun **gaa**to hoish
you will be singing	તું ગાતો હોઈશ	tu **gaa**to hoish
he/she/it will be singing	તે/તેણીની/તે ગાતો હશે	te/tenini/te **gaa**to hashe
we will be singing	અમે ગાતા હોઈશું	ame **gaa**ta hoishu
you will be singing	તમે ગાતા હશો	tame **gaa**ta hasho
they will be singing	તેઓ ગાતા હશે	Teo **gaa**ta hashe

પૂર્ણ ભવિષ્ય (Future Perfect)

English	Gujarati	Transliteration
I will have sung	મેં ગાયું હશે	mein **gaa**yun hashe
you will have sung	તે ગાયું હશે	te **gaa**yun hashe
he/she/it will have sung	તેણે ગાયું હશે	tene **gaa**yun hashe
we will have sung	અમે ગાયું હશે	ame **gaa**yun hashe
you will have sung	તમે ગાયું હશે	tame **gaa**yun hashe
they will have sung	તેઓએ ગાયું હશે	teoye **gaa**yun hashe

ચાલુ પૂર્ણ ભવિષ્ય (Future Perfect Continuous)

English	Gujarati	Transliteration
I will have been singing	હું ગાઈ રહ્યો હોઈશ	hun **gaa**i rahyo hoish
you will have been singing	તું ગાઈ રહ્યો હોઈશ	tu **gaa**i rahyo hoish
he/she/it will have been singing	તે/તેણીની/તે ગાઈ રહ્યો હશે	te/tenini/te **gaa**i rahyo hashe
we will have been singing	અમે ગાઈ રહ્યાં હોઈશું	ame **gaa**i rahya hoishu
you will have been singing	તમે ગાઈ રહ્યાં હશો	tame **gaa**i rahya hasho
they will have been singing	તેઓ ગાઈ રહ્યાં હશે	teo **gaa**i rahya hashe

80. To sit down: બેસવું (**be**svun)

સાદો વર્તમાન (Simple Present)

English	Gujarati	Transliteration
I sit down	હું બેસું છું	hun **be**sun chhun
you sit down	તું બેસે છે	tu **be**se chhe
he/she/it sits down	તે/તેણીની/તે બેસે છે	te/tenini/te **be**se chhe
we sit down	અમે બેસીએ છીએ	ame **be**siye chiye
you sit down	તમે બેસો છો	tame **be**so chho
they sit down	તેઓ બેસે છે	teo **be**se chhe

ચાલુ વર્તમાન (Present Continuous)

English	Gujarati	Transliteration
I am sitting down	હું બેસી રહ્યો છું.	hun **be**si rahyo chhun
you are sitting down	તું બેસી રહ્યો છે.	tu **be**si rahyo chhe
he/she/it is sitting down	તે બેસી રહ્યો છે	te **be**si rahyo chhe
we are sitting down	અમે બેસી રહ્યાં છીએ.	ame **be**si rahya chiye
you are sitting down	તમે બેસી રહ્યાં છો.	tame **be**si rahya chho
they are sitting down	તેઓ બેસી રહ્યાં છે.	teo **be**si rahya chhe

પૂર્ણ વર્તમાન (Present Perfect)

English	Gujarati	Transliteration
I have sat down	હું બેસ્યો છું	hun **be**syo chhu
you have sat down	તું બેસ્યો છે	tu **be**syo chhe
he/she/it has sat down	તે બેસ્યો છે	te **be**syo chhe
we have sat down	અમે બેસ્યા છીએ	ame **be**sya chhiye
you have sat down	તમે બેસ્યા છો	tame **be**sya chho
they have sat down	તેઓ બેસ્યા છે	teo **be**sya chhe

ચ લુ ૂપ્રણવ્રત્મ ન (Present Perfect Continuous)

English	Gujarati	Transliteration
I have been sitting down	હું બેસતો આવું છું.	hun **be**sto aavu chhun
you have been sitting down	તું બેસતો આવે છે.	tu **be**sto aave chhe
he/she/it has been sitting down	તે બેસતો આવે છે.	te/tenini/te **be**sto aave chhe
we have been sitting down	અમે બેસતા આવીએ છીએ.	ame **be**sta aaviye chhiye
you have been sitting down	તમે બેસતા આવો છો.	tame **be**sta aavo chho
they have been sitting down	તેઓ બેસતા આવે છે.	teo **be**sta aave chhe

સાદો ભૂત (Simple Past)

English	Gujarati	Transliteration
I sat down	હું બેસ્યો	hun **be**syo
you sat down	તું બેસ્યો	te **be**syo
he/she/it sat down	તે બેસ્યો	tene **be**syo
we sat down	અમે બેસ્યા	ame **be**sya
you sat down	તમે બેસ્યા	tame **be**sya
they sat down	તેઓ બેસ્યા	teo **be**sya

ચાલુ ભૂત (Past Continuous)

English	Gujarati	Transliteration
I was sitting down	હું બેસતો હતો	hun **be**sto hato
you were sitting down	તું બેસતો હતો	tu **be**sto hato
he/she/it was sitting down	તે/તેણીની/તે બેસતો હતો	te/tenini/te **be**sto hato
we were sitting down	અમે બેસતા હતાં	ame **be**sta hata
you were sitting down	તમે બેસતા હતાં	tame **be**sta hata
they were sitting down	તેઓ બેસતા હતાં	teo **be**sta hata

પૂરણભૂત (Past Perfect)

English	Gujarati	Transliteration
I had sat down	હું બેસ્યો હતો	hun **be**syo hato
you had sat down	તું બેસ્યો હતો	tu **be**syo hato
he/she/it had sat down	તે બેસ્યો હતો	te **be**syo hato
we had sat down	અમે બેસ્યા હતાં	ame **be**sya hata
you had sat down	તમે બેસ્યા હતાં	tame **be**sya hata
they had sat down	તેઓ બેસ્યા હતાં	teo **be**sya hata

ચાલુ પૂર્ણ ભૂત (Past Perfect Continuous)

English	Gujarati	Transliteration
I had been sitting down	હું બેસી રહ્યો હતો	hun **be**si rahyo hato
you had been sitting down	તું બેસી રહ્યો હતો	tu **be**si rahyo hato
he/she/it had been sitting down	તે/તેણીની/તે બેસી રહ્યો હતો	te/tenini/te **be**si rahyo hato
we had been sitting down	અમે બેસી રહ્યાં હતાં	ame **be**si rahya hata
you had been sitting down	તમે બેસી રહ્યાં હતાં	tame **be**si rahya hata
they had been sitting down	તેઓ બેસી રહ્યાં હતાં	teo **be**si rahya hata

સાદો ભવિષ્ય (Simple Future)

English	Gujarati	Transliteration
I will sit down	હું બેસીશ	hun **be**sish
you will sit down	તું બેસીશ	tu **be**sish
he/she/it will sit down	તે/તેણીની/તે બેસશે	te/tenini/te **be**sshe
we will sit down	અમે બેસીશું	ame **be**sishu
you will sit down	તમે બેસશો	tame **be**sasho
they will sit down	તેઓ બેસશે	teo **be**sashe

ચ લુ ભવ ષ્યિ(Future Continuous)

English	Gujarati	Transliteration
I will **be** sitting down	હું બેસતો હોઈશ	hun **be**sto hoish
you will **be** sitting down	તું બેસતો હોઈશ	tu **be**sto hoish
he/she/it will **be** sitting down	તે/તેણીની/તે બેસતો હશે	te/tenini/te **be**sto hashe
we will **be** sitting down	અમે બેસતા હોઈશું	ame **be**sta hoishu
you will **be** sitting down	તમે બેસતા હશો	tame **be**sta hasho
they will **be** sitting down	તેઓ બેસતા હશે	Teo **be**sta hashe

પૂર્ણ ભવિષ્ય (Future Perfect)

English	Gujarati	Transliteration
I will have sat down	હું બેસ્યો હોઈશ	hun **be**syo hoish
you will have sat down	તું બેસ્યો હોઈશ	tu **be**syo hoish
he/she/it will have sat down	તે બેસ્યો હશે	te **be**syo hashe
we will have sat down	અમે બેસ્યા હોઈશું	ame **be**sya hoishu
you will have sat down	તમે બેસ્યા હશો	tame **be**sya hasho
they will have sat down	તેઓ બેસ્યા હશે	teo **be**sya hashe

ચાલુ પૂર્ણ ભવિષ્ય (Future Perfect Continuous)

English	Gujarati	Transliteration
I will have been sitting down	હું બેસી રહ્યો હોઈશ	hun **be**si rahyo hoish
you will have been sitting down	તું બેસી રહ્યો હોઈશ	tu **be**si rahyo hoish
he/she/it will have been sitting down	તે/તેણીની/તે બેસી રહ્યો હશે	te/tenini/te **be**si rahyo hashe
we will have been sitting down	અમે બેસી રહ્યાં હોઈશું	ame **be**si rahya hoishu
you will have been sitting down	તમે બેસી રહ્યાં હશો	tame **be**si rahya hasho
they will have been sitting down	તેઓ બેસી રહ્યાં હશે	teo **be**si rahya hashe

81. To sleep: ઊંઘવું (**un**ghvun)

સાદો વર્તમાન (Simple Present)

English	Gujarati	Transliteration
I sleep	હું ઊંઘું છું	hun **un**ghun chhun
you sleep	તું ઊંઘે છે	tu **un**ghe chhe
he/she/it sleeps	તે/તેણીની/તે ઊંઘે છે	te/tenini/te **un**ghe chhe
we sleep	અમે ઊંઘીયે છીએ	ame **un**ghiye chiye
you sleep	તમે ઊંઘો છો	tame **un**gho chho
they sleep	તેઓ ઊંઘે છે	teo **un**ghe chhe

ચાલુ વર્તમાન (Present Continuous)

English	Gujarati	Transliteration
I am sleeping	હું ઊંઘી રહ્યો છું.	hun **un**ghi rahyo chhun
you are sleeping	તું ઊંઘી રહ્યો છે.	tu **un**ghi rahyo chhe
he/she/it is sleeping	તે ઊંઘી રહ્યો છે	te **un**ghi rahyo chhe
we are sleeping	અમે ઊંઘી રહ્યાં છીએ.	ame **un**ghi rahya chiye
you are sleeping	તમે ઊંઘી રહ્યાં છો.	tame **un**ghi rahya chho
they are sleeping	તેઓ ઊંઘી રહ્યાં છે.	teo **un**ghi rahya chhe

પૂર્ણ વર્તમાન (Present Perfect)

English	Gujarati	Transliteration
I have slept	હું ઊંઘ્યો છું	hun **un**ghyo chhu
you have slept	તું ઊંઘ્યો છે	tu **un**ghyo chhe
he/she/it has slept	તે ઊંઘ્યો છે	te **un**ghyo chhe
we have slept	અમે ઊંઘ્યા છીએ	ame **un**ghya chhiye
you have slept	તમે ઊંઘ્યા છો	tame **un**ghya chho
they have slept	તેઓ ઊંઘ્યા છે	teo **un**ghya chhe

ચ લુ પૂરણવ્રતમ ન (Present Perfect Continuous)

English	Gujarati	Transliteration
I have been sleeping	હું ઊંઘતો આવું છું.	hun **un**ghto aavu chhun
you have been sleeping	તું ઊંઘતો આવે છે.	tu **un**ghto aave chhe
he/she/it has been sleeping	તે ઊંઘતો આવે છે.	te/tenini/te **un**ghto aave chhe
we have been sleeping	અમે ઊંઘતા આવીએ છીએ.	ame **un**ghta aaviye chhiye
you have been sleeping	તમે ઊંઘતા આવો છો.	tame **un**ghta aavo chho
they have been sleeping	તેઓ ઊંઘતા આવે છે.	teo **un**ghta aave chhe

સાદો ભૂત (Simple Past)

English	Gujarati	Transliteration
I slept	હું ઊંઘ્યો	hun **un**ghyo
you slept	તું ઊંઘ્યો	tu **un**ghyo
he/she/it slept	તે ઊંઘ્યો	te **un**ghyo
we slept	અમે ઊંઘ્યા	ame **un**ghya
you slept	તમે ઊંઘ્યા	tame **un**ghya
they slept	તેઓ ઊંઘ્યા	teo **un**ghya

ચાલુ ભૂત (Past Continuous)

English	Gujarati	Transliteration
I was sleeping	હું ઊંઘતો હતો	hun **un**ghto hato
you were sleeping	તું ઊંઘતો હતો	tu **un**ghto hato
he/she/it was sleeping	તે/તેણીની/તે ઊંઘતો હતો	te/tenini/te **un**ghto hato
we were sleeping	અમે ઊંઘતા હતાં	ame **un**ghta hata
you were sleeping	તમે ઊંઘતા હતાં	tame **un**ghta hata
they were sleeping	તેઓ ઊંઘતા હતાં	teo **un**ghta hata

પૂરણભૂત (Past Perfect)

English	Gujarati	Transliteration
I had slept	હું ઊંઘ્યો હતો	hun **un**ghyo hato
you had slept	તું ઊંઘ્યો હતો	tu **un**ghyo hato
he/she/it had slept	તે ઊંઘ્યો હતો	te **un**ghyo hato
we had slept	અમે ઊંઘ્યા હતાં	ame **un**ghya hata
you had slept	તમે ઊંઘ્યા હતાં	tame **un**ghya hata
they had slept	તેઓ ઊંઘ્યા હતાં	teo **un**ghya hata

ચાલુ પૂર્ણ ભૂત (Past Perfect Continuous)

English	Gujarati	Transliteration
I had been sleeping	હું ઊંઘી રહ્યો હતો	hun **un**ghi rahyo hato
you had been sleeping	તું ઊંઘી રહ્યો હતો	tu **un**ghi rahyo hato
he/she/it had been sleeping	તે/તેણીની/તે ઊંઘી રહ્યો હતો	te/tenini/te **un**ghi rahyo hato
we had been sleeping	અમે ઊંઘી રહ્યાં હતાં	ame **un**ghi rahya hata
you had been sleeping	તમે ઊંઘી રહ્યાં હતાં	tame **un**ghi rahya hata
they had been sleeping	તેઓ ઊંઘી રહ્યાં હતાં	teo **un**ghi rahya hata

સાદો ભવિષ્ય (Simple Future)

English	Gujarati	Transliteration
I will sleep	હું ઊંઘીશ	hun **un**ghish
you will sleep	તું ઊંઘીશ	tu **un**ghish
he/she/it will sleep	તે/તેણીની/તે ઊંઘશે	te/tenini/te **un**ghshe
we will sleep	અમે ઊંઘીશું	ame **un**ghishu
you will sleep	તમે ઊંઘશો	tame **un**ghsho
they will sleep	તેઓ ઊંઘશે	teo **un**ghshe

ચલ ભવિષિય(Future Continuous)

English	Gujarati	Transliteration
I will be sleeping	હું ઊંઘતો હોઈશ	hun **ungh**to hoish
you will be sleeping	તું ઊંઘતો હોઈશ	tu **ungh**to hoish
he/she/it will be sleeping	તે/તેણીની/તે ઊંઘતો હશે	te/tenini/te **ungh**to hashe
we will be sleeping	અમે ઊંઘતા હોઈશું	ame **ungh**ta hoishu
you will be sleeping	તમે ઊંઘતા હશો	tame **ungh**ta hasho
they will be sleeping	તેઓ ઊંઘતા હશે	Teo **ungh**ta hashe

પૂર્ણ ભવિષ્ય (Future Perfect)

English	Gujarati	Transliteration
I will have slept	હું ઊંઘ્યો હોઈશ	hun **ungh**yo hoish
you will have slept	તું ઊંઘ્યો હોઈશ	tu **ungh**yo hoish
he/she/it will have slept	તે ઊંઘ્યો હશે	te **ungh**yo hashe
we will have slept	અમે ઊંઘ્યા હોઈશું	ame **ungh**ya hoishu
you will have slept	તમે ઊંઘ્યા હશો	tame **ungh**ya hasho
they will have slept	તેઓ ઊંઘ્યા હશે	teo **ungh**ya hashe

ચાલુ પૂર્ણ ભવિષ્ય (Future Perfect Continuous)

English	Gujarati	Transliteration
I will have been sleeping	હું ઊંઘી રહ્યો હોઈશ	hun **ungh**i rahyo hoish
you will have been sleeping	તું ઊંઘી રહ્યો હોઈશ	tu **ungh**i rahyo hoish
he/she/it will have been sleeping	તે/તેણીની/તે ઊંઘી રહ્યો હશે	te/tenini/te **ungh**i rahyo hashe
we will have been sleeping	અમે ઊંઘી રહ્યાં હોઈશું	ame **ungh**i rahya hoishu
you will have been sleeping	તમે ઊંઘી રહ્યાં હશો	tame **ungh**i rahya hasho
they will have been sleeping	તેઓ ઊંઘી રહ્યાં હશે	teo **ungh**i rahya hashe

82. To smile: મોં મલકાવવું (mon mal**ka**vavun)

સાદો વર્તમાન (Simple Presmiled)

English	Gujarati	Transliteration
I smile	હું મોં મલકાવું છું	hun mon mal**ka**vun chhun
you smile	તું મોં મલકાવે છે	tu mon mal**ka**ve chhe
he/she/it smiles	તે/તેણીની/તે મોં મલકાવે છે	te/tenini/te mon mal**ka**ve chhe
we smile	અમે મોં મલકાવીએ છીએ	ame mon mal**ka**viye chiye
you smile	તમે મોં મલકાવો છો	tame mon mal**ka**vo chho
they smile	તેઓ મોં મલકાવે છે	teo mon mal**ka**ve chhe

ચાલુ વર્તમાન (Presmiled Continuous)

English	Gujarati	Transliteration
I am smiling	હું મોં મલકાવી રહ્યો છું.	hun mon mal**ka**vi rahyo chhun
you are smiling	તું મોં મલકાવી રહ્યો છે.	tu mon mal**ka**vi rahyo chhe
he/she/it is smiling	તે મોં મલકાવી રહ્યો છે	te mon mal**ka**vi rahyo chhe
we are smiling	અમે મોં મલકાવી રહ્યાં છીએ.	ame mon mal**ka**vi rahya chiye
you are smiling	તમે મોં મલકાવી રહ્યાં છો.	tame mon mal**ka**vi rahya chho
they are smiling	તેઓ મોં મલકાવી રહ્યાં છે.	teo mon mal**ka**vi rahya chhe

પૂર્ણ વર્તમાન (Presmiled Perfect)

English	Gujarati	Transliteration
I have smiled	મેં મોં મલકાયું છે	mein mon mal**ka**yun chhe
you have smiled	તે મોં મલકાયું છે	te mon mal**ka**yun chhe
he/she/it has smiled	તેણે મોં મલકાયું છે	tene mon mal**ka**yun chhe
we have smiled	અમે મોં મલકાયું છે	ame mon mal**ka**yun chhe
you have smiled	તમે મોં મલકાયું છે	tame mon mal**ka**yun chhe
they have smiled	તેઓએ મોં મલકાયું છે	teoye mon mal**ka**yun chhe

ચાલુ પૂર્ણ વર્તમાન (Presmiled Perfect Continuous)

English	Gujarati	Transliteration
I have been smiling	હું મોં મલકાવતો આવું છું.	hun mon mal**ka**vto aavu chhun
you have been smiling	તું મોં મલકાવતો આવે છે.	tu mon mal**ka**vto aave chhe
he/she/it has been smiling	તે મોં મલકાવતો આવે છે.	te/tenini/te mon mal**ka**vto aave chhe
we have been smiling	અમે મોં મલકાવતા આવીએ છીએ.	ame mon mal**ka**vta aaviye chhiye
you have been smiling	તમે મોં મલકાવતા આવો છો.	tame mon mal**ka**vta aavo chho
they have been smiling	તેઓ મોં મલકાવતા આવે છે.	teo mon mal**ka**vta aave chhe

સાદો ભૂત (Simple Past)

English	Gujarati	Transliteration
I smiled	મેં મોં મલકાયું	mein mon mal**ka**yun
you smiled	તે મોં મલકાયું	te mon mal**ka**yun
he/she/it smiled	તેણે મોં મલકાયું	tene mon mal**ka**yun
we smiled	અમે મોં મલકાયું	ame mon mal**ka**yun
you smiled	તમે મોં મલકાયું	tame mon mal**ka**yun
they smiled	તેઓએ મોં મલકાયું	teoye mon mal**ka**yun

ચાલુ ભૂત (Past Continuous)

English	Gujarati	Transliteration
I was smiling	હું મોં મલકાવતો હતો	hun mon mal**ka**vto hato
you were smiling	તું મોં મલકાવતો હતો	tu mon mal**ka**vto hato
he/she/it was smiling	તે/તેણીની/તે મોં મલકાવતો હતો	te/tenini/te mon mal**ka**vto hato
we were smiling	અમે મોં મલકાવતા હતાં	ame mon mal**ka**vta hata
you were smiling	તમે મોં મલકાવતા હતાં	tame mon mal**ka**vta hata
they were smiling	તેઓ મોં મલકાવતા હતાં	teo mon mal**ka**vta hata

પૂરણભૂત (Past Perfect)

English	Gujarati	Transliteration
I had smiled	મેં મોં મલકાયું હતું	mein mon mal**ka**yun hatun
you had smiled	તે મોં મલકાયું હતું	te mon mal**ka**yun hatun
he/she/it had smiled	તેણે મોં મલકાયું હતું	tene mon mal**ka**yun hatun
we had smiled	અમે મોં મલકાયું હતું	ame mon mal**ka**yun hatun
you had smiled	તમે મોં મલકાયું હતું	tame mon mal**ka**yun hatun
they had smiled	તેઓએ મોં મલકાયું હતું	teoye mon mal**ka**yun hatun

ચાલુ પૂર્ણ ભૂત (Past Perfect Continuous)

English	Gujarati	Transliteration
I had been smiling	હું મોં મલકાવી રહ્યો હતો	hun mon mal**ka**vi rahyo hato
you had been smiling	તું મોં મલકાવી રહ્યો હતો	tu mon mal**ka**vi rahyo hato
he/she/it had been smiling	તે/તેણીની/તે મોં મલકાવી રહ્યો હતો	te/tenini/te mon mal**ka**vi rahyo hato
we had been smiling	અમે મોં મલકાવી રહ્યાં હતાં	ame mon mal**ka**vi rahya hata
you had been smiling	તમે મોં મલકાવી રહ્યાં હતાં	tame mon mal**ka**vi rahya hata
they had been smiling	તેઓ મોં મલકાવી રહ્યાં હતાં	teo mon mal**ka**vi rahya hata

સાદો ભવિષ્ય (Simple Future)

English	Gujarati	Transliteration
I will smile	હું મોં મલકાવીશ	hun mon mal**ka**vish
you will smile	તું મોં મલકાવીશ	tu mon mal**ka**vish
he/she/it will smile	તે/તેણીની/તે મોં મલકાવશે	te/tenini/te mon mal**ka**vshe
we will smile	અમે મોં મલકાવીશું	ame mon mal**ka**vshu
you will smile	તમે મોં મલકાવશો	tame mon mal**ka**vsho
they will smile	તેઓ મોં મલકાવશે	teo mon mal**ka**vshe

ચલુ ભવિષ્ય (Future Continuous)

English	Gujarati	Transliteration
I will be smiling	હું મોં મલકાવતો હોઈશ	hun mon mal**ka**vto hoish
you will be smiling	તું મોં મલકાવતો હોઈશ	tu mon mal**ka**vto hoish
he/she/it will be smiling	તે/તેણીની/તે મોં મલકાવતો હશે	te/tenini/te mon mal**ka**vto hashe
we will be smiling	અમે મોં મલકાવતા હોઈશું	ame mon mal**ka**vta hoishu
you will be smiling	તમે મોં મલકાવતા હશો	tame mon mal**ka**vta hasho
they will be smiling	તેઓ મોં મલકાવતા હશે	Teo mon mal**ka**vta hashe

પૂર્ણ ભવિષ્ય (Future Perfect)

English	Gujarati	Transliteration
I will have smiled	મેં મોં મલકાયું હશે	mein mon mal**ka**yun hashe
you will have smiled	તે મોં મલકાયું હશે	te mon mal**ka**yun hashe
he/she/it will have smiled	તેણે મોં મલકાયું હશે	tene mon mal**ka**yun hashe
we will have smiled	અમે મોં મલકાયું હશે	ame mon mal**ka**yun hashe
you will have smiled	તમે મોં મલકાયું હશે	tame mon mal**ka**yun hashe
they will have smiled	તેઓએ મોં મલકાયું હશે	teoye mon mal**ka**yun hashe

ચાલુ પૂર્ણ ભવિષ્ય (Future Perfect Continuous)

English	Gujarati	Transliteration
I will have been smiling	હું મોં મલકાવી રહ્યો હોઈશ	hun mon mal**ka**vi rahyo hoish
you will have been smiling	તું મોં મલકાવી રહ્યો હોઈશ	tu mon mal**ka**vi rahyo hoish
he/she/it will have been smiling	તે/તેણીની/તે મોં મલકાવી રહ્યો હશે	te/tenini/te mon mal**ka**vi rahyo hashe
we will have been smiling	અમે મોં મલકાવી રહ્યાં હોઈશું	ame mon mal**ka**vi rahya hoishu
you will have been smiling	તમે મોં મલકાવી રહ્યાં હશો	tame mon mal**ka**vi rahya hasho
they will have been smiling	તેઓ મોં મલકાવી રહ્યાં હશે	teo mon mal**ka**vi rahya hashe

83. To speak: બોલવું (**bo**lvun)

સાદો વર્તમાન (Simple Present)

English	Gujarati	Transliteration
I speak	હું બોલું છું	hun **bo**lun chhun
you speak	તું બોલે છે	tu **bo**le chhe
he/she/it speaks	તે/તેણીની/તે બોલે છે	te/tenini/te **bo**le chhe
we speak	અમે બોલીએ છીએ	ame **bo**liye chiye
you speak	તમે બોલો છો	tame **bo**lo chho
they speak	તેઓ બોલે છે	teo **bo**le chhe

ચાલુ વર્તમાન (Present Continuous)

English	Gujarati	Transliteration
I am speaking	હું બોલી રહ્યો છું.	hun **bo**li rahyo chhun
you are speaking	તું બોલી રહ્યો છે.	tu **bo**li rahyo chhe
he/she/it is speaking	તે બોલી રહ્યો છે	te **bo**li rahyo chhe
we are speaking	અમે બોલી રહ્યાં છીએ.	ame **bo**li rahya chiye
you are speaking	તમે બોલી રહ્યાં છો.	tame **bo**li rahya chho
they are speaking	તેઓ બોલી રહ્યાં છે.	teo **bo**li rahya chhe

પૂર્ણ વર્તમાન (Present Perfect)

English	Gujarati	Transliteration
I have spoken	હું બોલ્યો છું	hun **bo**lyo chhu
you have spoken	તું બોલ્યો છે	tu **bo**lyo chhe
he/she/it has spoken	તે બોલ્યો છે	te **bo**lyo chhe
we have spoken	અમે બોલ્યા છીએ	ame **bo**lya chhiye
you have spoken	તમે બોલ્યા છો	tame **bo**lya chho
they have spoken	તેઓ બોલ્યા છે	teo **bo**lya chhe

ચ લુ પ્ૂરણવ્રતમ ન (Present Perfect Continuous)

English	Gujarati	Transliteration
I have been speaking	હું બોલતો આવું છું.	hun **bol**to aavu chhun
you have been speaking	તું બોલતો આવે છે.	tu **bol**to aave chhe
he/she/it has been speaking	તે બોલતો આવે છે.	te/tenini/te **bol**to aave chhe
we have been speaking	અમે બોલતા આવીએ છીએ.	ame **bol**ta aaviye chhiye
you have been speaking	તમે બોલતા આવો છો.	tame **bol**ta aavo chho
they have been speaking	તેઓ બોલતા આવે છે.	teo **bol**ta aave chhe

<u>સાદો ભૂત (Simple Past)</u>

English	Gujarati	Transliteration
I spoke	હું બોલ્યો	hun **bol**yo
you spoke	તું બોલ્યો	te **bol**yo
he/she/it spoke	તે બોલ્યો	tene **bol**yo
we spoke	અમે બોલ્યા	ame **bol**ya
you spoke	તમે બોલ્યા	tame **bol**ya
they spoke	તેઓ બોલ્યા	teo **bol**ya

<u>ચાલુ ભૂત (Past Continuous)</u>

English	Gujarati	Transliteration
I was speaking	હું બોલતો હતો	hun **bol**to hato
you were speaking	તું બોલતો હતો	tu **bol**to hato
he/she/it was speaking	તે/તેણીની/તે બોલતો હતો	te/tenini/te **bol**to hato
we were speaking	અમે બોલતા હતાં	ame **bol**ta hata
you were speaking	તમે બોલતા હતાં	tame **bol**ta hata
they were speaking	તેઓ બોલતા હતાં	teo **bol**ta hata

પૂરણભૂત (Past Perfect)

English	Gujarati	Transliteration
I had spoken	હું બોલ્યો હતો	hun **bo**lyo hato
you had spoken	તું બોલ્યો હતો	tu **bo**lyo hato
he/she/it had spoken	તે બોલ્યો હતો	te **bo**lyo hato
we had spoken	અમે બોલ્યા હતાં	ame **bo**lya hata
you had spoken	તમે બોલ્યા હતાં	tame **bo**lya hata
they had spoken	તેઓ બોલ્યા હતાં	teo **bo**lya hata

ચાલુ પૂર્ણ ભૂત (Past Perfect Continuous)

English	Gujarati	Transliteration
I had been speaking	હું બોલી રહ્યો હતો	hun **bo**li rahyo hato
you had been speaking	તું બોલી રહ્યો હતો	tu **bo**li rahyo hato
he/she/it had been speaking	તે/તેણીની/તે બોલી રહ્યો હતો	te/tenini/te **bo**li rahyo hato
we had been speaking	અમે બોલી રહ્યાં હતાં	ame **bo**li rahya hata
you had been speaking	તમે બોલી રહ્યાં હતાં	tame **bo**li rahya hata
they had been speaking	તેઓ બોલી રહ્યાં હતાં	teo **bo**li rahya hata

સાદો ભવિષ્ય (Simple Future)

English	Gujarati	Transliteration
I will speak	હું બોલીશ	hun **bo**lish
you will speak	તું બોલીશ	tu **bo**lish
he/she/it will speak	તે/તેણીની/તે બોલશે	te/tenini/te **bo**lshe
we will speak	અમે બોલીશું	ame **bo**lishu
you will speak	તમે બોલશો	tame **bo**lsho
they will speak	તેઓ બોલશે	teo **bo**lshe

ચ લુ ભવ્ષ્યિ(Future Continuous)

English	Gujarati	Transliteration
I will be speaking	હું બોલતો હોઈશ	hun **bol**to hoish
you will be speaking	તું બોલતો હોઈશ	tu **bol**to hoish
he/she/it will be speaking	તે/તેણીની/તે બોલતો હશે	te/tenini/te **bol**to hashe
we will be speaking	અમે બોલતા હોઈશું	ame **bol**ta hoishu
you will be speaking	તમે બોલતા હશો	tame **bol**ta hasho
they will be speaking	તેઓ બોલતા હશે	Teo **bol**ta hashe

પૂર્ણ ભવિષ્ય (Future Perfect)

English	Gujarati	Transliteration
I will have spoken	હું બોલ્યો હોઈશ	hun **bol**yo hoish
you will have spoken	તું બોલ્યો હોઈશ	tu **bol**yo hoish
he/she/it will have spoken	તે બોલ્યો હશે	te **bol**yo hashe
we will have spoken	અમે બોલ્યા હોઈશું	ame **bol**ya hoishu
you will have spoken	તમે બોલ્યા હશો	tame **bol**ya hasho
they will have spoken	તેઓ બોલ્યા હશે	teo **bol**ya hashe

ચાલુ પૂર્ણ ભવિષ્ય (Future Perfect Continuous)

English	Gujarati	Transliteration
I will have been speaking	હું બોલી રહ્યો હોઈશ	hun **bol**i rahyo hoish
you will have been speaking	તું બોલી રહ્યો હોઈશ	tu **bol**i rahyo hoish
he/she/it will have been speaking	તે/તેણીની/તે બોલી રહ્યો હશે	te/tenini/te **bol**i rahyo hashe
we will have been speaking	અમે બોલી રહ્યાં હોઈશું	ame **bol**i rahya hoishu
you will have been speaking	તમે બોલી રહ્યાં હશો	tame **bol**i rahya hasho
they will have been speaking	તેઓ બોલી રહ્યાં હશે	teo **bol**i rahya hashe

84. To stand: ઉભા રહેવું (u**bha** rahevun)

<u>**સાદો વર્તમાન (Simple Present)**</u>

English	Gujarati	Transliteration
I stand	હું ઉભો રહું છું	hun u**bho** rahun chhun
you stand	તું ઉભો રહે છે	tu u**bho** rahe chhe
he/she/it stands	તે/તેણીની/તે ઉભો રહે છે	te/tenini/te u**bho** rahe chhe
we stand	અમે ઉભા રહીએ છીએ	ame u**bha** rahiye chiye
you stand	તમે ઉભા રહો છો	tame u**bha** raho chho
they stand	તેઓ ઉભા રહે છે	teo u**bha** rahe chhe

<u>**ચાલુ વર્તમાન (Present Continuous)**</u>

English	Gujarati	Transliteration
I am standing	હું ઉભો થઇ રહ્યો છું.	hun u**bho** thai rahyo chhun
you are standing	તું ઉભો થઇ રહ્યો છે.	tu u**bho** thai rahyo chhe
he/she/it is standing	તે ઉભો થઇ રહ્યો છે	te u**bho** thai rahyo chhe
we are standing	અમે ઉભા થઇ રહ્યાં છીએ.	ame u**bha** thai rahya chiye
you are standing	તમે ઉભા થઇ રહ્યાં છો.	tame u**bha** thai rahya chho
they are standing	તેઓ ઉભા થઇ રહ્યાં છે.	teo u**bha** thai rahya chhe

<u>**પૂર્ણ વર્તમાન (Present Perfect)**</u>

English	Gujarati	Transliteration
I have stood	હું ઉભો રહ્યો છું	hun u**bho** rahyo chhu
you have stood	તું ઉભો રહ્યો છે	tu u**bho** rahyo chhe
he/she/it has stood	તે ઉભો રહ્યો છે	te u**bho** rahyo chhe
we have stood	અમે ઉભા રહયા છીએ	ame u**bha** rahya chhiye
you have stood	તમે ઉભા રહયા છો	tame u**bha** rahya chho
they have stood	તેઓ ઉભા રહયા છે	teo u**bha** rahya chhe

ચ લુ પૂ્રણ્વ્રત્મ ન (Present Perfect Continuous)

English	Gujarati	Transliteration
I have been standing	હું ઉભો રહી આવું છું.	hun u**bho** rahi aavu chhun
you have been standing	તું ઉભો રહી આવે છે.	tu u**bho** rahi aave chhe
he/she/it has been standing	તે ઉભો રહી આવે છે.	te/tenini/te u**bho** rahi aave chhe
we have been standing	અમે ઉભા રહી આવીએ છીએ.	ame u**bha** rahi aaviye chhiye
you have been standing	તમે ઉભા રહી આવો છો.	tame u**bha** rahi aavo chho
they have been standing	તેઓ ઉભા રહી આવે છે.	teo u**bha** rahi aave chhe

સાદો ભૂત (Simple Past)

English	Gujarati	Transliteration
I stood	હું ઉભો રહ્યો	hun u**bho** rahyo
you stood	તું ઉભો રહ્યો	tu u**bho** rahyo
he/she/it stood	તે ઉભો રહ્યો	te u**bho** rahyo
we stood	અમે ઉભા રહયા	ame u**bha** rahya
you stood	તમે ઉભા રહયા	tame u**bha** rahya
they stood	તેઓ ઉભા રહયા	teo u**bha** rahya

ચાલુ ભૂત (Past Continuous)

English	Gujarati	Transliteration
I was standing	હું ઉભો રહ્યો હતો	hun u**bho** rahyo hato
you were standing	તું ઉભો રહ્યો હતો	tu u**bho** rahyo hato
he/she/it was standing	તે/તેણીની/તે ઉભો રહ્યો હતો	te/tenini/te u**bho** rahyo hato
we were standing	અમે ઉભા રહ્યા હતાં	ame u**bha** rahya hata
you were standing	તમે ઉભા રહ્યા હતાં	tame u**bha** rahya hata
they were standing	તેઓ ઉભા રહ્યા હતાં	teo u**bha** rahya hata

પૂરણભૂત (Past Perfect)

English	Gujarati	Transliteration
I had stood	હું ઉભો રહ્યો હતો	hun **ubho** rahyo hato
you had stood	તું ઉભો રહ્યો હતો	tu **ubho** rahyo hato
he/she/it had stood	તે ઉભો રહ્યો હતો	te **ubho** rahyo hato
we had stood	અમે ઉભા રહયા હતાં	ame **ubha** rahya hata
you had stood	તમે ઉભા રહયા હતાં	tame **ubha** rahya hata
they had stood	તેઓ ઉભા રહયા હતાં	teo **ubha** rahya hata

ચાલુ પૂર્ણ ભૂત (Past Perfect Continuous)

English	Gujarati	Transliteration
I had been standing	હું ઉભો થઇ રહ્યો હતો	hun **ubho** thai rahyo hato
you had been standing	તું ઉભો થઇ રહ્યો હતો	tu **ubho** thai rahyo hato
he/she/it had been standing	તે/તેણીની/તે ઉભો થઇ રહ્યો હતો	te/tenini/te **ubho** thai rahyo hato
we had been standing	અમે ઉભા થઇ રહ્યાં હતાં	ame **ubha** thai rahya hata
you had been standing	તમે ઉભા થઇ રહ્યાં હતાં	tame **ubha** thai rahya hata
they had been standing	તેઓ ઉભા થઇ રહ્યાં હતાં	teo **ubha** thai rahya hata

સાદો ભવિષ્ય (Simple Future)

English	Gujarati	Transliteration
I will stand	હું ઉભો થઇશ	hun **ubho** thaish
you will stand	તું ઉભો થઇશ	tu **ubho** thaish
he/she/it will stand	તે/તેણીની/તે ઉભો થશે	te/tenini/te **ubho** thashe
we will stand	અમે ઉભા થઇશું	ame **ubha** thashu
you will stand	તમે ઉભા શશો	tame **ubha** thasho
they will stand	તેઓ ઉભા થશે	teo **ubha** thashe

ચ લુ ભવ ષ્યિ(Future Continuous)

English	Gujarati	Transliteration
I will be standing	હું ઉભો રહ્યો હોઈશ	hun u**bho** rahyo hoish
you will be standing	તું ઉભો રહ્યો હોઈશ	tu u**bho** rahyo hoish
he/she/it will be standing	તે/તેણીની/તે ઉભો રહ્યો હશે	te/tenini/te u**bho** rahyo hashe
we will be standing	અમે ઉભા રહ્યા હોઈશું	ame u**bha** rahya hoishu
you will be standing	તમે ઉભા રહ્યા હશો	tame u**bha** rahya hasho
they will be standing	તેઓ ઉભા રહ્યા હશે	Teo u**bha** rahya hashe

પૂર્ણ ભવિષ્ય (Future Perfect)

English	Gujarati	Transliteration
I will have stood	હું ઉભો રહ્યો હોઈશ	hun u**bho** rahyo hoish
you will have stood	તું ઉભો રહ્યો હોઈશ	tu u**bho** rahyo hoish
he/she/it will have stood	તે ઉભો રહ્યો હશે	te u**bho** rahyo hashe
we will have stood	અમે ઉભા રહયા હોઈશું	ame u**bha** rahya hoishu
you will have stood	તમે ઉભા રહયા હશો	tame u**bha** rahya hasho
they will have stood	તેઓ ઉભા રહયા હશે	teo u**bha** rahya hashe

ચાલુ પૂર્ણ ભવિષ્ય (Future Perfect Continuous)

English	Gujarati	Transliteration
I will have been standing	હું ઉભો થઇ રહ્યો હોઈશ	hun u**bho** thai rahyo hoish
you will have been standing	તું ઉભો થઇ રહ્યો હોઈશ	tu u**bho** thai rahyo hoish
he/she/it will have been standing	તે/તેણીની/તે ઉભો થઇ રહ્યો હશે	te/tenini/te u**bho** thai rahyo hashe
we will have been standing	અમે ઉભા થઇ રહ્યાં હોઈશું	ame u**bha** thai rahya hoishu
you will have been standing	તમે ઉભા થઇ રહ્યાં હશો	tame u**bha** thai rahya hasho
they will have been standing	તેઓ ઉભા થઇ રહ્યાં હશે	teo u**bha** thai rahya hashe

85. To start: શરુ કરવું (**sha**ru karvun)

સાદો વર્તમાન (Simple Prestarted)

English	Gujarati	Transliteration
I start	હું શરુ કરું છું	hun **sha**ru karun chhun
you start	તું શરુ કરે છે	tu **sha**ru kare chhe
he/she/it starts	તે/તેણીની/તે શરુ કરે છે	te/tenini/te **sha**ru kare chhe
we start	અમે શરુ કરીએ છીએ	ame **sha**ru kariye chiye
you start	તમે શરુ કરો છો	tame **sha**ru karo chho
they start	તેઓ શરુ કરે છે	teo **sha**ru kare chhe

ચાલુ વર્તમાન (Prestarted Continuous)

English	Gujarati	Transliteration
I am starting	હું શરુ કરી રહ્યો છું.	hun **sha**ru kari rahyo chhun
you are starting	તું શરુ કરી રહ્યો છે.	tu **sha**ru kari rahyo chhe
he/she/it is starting	તે શરુ કરી રહ્યો છે	te **sha**ru kari rahyo chhe
we are starting	અમે શરુ કરી રહ્યાં છીએ.	ame **sha**ru kari rahya chiye
you are starting	તમે શરુ કરી રહ્યાં છો.	tame **sha**ru kari rahya chho
they are starting	તેઓ શરુ કરી રહ્યાં છે.	teo **sha**ru kari rahya chhe

પૂર્ણ વર્તમાન (Prestarted Perfect)

English	Gujarati	Transliteration
I have started	મેં શરુ કર્યું છે	mein **sha**ru karyun chhe
you have started	તે શરૂ કર્યું છે	te **sha**ru karyun chhe
he/she/it has started	તેણે શરુ કર્યું છે	tene **sha**ru karyun chhe
we have started	અમે શરુ કર્યું છે	ame **sha**ru karyun chhe
you have started	તમે શરુ કર્યું છે	tame **sha**ru karyun chhe
they have started	તેઓએ શરુ કર્યું છે	teoye **sha**ru karyun chhe

ચાલુ પૂર્ણ વર્તમાન (Prestarted Perfect Continuous)

English	Gujarati	Transliteration
I have been starting	હું શરુ કરતો આવું છું	hun **sha**ru karto aavu chhun
you have been starting	તું શરુ કરતો આવે છે.	tu **sha**ru karto aave chhe
he/she/it has been starting	તે શરુ કરતો આવે છે.	te/tenini/te **sha**ru karto aave chhe
we have been starting	અમે શરુ કરતા આવીએ છીએ.	ame **sha**ru karta aaviye chhiye
you have been starting	તમે શરુ કરતા આવો છો.	tame **sha**ru karta aavo chho
they have been starting	તેઓ શરુ કરતા આવે છે.	teo **sha**ru karta aave chhe

સાદો ભૂત (Simple Past)

English	Gujarati	Transliteration
I started	મેં શરુ કર્યું	mein **sha**ru karyun
you started	તે શરુ કર્યું	te **sha**ru karyun
he/she/it started	તેણે શરુ કર્યું	tene **sha**ru karyun
we started	અમે શરુ કર્યું	ame **sha**ru karyun
you started	તમે શરુ કર્યું	tame **sha**ru karyun
they started	તેઓએ શરુ કર્યું	teoye **sha**ru karyun

ચાલુ ભૂત (Past Continuous)

English	Gujarati	Transliteration
I was starting	હું શરુ કરતો હતો	hun **sha**ru karto hato
you were starting	તું શરુ કરતો હતો	tu **sha**ru karto hato
he/she/it was starting	તે/તેણીની/તે શરુ કરતો હતો	te/tenini/te **sha**ru karto hato
we were starting	અમે શરુ કરતા હતાં	ame **sha**ru karta hata
you were starting	તમે શરુ કરતા હતાં	tame **sha**ru karta hata
they were starting	તેઓ શરુ કરતા હતાં	teo **sha**ru karta hata

પૂરણભૂત (Past Perfect)

English	Gujarati	Transliteration
I had started	મેં શરુ કર્યું હતું	mein **sha**ru karyun hatun
you had started	તે શરુ કર્યું હતું	te **sha**ru karyun hatun
he/she/it had started	તેણે શરુ કર્યું હતું	tene **sha**ru karyun hatun
we had started	અમે શરુ કર્યું હતું	ame **sha**ru karyun hatun
you had started	તમે શરુ કર્યું હતું	tame **sha**ru karyun hatun
they had started	તેઓએ શરુ કર્યું હતું	teoye **sha**ru karyun hatun

ચાલુ પૂર્ણ ભૂત (Past Perfect Continuous)

English	Gujarati	Transliteration
I had been starting	હું શરુ કરી રહ્યો હતો	hun **sha**ru kari rahyo hato
you had been starting	તું શરુ કરી રહ્યો હતો	tu **sha**ru kari rahyo hato
he/she/it had been starting	તે/તેણીની/તે શરુ કરી રહ્યો હતો	te/tenini/te **sha**ru kari rahyo hato
we had been starting	અમે શરુ કરી રહ્યાં હતાં	ame **sha**ru kari rahya hata
you had been starting	તમે શરુ કરી રહ્યાં હતાં	tame **sha**ru kari rahya hata
they had been starting	તેઓ શરુ કરી રહ્યાં હતાં	teo **sha**ru kari rahya hata

સાદો ભવિષ્ય (Simple Future)

English	Gujarati	Transliteration
I will start	હું શરુ કરીશ	hun **sha**ru karish
you will start	તું શરુ કરીશ	tu **sha**ru karish
he/she/it will start	તે/તેણીની/તે શરુ કરશે	te/tenini/te **sha**ru karshe
we will start	અમે શરુ કરીશું	ame **sha**ru karshu
you will start	તમે શરુ કરશો	tame **sha**ru karsho
they will start	તેઓ શરુ કરશે	teo **sha**ru karshe

ચ લુ ભવિષ્યિય(Future Continuous)

English	Gujarati	Transliteration
I will be starting	હું શરુ કરતો હોઈશ	hun **sha**ru karto hoish
you will be starting	તું શરુ કરતો હોઈશ	tu **sha**ru karto hoish
he/she/it will be starting	તે/તેણીની/તે શરુ કરતો હશે	te/tenini/te **sha**ru karto hashe
we will be starting	અમે શરુ કરતા હોઈશું	ame **sha**ru karta hoishu
you will be starting	તમે શરુ કરતા હશો	tame **sha**ru karta hasho
they will be starting	તેઓ શરુ કરતા હશે	Teo **sha**ru karta hashe

પૂર્ણ ભવિષ્ય (Future Perfect)

English	Gujarati	Transliteration
I will have started	મેં શરુ કર્યું હશે	mein **sha**ru karyun hashe
you will have started	તે શરુ કર્યું હશે	te **sha**ru karyun hashe
he/she/it will have started	તેણે શરુ કર્યું હશે	tene **sha**ru karyun hashe
we will have started	અમે શરુ કર્યું હશે	ame **sha**ru karyun hashe
you will have started	તમે શરુ કર્યું હશે	tame **sha**ru karyun hashe
they will have started	તેઓએ શરુ કર્યું હશે	teoye **sha**ru karyun hashe

ચાલુ પૂર્ણ ભવિષ્ય (Future Perfect Continuous)

English	Gujarati	Transliteration
I will have been starting	હું શરુ કરી રહ્યો હોઈશ	hun **sha**ru kari rahyo hoish
you will have been starting	તું શરુ કરી રહ્યો હોઈશ	tu **sha**ru kari rahyo hoish
he/she/it will have been starting	તે/તેણીની/તે શરુ કરી રહ્યો હશે	te/tenini/te **sha**ru kari rahyo hashe
we will have been starting	અમે શરુ કરી રહ્યાં હોઈશું	ame **sha**ru kari rahya hoishu
you will have been starting	તમે શરુ કરી રહ્યાં હશો	tame **sha**ru kari rahya hasho
they will have been starting	તેઓ શરુ કરી રહ્યાં હશે	teo **sha**ru kari rahya hashe

86. To stay: રોકાવું (ro**ka**vun)

સાદો વર્તમાન (Simple Present)

English	Gujarati	Transliteration
I stay	હું રોકાવું છું	hun ro**ka**vun chhun
you stay	તું રોકાય છે	tu ro**ka**y chhe
he/she/it stays	તે/તેણીની/તે રોકાય છે	te/tenini/te ro**ka**y chhe
we stay	અમે રોકાવીયે છીએ	ame ro**ka**viye chiye
you stay	તમે રોકાવો છો	tame ro**ka**vo chho
they stay	તેઓ રોકાય છે	teo ro**ka**y chhe

ચાલુ વર્તમાન (Present Continuous)

English	Gujarati	Transliteration
I am staying	હું રોકાઈ રહ્યો છું.	hun ro**ka**i rahyo chhun
you are staying	તું રોકાઈ રહ્યો છે.	tu ro**ka**i rahyo chhe
he/she/it is staying	તે રોકાઈ રહ્યો છે	te ro**ka**i rahyo chhe
we are staying	અમે રોકાઈ રહ્યાં છીએ.	ame ro**ka**i rahya chiye
you are staying	તમે રોકાઈ રહ્યાં છો.	tame ro**ka**i rahya chho
they are staying	તેઓ રોકાઈ રહ્યાં છે.	teo ro**ka**i rahya chhe

પૂર્ણ વર્તમાન (Present Perfect)

English	Gujarati	Transliteration
I have stayed	હું રોકાયો છું	hun ro**ka**yo chhu
you have stayed	તું રોકાયો છે	tu ro**ka**yo chhe
he/she/it has stayed	તે રોકાયો છે	te ro**ka**yo chhe
we have stayed	અમે રોકાયા છીએ	ame ro**ka**ya chhiye
you have stayed	તમે રોકાયા છો	tame ro**ka**ya chho
they have stayed	તેઓ રોકાયા છે	teo ro**ka**ya chhe

ચ લુ પ્રણ્વ્રત્મ ન (Present Perfect Continuous)

English	Gujarati	Transliteration
I have been staying	હું રોકાતો આવું છું.	hun ro**ka**to aavu chhun
you have been staying	તું રોકાતો આવે છે.	tu ro**ka**to aave chhe
he/she/it has been staying	તે રોકાતો આવે છે.	te/tenini/te ro**ka**to aave chhe
we have been staying	અમે રોકાતા આવીએ છીએ.	ame ro**ka**ta aaviye chhiye
you have been staying	તમે રોકાતા આવો છો.	tame ro**ka**ta aavo chho
they have been staying	તેઓ રોકાતા આવે છે.	teo ro**ka**ta aave chhe

સાદો ભૂત (Simple Past)

English	Gujarati	Transliteration
I stayed	હું રોકાયો	hun ro**ka**yo
you stayed	તું રોકાયો	te ro**ka**yo
he/she/it stayed	તે રોકાયો	tene ro**ka**yo
we stayed	અમે રોકાયા	ame ro**ka**ya
you stayed	તમે રોકાયા	tame ro**ka**ya
they stayed	તેઓ રોકાયા	teo ro**ka**ya

ચાલુ ભૂત (Past Continuous)

English	Gujarati	Transliteration
I was staying	હું રોકાતો હતો	hun ro**ka**to hato
you were staying	તું રોકાતો હતો	tu ro**ka**to hato
he/she/it was staying	તે/તેણીની/તે રોકાતો હતો	te/tenini/te ro**ka**to hato
we were staying	અમે રોકાતા હતાં	ame ro**ka**ta hata
you were staying	તમે રોકાતા હતાં	tame ro**ka**ta hata
they were staying	તેઓ રોકાતા હતાં	teo ro**ka**ta hata

પૂરણભૂત (Past Perfect)

English	Gujarati	Transliteration
I had stayed	હું રોકાયો હતો	hun ro**ka**yo hato
you had stayed	તું રોકાયો હતો	tu ro**ka**yo hato
he/she/it had stayed	તે રોકાયો હતો	te ro**ka**yo hato
we had stayed	અમે રોકાયા હતાં	ame ro**ka**ya hata
you had stayed	તમે રોકાયા હતાં	tame ro**ka**ya hata
they had stayed	તેઓ રોકાયા હતાં	teo ro**ka**ya hata

ચાલુ પૂર્ણ ભૂત (Past Perfect Continuous)

English	Gujarati	Transliteration
I had been staying	હું રોકાઈ રહ્યો હતો	hun ro**kai** rahyo hato
you had been staying	તું રોકાઈ રહ્યો હતો	tu ro**kai** rahyo hato
he/she/it had been staying	તે/તેણીની/તે રોકાઈ રહ્યો હતો	te/tenini/te ro**kai** rahyo hato
we had been staying	અમે રોકાઈ રહ્યાં હતાં	ame ro**kai** rahya hata
you had been staying	તમે રોકાઈ રહ્યાં હતાં	tame ro**kai** rahya hata
they had been staying	તેઓ રોકાઈ રહ્યાં હતાં	teo ro**kai** rahya hata

સાદો ભવિષ્ય (Simple Future)

English	Gujarati	Transliteration
I will stay	હું રોકાઈશ	hun ro**ka**ish
you will stay	તું રોકાઈશ	tu ro**ka**ish
he/she/it will stay	તે/તેણીની/તે રોકાશે	te/tenini/te ro**ka**she
we will stay	અમે રોકાઈશું	ame ro**ka**ishu
you will stay	તમે રોકાશો	tame ro**ka**sho
they will stay	તેઓ રોકાશે	teo ro**ka**she

ચ લુ ભવિષ્ય(Future Continuous)

English	Gujarati	Transliteration
I will be staying	હું રોકાતો હોઈશ	hun ro**ka**to hoish
you will be staying	તું રોકાતો હોઈશ	tu ro**ka**to hoish
he/she/it will be staying	તે/તેણીની/તે રોકાતો હશે	te/tenini/te ro**ka**to hashe
we will be staying	અમે રોકાતા હોઈશું	ame ro**ka**ta hoishu
you will be staying	તમે રોકાતા હશો	tame ro**ka**ta hasho
they will be staying	તેઓ રોકાતા હશે	Teo ro**ka**ta hashe

પૂર્ણ ભવિષ્ય (Future Perfect)

English	Gujarati	Transliteration
I will have stayed	હું રોકાયો હોઈશ	hun ro**ka**yo hoish
you will have stayed	તું રોકાયો હોઈશ	tu ro**ka**yo hoish
he/she/it will have stayed	તે રોકાયો હશે	te ro**ka**yo hashe
we will have stayed	અમે રોકાયા હોઈશું	ame ro**ka**ya hoishu
you will have stayed	તમે રોકાયા હશો	tame ro**ka**ya hasho
they will have stayed	તેઓ રોકાયા હશે	teo ro**ka**yo hashe

ચાલુ પૂર્ણ ભવિષ્ય (Future Perfect Continuous)

English	Gujarati	Transliteration
I will have been staying	હું રોકાઈ રહ્યો હોઈશ	hun ro**kai** rahyo hoish
you will have been staying	તું રોકાઈ રહ્યો હોઈશ	tu ro**kai** rahyo hoish
he/she/it will have been staying	તે/તેણીની/તે રોકાઈ રહ્યો હશે	te/tenini/te ro**kai** rahyo hashe
we will have been staying	અમે રોકાઈ રહ્યાં હોઈશું	ame ro**kai** rahya hoishu
you will have been staying	તમે રોકાઈ રહ્યાં હશો	tame ro**kai** rahya hasho
they will have been staying	તેઓ રોકાઈ રહ્યાં હશે	teo ro**kai** rahya hashe

87. To take: લેવું (**le**vun)

સાદો વર્તમાન (Simple Present)

English	Gujarati	Transliteration
I take	હું લઉં છું	hun **le**un chhun
you take	તું લે છે	tu **le** chhe
he/she/it takes	તે/તેણીની/તે લે છે	te/tenini/te **le** chhe
we take	અમે લઈએ છીએ	ame **la**iye chiye
you take	તમે લો છો	tame **lo** chho
they take	તેઓ લે છે	teo **le** chhe

ચાલુ વર્તમાન (Present Continuous)

English	Gujarati	Transliteration
I am taking	હું લઇ રહ્યો છું.	hun **la**i rahyo chhun
you are taking	તું લઇ રહ્યો છે.	tu **la**i rahyo chhe
he/she/it is taking	તે લઇ રહ્યો છે	te **la**i rahyo chhe
we are taking	અમે લઇ રહ્યાં છીએ.	ame **la**i rahya chiye
you are taking	તમે લઇ રહ્યાં છો.	tame **la**i rahya chho
they are taking	તેઓ લઇ રહ્યાં છે.	teo **la**i rahya chhe

પૂર્ણ વર્તમાન (Present Perfect)

English	Gujarati	Transliteration
I have taken	મેં લીધું છે	mein **li**dhun chhe
you have taken	તે લીધું છે	te **li**dhun chhe
he/she/it has taken	તેણે લીધું છે	tene **li**dhun chhe
we have taken	અમે લીધું છે	ame **li**dhun chhe
you have taken	તમે લીધું છે	tame **li**dhun chhe
they have taken	તેઓએ લીધું છે	teoye **li**dhun chhe

ચ લુ પૂરણવ્રતમ ન (Present Perfect Continuous)

English	Gujarati	Transliteration
I have been taking	હું લેતો આવું છું	hun **le**to aavu chhun
you have been taking	તું લેતો આવે છે.	tu **le**to aave chhe
he/she/it has been taking	તે લેતો આવે છે.	te/tenini/te **le**to aave chhe
we have been taking	અમે લેતા આવીએ છીએ.	ame **le**ta aaviye chhiye
you have been taking	તમે લેતા આવો છો.	tame **le**ta aavo chho
they have been taking	તેઓ લેતા આવે છે.	teo **le**ta aave chhe

સાદો ભૂત (Simple Past)

English	Gujarati	Transliteration
I took	મેં લીધું	mein **li**dhun
you took	તે લીધું	te **li**dhun
he/she/it took	તેણે લીધું	tene **li**dhun
we took	અમે લીધું	ame **li**dhun
you took	તમે લીધું	tame **li**dhun
they took	તેઓએ લીધું	teoye **li**dhun

ચાલુ ભૂત (Past Continuous)

English	Gujarati	Transliteration
I was taking	હું લેતો હતો	hun **le**to hato
you were taking	તું લેતો હતો	tu **le**to hato
he/she/it was taking	તે/તેણીની/તે લેતો હતો	te/tenini/te **le**to hato
we were taking	અમે લેતા હતાં	ame **le**ta hata
you were taking	તમે લેતા હતાં	tame **le**ta hata
they were taking	તેઓ લેતા હતાં	teo **le**ta hata

પૂરણભૂત (Past Perfect)

English	Gujarati	Transliteration
I had taken	મેં લીધું હતું	mein **li**dhun hatun
you had taken	તે લીધું હતું	te **li**dhun hatun
he/she/it had taken	તેણે લીધું હતું	tene **li**dhun hatun
we had taken	અમે લીધું હતું	ame **li**dhun hatun
you had taken	તમે લીધું હતું	tame **li**dhun hatun
they had taken	તેઓએ લીધું હતું	teoye **li**dhun hatun

ચાલુ પૂર્ણ ભૂત (Past Perfect Continuous)

English	Gujarati	Transliteration
I had been taking	હું લઇ રહ્યો હતો	hun **lai** rahyo hato
you had been taking	તું લઇ રહ્યો હતો	tu **lai** rahyo hato
he/she/it had been taking	તે/તેણીની/તે લઇ રહ્યો હતો	te/tenini/te **lai** rahyo hato
we had been taking	અમે લઇ રહ્યાં હતાં	ame **lai** rahya hata
you had been taking	તમે લઇ રહ્યાં હતાં	tame **lai** rahya hata
they had been taking	તેઓ લઇ રહ્યાં હતાં	teo **lai** rahya hata

સાદો ભવિષ્ય (Simple Future)

English	Gujarati	Transliteration
I will take	હું લઇશ	hun **la**ish
you will take	તું લઇશ	tu **la**ish
he/she/it will take	તે/તેણીની/તે લેશે	te/tenini/te **le**she
we will take	અમે લઇશું	ame **la**ishu
you will take	તમે લેશો	tame **le**sho
they will take	તેઓ લેશે	teo **le**she

ચ લુ ભવિષ્ય(Future Continuous)

English	Gujarati	Transliteration
I will be taking	હું લેતો હોઈશ	hun **le**to hoish
you will be taking	તું લેતો હોઈશ	tu **le**to hoish
he/she/it will be taking	તે/તેણીની/તે લેતો હશે	te/tenini/te **le**to hashe
we will be taking	અમે લેતા હોઈશું	ame **le**ta hoishu
you will be taking	તમે લેતા હશો	tame **le**ta hasho
they will be taking	તેઓ લેતા હશે	Teo **le**ta hashe

પૂર્ણ ભવિષ્ય (Future Perfect)

English	Gujarati	Transliteration
I will have taken	મેં લીધું હશે	mein **li**dhun hashe
you will have taken	તે લીધું હશે	te **li**dhun hashe
he/she/it will have taken	તેણે લીધું હશે	tene **li**dhun hashe
we will have taken	અમે લીધું હશે	ame **li**dhun hashe
you will have taken	તમે લીધું હશે	tame **li**dhun hashe
they will have taken	તેઓએ લીધું હશે	teoye **li**dhun hashe

ચાલુ પૂર્ણ ભવિષ્ય (Future Perfect Continuous)

English	Gujarati	Transliteration
I will have been taking	હું લઇ રહ્યો હોઈશ	hun **la**i rahyo hoish
you will have been taking	તું લઇ રહ્યો હોઈશ	tu **la**i rahyo hoish
he/she/it will have been taking	તે/તેણીની/તે લઇ રહ્યો હશે	te/tenini/te **la**i rahyo hashe
we will have been taking	અમે લઇ રહ્યાં હોઈશું	ame **la**i rahya hoishu
you will have been taking	તમે લઇ રહ્યાં હશો	tame **la**i rahya hasho
they will have been taking	તેઓ લઇ રહ્યાં હશે	teo **la**i rahya hashe

88. To talk: વાત કરવી (**vaa**t karvi)

સાદો વર્તમાન (Simple Pretalked)

English	Gujarati	Transliteration
I talk	હું વાત કરું છું	hun **vaa**t karun chhun
you talk	તું વાત કરે છે	tu **vaa**t kare chhe
he/she/it talks	તે/તેણીની/તે વાત કરે છે	te/tenini/te **vaa**t kare chhe
we talk	અમે વાત કરીએ છીએ	ame **vaa**t kariye chiye
you talk	તમે વાત કરો છો	tame **vaa**t karo chho
they talk	તેઓ વાત કરે છે	teo **vaa**t kare chhe

ચાલુ વર્તમાન (Pretalked Continuous)

English	Gujarati	Transliteration
I am talking	હું વાત કરી રહ્યો છું.	hun **vaa**t kari rahyo chhun
you are talking	તું વાત કરી રહ્યો છે.	tu **vaa**t kari rahyo chhe
he/she/it is talking	તે વાત કરી રહ્યો છે	te **vaa**t kari rahyo chhe
we are talking	અમે વાત કરી રહ્યાં છીએ.	ame **vaa**t kari rahya chiye
you are talking	તમે વાત કરી રહ્યાં છો.	tame **vaa**t kari rahya chho
they are talking	તેઓ વાત કરી રહ્યાં છે.	teo **vaa**t kari rahya chhe

પૂર્ણ વર્તમાન (Pretalked Perfect)

English	Gujarati	Transliteration
I have talked	મેં વાત કરી છે	mein **vaa**t kari chhe
you have talked	તે વાત કરી છે	te **vaa**t kari chhe
he/she/it has talked	તેણે વાત કરી છે	tene **vaa**t kari chhe
we have talked	અમે વાત કરી છે	ame **vaa**t kari chhe
you have talked	તમે વાત કરી છે	tame **vaa**t kari chhe
they have talked	તેઓએ વાત કરી છે	teoye **vaa**t kari chhe

ચાલુ પૂર્ણ વર્તમાન (Pretalked Perfect Continuous)

English	Gujarati	Transliteration
I have been talking	હું વાત કરતો આવું છું	hun **vaat** karto aavu chhun
you have been talking	તું વાત કરતો આવે છે.	tu **vaat** karto aave chhe
he/she/it has been talking	તે વાત કરતો આવે છે.	te/tenini/te **vaat** karto aave chhe
we have been talking	અમે વાત કરતા આવીએ છીએ.	ame **vaat** karta aaviye chhiye
you have been talking	તમે વાત કરતા આવો છો.	tame **vaat** karta aavo chho
they have been talking	તેઓ વાત કરતા આવે છે.	teo **vaat** karta aave chhe

સાદો ભૂત (Simple Past)

English	Gujarati	Transliteration
I talked	મેં વાત કરી	mein **vaat** kari
you talked	તે વાત કરી	te **vaat** kari
he/she/it talked	તેણે વાત કરી	tene **vaat** kari
we talked	અમે વાત કરી	ame **vaat** kari
you talked	તમે વાત કરી	tame **vaat** kari
they talked	તેઓએ વાત કરી	teoye **vaat** kari

ચાલુ ભૂત (Past Continuous)

English	Gujarati	Transliteration
I was talking	હું વાત કરતો હતો	hun **vaat** karto hato
you were talking	તું વાત કરતો હતો	tu **vaat** karto hato
he/she/it was talking	તે/તેણીની/તે વાત કરતો હતો	te/tenini/te **vaat** karto hato
we were talking	અમે વાત કરતા હતાં	ame **vaat** karta hata
you were talking	તમે વાત કરતા હતાં	tame **vaat** karta hata
they were talking	તેઓ વાત કરતા હતાં	teo **vaat** karta hata

પૂર્ણભૂત (Past Perfect)

English	Gujarati	Transliteration
I had talked	મેં વાત કરી હતી	mein **vaat** kari hati
you had talked	તે વાત કરી હતી	te **vaat** kari hati
he/she/it had talked	તેણે વાત કરી હતી	tene **vaat** kari hati
we had talked	અમે વાત કરી હતી	ame **vaat** kari hati
you had talked	તમે વાત કરી હતી	tame **vaat** kari hati
they had talked	તેઓએ વાત કરી હતી	teoye **vaat** kari hati

ચાલુ પૂર્ણ ભૂત (Past Perfect Continuous)

English	Gujarati	Transliteration
I had been talking	હું વાત કરી રહ્યો હતો	hun **vaat** kari rahyo hato
you had been talking	તું વાત કરી રહ્યો હતો	tu **vaat** kari rahyo hato
he/she/it had been talking	તે/તેણીની/તે વાત કરી રહ્યો હતો	te/tenini/te **vaat** kari rahyo hato
we had been talking	અમે વાત કરી રહ્યાં હતાં	ame **vaat** kari rahya hata
you had been talking	તમે વાત કરી રહ્યાં હતાં	tame **vaat** kari rahya hata
they had been talking	તેઓ વાત કરી રહ્યાં હતાં	teo **vaat** kari rahya hata

સાદો ભવિષ્ય (Simple Future)

English	Gujarati	Transliteration
I will talk	હું વાત કરીશ	hun **vaat** karish
you will talk	તું વાત કરીશ	tu **vaat** karish
he/she/it will talk	તે/તેણીની/તે વાત કરશે	te/tenini/te **vaat** karshe
we will talk	અમે વાત કરીશું	ame **vaat** karshu
you will talk	તમે વાત કરશો	tame **vaat** karsho
they will talk	તેઓ વાત કરશે	teo **vaat** karshe

ચ લુ ભવિષ્ય(Future Continuous)

English	Gujarati	Transliteration
I will be talking	હું વાત કરતો હોઈશ	hun **vaa**t karto hoish
you will be talking	તું વાત કરતો હોઈશ	tu **vaa**t karto hoish
he/she/it will be talking	તે/તેણીની/તે વાત કરતો હશે	te/tenini/te **vaa**t karto hashe
we will be talking	અમે વાત કરતા હોઈશું	ame **vaa**t karta hoishu
you will be talking	તમે વાત કરતા હશો	tame **vaa**t karta hasho
they will be talking	તેઓ વાત કરતા હશે	Teo **vaa**t karta hashe

પૂર્ણ ભવિષ્ય (Future Perfect)

English	Gujarati	Transliteration
I will have talked	મેં વાત કરી હશે	mein **vaat** kari hashe
you will have talked	તે વાત કરી હશે	te **vaat** kari hashe
he/she/it will have talked	તેણે વાત કરી હશે	tene **vaat** kari hashe
we will have talked	અમે વાત કરી હશે	ame **vaat** kari hashe
you will have talked	તમે વાત કરી હશે	tame **vaat** kari hashe
they will have talked	તેઓએ વાત કરી હશે	teoye **vaat** kari hashe

ચાલુ પૂર્ણ ભવિષ્ય (Future Perfect Continuous)

English	Gujarati	Transliteration
I will have been talking	હું વાત કરી રહ્યો હોઈશ	hun **vaat** kari rahyo hoish
you will have been talking	તું વાત કરી રહ્યો હોઈશ	tu **vaat** kari rahyo hoish
he/she/it will have been talking	તે/તેણીની/તે વાત કરી રહ્યો હશે	te/tenini/te **vaat** kari rahyo hashe
we will have been talking	અમે વાત કરી રહ્યાં હોઈશું	ame **vaat** kari rahya hoishu
you will have been talking	તમે વાત કરી રહ્યાં હશો	tame **vaat** kari rahya hasho
they will have been talking	તેઓ વાત કરી રહ્યાં હશે	teo **vaat** kari rahya hashe

89. To teach: ભણાવું (bha**na**vun)

<u>સાદો વર્તમાન **(Simple Present)**</u>

English	Gujarati	Transliteration
I teach	હું ભણાવું છું	hun bha**na**vun chhun
you teach	તું ભણાવે છે	tu bha**na**ve chhe
he/she/it teachs	તે/તેણીની/તે ભણાવે છે	te/tenini/te bha**na**ve chhe
we teach	અમે ભણાવીએ છીએ	ame bha**na**viye chiye
you teach	તમે ભણાવો છો	tame bha**na**vo chho
they teach	તેઓ ભણાવે છે	teo bha**na**ve chhe

<u>ચાલુ વર્તમાન **(Present Continuous)**</u>

English	Gujarati	Transliteration
I am teaching	હું ભણાવી રહ્યો છું.	hun bha**na**vi rahyo chhun
you are teaching	તું ભણાવી રહ્યો છે.	tu bha**na**vi rahyo chhe
he/she/it is teaching	તે ભણાવી રહ્યો છે	te bha**na**vi rahyo chhe
we are teaching	અમે ભણાવી રહ્યાં છીએ.	ame bha**na**vi rahya chiye
you are teaching	તમે ભણાવી રહ્યાં છો.	tame bha**na**vi rahya chho
they are teaching	તેઓ ભણાવી રહ્યાં છે.	teo bha**na**vi rahya chhe

<u>પૂર્ણ વર્તમાન **(Present Perfect)**</u>

English	Gujarati	Transliteration
I have taught	મેં ભણાયું છે	mein bha**na**yun chhe
you have taught	તે ભણાયું છે	te bha**na**yun chhe
he/she/it has taught	તેણે ભણાયું છે	tene bha**na**yun chhe
we have taught	અમે ભણાયું છે	ame bha**na**yun chhe
you have taught	તમે ભણાયું છે	tame bha**na**yun chhe
they have taught	તેઓએ ભણાયું છે	teoye bha**na**yun chhe

ચ ુલ ૂપ્રણ્વ્રત્મ ન (Present Perfect Continuous)

English	Gujarati	Transliteration
I have been teaching	હું ભણાવતો આવું છું.	hun bha**na**vto aavu chhun
you have been teaching	તું ભણાવતો આવે છે.	tu bha**na**vto aave chhe
he/she/it has been teaching	તે ભણાવતો આવે છે.	te/tenini/te bha**na**vto aave chhe
we have been teaching	અમે ભણાવતા આવીએ છીએ.	ame bha**na**vta aaviye chhiye
you have been teaching	તમે ભણાવતા આવો છો.	tame bha**na**vta aavo chho
they have been teaching	તેઓ ભણાવતા આવે છે.	teo bha**na**vta aave chhe

સાદો ભૂત (Simple Past)

English	Gujarati	Transliteration
I taught	મેં ભણાયું	mein bha**na**yun
you taught	તે ભણાયું	te bha**na**yun
he/she/it taught	તેણે ભણાયું	tene bha**na**yun
we taught	અમે ભણાયું	ame bha**na**yun
you taught	તમે ભણાયું	tame bha**na**yun
they taught	તેઓએ ભણાયું	teoye bha**na**yun

ચાલુ ભૂત (Past Continuous)

English	Gujarati	Transliteration
I was teaching	હું ભણાવતો હતો	hun bha**na**vto hato
you were teaching	તું ભણાવતો હતો	tu bha**na**vto hato
he/she/it was teaching	તે/તેણીની/તે ભણાવતો હતો	te/tenini/te bha**na**vto hato
we were teaching	અમે ભણાવતા હતાં	ame bha**na**vta hata
you were teaching	તમે ભણાવતા હતાં	tame bha**na**vta hata
they were teaching	તેઓ ભણાવતા હતાં	teo bha**na**vta hata

ૂપ્રણ્ભૂત (Past Perfect)

English	Gujarati	Transliteration
I had taught	મેં ભણાયું હતું	mein bha**na**yun hatu
you had taught	તે ભણાયું હતું	te bha**na**yun hatu
he/she/it had taught	તેણે ભણાયું હતું	tene bha**na**yun hatu
we had taught	અમે ભણાયું હતું	ame bha**na**yun hatu
you had taught	તમે ભણાયું હતું	tame bha**na**yun hatu
they had taught	તેઓએ ભણાયું હતું	teoye bha**na**yun hatu

ચાલુ પૂર્ણ ભૂત (Past Perfect Continuous)

English	Gujarati	Transliteration
I had been teaching	હું ભણાવી રહ્યો હતો	hun bha**na**vi rahyo hato
you had been teaching	તું ભણાવી રહ્યો હતો	tu bha**na**vi rahyo hato
he/she/it had been teaching	તે/તેણીની/તે ભણાવી રહ્યો હતો	te/tenini/te bha**na**vi rahyo hato
we had been teaching	અમે ભણાવી રહ્યાં હતાં	ame bha**na**vi rahya hata
you had been teaching	તમે ભણાવી રહ્યાં હતાં	tame bha**na**vi rahya hata
they had been teaching	તેઓ ભણાવી રહ્યાં હતાં	teo bha**na**vi rahya hata

સાદો ભવિષ્ય (Simple Future)

English	Gujarati	Transliteration
I will teach	હું ભણાવીશ	hun bha**na**vish
you will teach	તું ભણાવીશ	tu bha**na**vish
he/she/it will teach	તે/તેણીની/તે ભણાવશે	te/tenini/te bha**na**vshe
we will teach	અમે ભણાવીશું	ame bha**na**vshu
you will teach	તમે ભણાવશો	tame bha**na**vsho
they will teach	તેઓ ભણાવશે	teo bha**na**vshe

ચ લુ ભવ ષ્ય(Future Continuous)

English	Gujarati	Transliteration
I will be teaching	હું ભણાવતો હોઈશ	hun bha**na**vto hoish
you will be teaching	તું ભણાવતો હોઈશ	tu bha**na**vto hoish
he/she/it will be teaching	તે/તેણીની/તે ભણાવતો હશે	te/tenini/te bha**na**vto hashe
we will be teaching	અમે ભણાવતા હોઈશું	ame bha**na**vta hoishu
you will be teaching	તમે ભણાવતા હશો	tame bha**na**vta hasho
they will be teaching	તેઓ ભણાવતા હશે	Teo bha**na**vta hashe

પૂર્ણ ભવિષ્ય (Future Perfect)

English	Gujarati	Transliteration
I will have taught	મેં ભણાયું હશે	mein bha**na**yun hashe
you will have taught	તે ભણાયું હશે	te bha**na**yun hashe
he/she/it will have taught	તેણે ભણાયું હશે	tene bha**na**yun hashe
we will have taught	અમે ભણાયું હશે	ame bha**na**yun hashe
you will have taught	તમે ભણાયું હશે	tame bha**na**yun hashe
they will have taught	તેઓએ ભણાયું હશે	teoye bha**na**yun hashe

ચાલુ પૂર્ણ ભવિષ્ય (Future Perfect Continuous)

English	Gujarati	Transliteration
I will have been teaching	હું ભણાવી રહ્યો હોઈશ	hun bha**na**vi rahyo hoish
you will have been teaching	તું ભણાવી રહ્યો હોઈશ	tu bha**na**vi rahyo hoish
he/she/it will have been teaching	તે/તેણીની/તે ભણાવી રહ્યો હશે	te/tenini/te bha**na**vi rahyo hashe
we will have been teaching	અમે ભણાવી રહ્યાં હોઈશું	ame bha**na**vi rahya hoishu
you will have been teaching	તમે ભણાવી રહ્યાં હશો	tame bha**na**vi rahya hasho
they will have been teaching	તેઓ ભણાવી રહ્યાં હશે	teo bha**na**vi rahya hashe

90. To think: વિચારવું (vicharvun)

સાદો વર્તમાન (Simple Present)

English	Gujarati	Transliteration
I think	હું વિચારું છું	hun vicharun chhun
you think	તું વિચારે છે	tu vichare chhe
he/she/it thinks	તે/તેણીની/તે વિચારે છે	te/tenini/te vichare chhe
we think	અમે વિચારીયે છીએ	ame vichariye chiye
you think	તમે વિચારો છો	tame vicharo chho
they think	તેઓ વિચારે છે	teo vichare chhe

ચાલુ વર્તમાન (Present Continuous)

English	Gujarati	Transliteration
I am thinking	હું વિચારી રહ્યો છું.	hun vichari rahyo chhun
you are thinking	તું વિચારી રહ્યો છે.	tu vichari rahyo chhe
he/she/it is thinking	તે વિચારી રહ્યો છે	te vichari rahyo chhe
we are thinking	અમે વિચારી રહ્યાં છીએ.	ame vichari rahya chiye
you are thinking	તમે વિચારી રહ્યાં છો.	tame vichari rahya chho
they are thinking	તેઓ વિચારી રહ્યાં છે.	teo vichari rahya chhe

પૂર્ણ વર્તમાન (Present Perfect)

English	Gujarati	Transliteration
I have thought	મેં વિચાર્યું છે	mein vicharyun chhe
you have thought	તે વિચાર્યું છે	te vicharyun chhe
he/she/it has thought	તેણે વિચાર્યું છે	tene vicharyun chhe
we have thought	અમે વિચાર્યું છે	ame vicharyun chhe
you have thought	તમે વિચાર્યું છે	tame vicharyun chhe
they have thought	તેઓએ વિચાર્યું છે	teoye vicharyun chhe

ચ લુ પૂર્ણવર્તમ ન (Present Perfect Continuous)

English	Gujarati	Transliteration
I have been thinking	હું વિચારતો આવું છું.	hun vi**cha**rto aavu chhun
you have been thinking	તું વિચારતો આવે છે.	tu vi**cha**rto aave chhe
he/she/it has been thinking	તે વિચારતો આવે છે.	te/tenini/te vi**cha**rto aave chhe
we have been thinking	અમે વિચારતા આવીએ છીએ.	ame vi**cha**rta aaviye chhiye
you have been thinking	તમે વિચારતા આવો છો.	tame vi**cha**rta aavo chho
they have been thinking	તેઓ વિચારતા આવે છે.	teo vi**cha**rta aave chhe

<u>સાદો ભૂત (Simple Past)</u>

English	Gujarati	Transliteration
I thought	મેં વિચાર્યું	mein vi**cha**ryun
you thought	તે વિચાર્યું	te vi**cha**ryun
he/she/it thought	તેણે વિચાર્યું	tene vi**cha**ryun
we thought	અમે વિચાર્યું	ame vi**cha**ryun
you thought	તમે વિચાર્યું	tame vi**cha**ryun
they thought	તેઓએ વિચાર્યું	teoye vi**cha**ryun

<u>ચાલુ ભૂત (Past Continuous)</u>

English	Gujarati	Transliteration
I was thinking	હું વિચારતો હતો	hun vi**cha**rto hato
you were thinking	તું વિચારતો હતો	tu vi**cha**rto hato
he/she/it was thinking	તે/તેણીની/તે વિચારતો હતો	te/tenini/te vi**cha**rto hato
we were thinking	અમે વિચારતા હતાં	ame vi**cha**rta hata
you were thinking	તમે વિચારતા હતાં	tame vi**cha**rta hata
they were thinking	તેઓ વિચારતા હતાં	teo vi**cha**rta hata

પૂરણભૂત (Past Perfect)

English	Gujarati	Transliteration
I had thought	મેં વિચાર્યું હતું	mein vi**cha**ryun hatun
you had thought	તે વિચાર્યું હતું	te vi**cha**ryun hatun
he/she/it had thought	તેણે વિચાર્યું હતું	tene vi**cha**ryun hatun
we had thought	અમે વિચાર્યું હતું	ame vi**cha**ryun hatun
you had thought	તમે વિચાર્યું હતું	tame vi**cha**ryun hatun
they had thought	તેઓએ વિચાર્યું હતું	teoye vi**cha**ryun hatun

ચાલુ પૂર્ણ ભૂત (Past Perfect Continuous)

English	Gujarati	Transliteration
I had been thinking	હું વિચારી રહ્યો હતો	hun vi**cha**ri rahyo hato
you had been thinking	તું વિચારી રહ્યો હતો	tu vi**cha**ri rahyo hato
he/she/it had been thinking	તે/તેણીની/તે વિચારી રહ્યો હતો	te/tenini/te vi**cha**ri rahyo hato
we had been thinking	અમે વિચારી રહ્યાં હતાં	ame vi**cha**ri rahya hata
you had been thinking	તમે વિચારી રહ્યાં હતાં	tame vi**cha**ri rahya hata
they had been thinking	તેઓ વિચારી રહ્યાં હતાં	teo vi**cha**ri rahya hata

સાદો ભવિષ્ય (Simple Future)

English	Gujarati	Transliteration
I will think	હું વિચારીશ	hun vi**cha**rish
you will think	તું વિચારીશ	tu vi**cha**rish
he/she/it will think	તે/તેણીની/તે વિચારશે	te/tenini/te vi**cha**rshe
we will think	અમે વિચારીશું	ame vi**cha**rshu
you will think	તમે વિચારશો	tame vi**cha**rsho
they will think	તેઓ વિચારશે	teo vi**cha**rshe

ચ લુ ભવ્િષ્ય(Future Continuous)

English	Gujarati	Transliteration
I will be thinking	હું વિચારતો હોઈશ	hun vi**char**to hoish
you will be thinking	તું વિચારતો હોઈશ	tu vi**char**to hoish
he/she/it will be thinking	તે/તેણીની/તે વિચારતો હશે	te/tenini/te vi**char**to hashe
we will be thinking	અમે વિચારતા હોઈશું	ame vi**char**ta hoishu
you will be thinking	તમે વિચારતા હશો	tame vi**char**ta hasho
they will be thinking	તેઓ વિચારતા હશે	Teo vi**char**ta hashe

<u>પૂર્ણ ભવિષ્ય (Future Perfect)</u>

English	Gujarati	Transliteration
I will have thought	મેં વિચાર્યું હશે	mein vi**char**yun hashe
you will have thought	તે વિચાર્યું હશે	te vi**char**yun hashe
he/she/it will have thought	તેણે વિચાર્યું હશે	tene vi**char**yun hashe
we will have thought	અમે વિચાર્યું હશે	ame vi**char**yun hashe
you will have thought	તમે વિચાર્યું હશે	tame vi**char**yun hashe
they will have thought	તેઓએ વિચાર્યું હશે	teoye vi**char**yun hashe

<u>ચાલુ પૂર્ણ ભવિષ્ય (Future Perfect Continuous)</u>

English	Gujarati	Transliteration
I will have been thinking	હું વિચારી રહ્યો હોઈશ	hun vi**char**i rahyo hoish
you will have been thinking	તું વિચારી રહ્યો હોઈશ	tu vi**char**i rahyo hoish
he/she/it will have been thinking	તે/તેણીની/તે વિચારી રહ્યો હશે	te/tenini/te vi**char**i rahyo hashe
we will have been thinking	અમે વિચારી રહ્યાં હોઈશું	ame vi**char**i rahya hoishu
you will have been thinking	તમે વિચારી રહ્યાં હશો	tame vi**char**i rahya hasho
they will have been thinking	તેઓ વિચારી રહ્યાં હશે	teo vi**char**i rahya hashe

91. To touch: સ્પર્શ કરવો (spra**sh** karvo)

સાદો વર્તમાન (Simple Present)

English	Gujarati	Transliteration
I touch	હું સ્પર્શ કરું છું	hun spa**rsh** karun chhun
you touch	તું સ્પર્શ કરે છે	tu spa**rsh** kare chhe
he/she/it touchs	તે/તેણીની/તે સ્પર્શ કરે છે	te/tenini/te spa**rsh** kare chhe
we touch	અમે સ્પર્શ કરીયે છીએ	ame spa**rsh** kariye chiye
you touch	તમે સ્પર્શ કરો છો	tame spa**rsh** karo chho
they touch	તેઓ સ્પર્શ કરે છે	teo spa**rsh** kare chhe

ચાલુ વર્તમાન (Present Continuous)

English	Gujarati	Transliteration
I am touching	હું સ્પર્શ કરી રહ્યો છું.	hun spa**rsh** kari rahyo chhun
you are touching	તું સ્પર્શ કરી રહ્યો છે.	tu spa**rsh** kari rahyo chhe
he/she/it is touching	તે સ્પર્શ કરી રહ્યો છે	te spa**rsh** kari rahyo chhe
we are touching	અમે સ્પર્શ કરી રહ્યાં છીએ.	ame spa**rsh** kari rahya chiye
you are touching	તમે સ્પર્શ કરી રહ્યાં છો.	tame spa**rsh** kari rahya chho
they are touching	તેઓ સ્પર્શ કરી રહ્યાં છે.	teo spa**rsh** kari rahya chhe

પૂર્ણ વર્તમાન (Present Perfect)

English	Gujarati	Transliteration
I have touched	મેં સ્પર્શ કર્યો છે	mein spa**rsh** karyo chhe
you have touched	તે સ્પર્શ કર્યો છે	te spa**rsh** karyo chhe
he/she/it has touched	તેણે સ્પર્શ કર્યો છે	tene spa**rsh** karyo chhe
we have touched	અમે સ્પર્શ કર્યો છે	ame spa**rsh** karyo chhe
you have touched	તમે સ્પર્શ કર્યો છે	tame spa**rsh** karyo chhe
they have touched	તેઓએ સ્પર્શ કર્યો છે	teoye spa**rsh** karyo chhe

ચ લુ પૂ્રણ્વ્રત્મ ન (Present Perfect Continuous)

English	Gujarati	Transliteration
I have been touching	હું સ્પર્શ કરતો આવું છું.	hun spa**rsh** karto aavu chhun
you have been touching	તું સ્પર્શ કરતો આવે છે.	tu spa**rsh** karto aave chhe
he/she/it has been touching	તે સ્પર્શ કરતો આવે છે.	te/tenini/te spa**rsh** karto aave chhe
we have been touching	અમે સ્પર્શ કરતા આવીએ છીએ.	ame spa**rsh** karta aaviye chhiye
you have been touching	તમે સ્પર્શ કરતા આવો છો.	tame spa**rsh** karta aavo chho
they have been touching	તેઓ સ્પર્શ કરતા આવે છે.	teo spa**rsh** karta aave chhe

સાદો ભૂત (Simple Past)

English	Gujarati	Transliteration
I touched	મેં સ્પર્શ કર્યો	mein spa**rsh** karyo
you touched	તે સ્પર્શ કર્યો	te spa**rsh** karyo
he/she/it touched	તેણે સ્પર્શ કર્યો	tene spa**rsh** karyo
we touched	અમે સ્પર્શ કર્યો	ame spa**rsh** karyo
you touched	તમે સ્પર્શ કર્યો	tame spa**rsh** karyo
they touched	તેઓએ સ્પર્શ કર્યો	teoye spa**rsh** karyo

ચાલુ ભૂત (Past Continuous)

English	Gujarati	Transliteration
I was touching	હું સ્પર્શ કરતો હતો	hun spa**rsh** karto hato
you were touching	તું સ્પર્શ કરતો હતો	tu spa**rsh** karto hato
he/she/it was touching	તે/તેણીની/તે સ્પર્શ કરતો હતો	te/tenini/te spa**rsh** karto hato
we were touching	અમે સ્પર્શ કરતા હતાં	ame spa**rsh** karta hata
you were touching	તમે સ્પર્શ કરતા હતાં	tame spa**rsh** karta hata
they were touching	તેઓ સ્પર્શ કરતા હતાં	teo spa**rsh** karta hata

પૂર્ણભૂત (Past Perfect)

English	Gujarati	Transliteration
I had touched	મેં સ્પર્શ કર્યો હતો	mein spa**rsh** karyo hato
you had touched	તે સ્પર્શ કર્યો હતો	te spa**rsh** karyo hato
he/she/it had touched	તેણે સ્પર્શ કર્યો હતો	tene spa**rsh** karyo hato
we had touched	અમે સ્પર્શ કર્યો હતો	ame spa**rsh** karyo hato
you had touched	તમે સ્પર્શ કર્યો હતો	tame spa**rsh** karyo hato
they had touched	તેઓએ સ્પર્શ કર્યો હતો	teoye spa**rsh** karyo hato

ચાલુ પૂર્ણ ભૂત (Past Perfect Continuous)

English	Gujarati	Transliteration
I had been touching	હું સ્પર્શ કરી રહ્યો હતો	hun spa**rsh** kari rahyo hato
you had been touching	તું સ્પર્શ કરી રહ્યો હતો	tu spa**rsh** kari rahyo hato
he/she/it had been touching	તે/તેણીની/તે સ્પર્શ કરી રહ્યો હતો	te/tenini/te spa**rsh** kari rahyo hato
we had been touching	અમે સ્પર્શ કરી રહ્યાં હતાં	ame spa**rsh** kari rahya hata
you had been touching	તમે સ્પર્શ કરી રહ્યાં હતાં	tame spa**rsh** kari rahya hata
they had been touching	તેઓ સ્પર્શ કરી રહ્યાં હતાં	teo spa**rsh** kari rahya hata

સાદો ભવિષ્ય (Simple Future)

English	Gujarati	Transliteration
I will touch	હું સ્પર્શ કરીશ	hun spa**rsh** karish
you will touch	તું સ્પર્શ કરીશ	tu spa**rsh** karish
he/she/it will touch	તે/તેણીની/તે સ્પર્શ કરશે	te/tenini/te spa**rsh** karshe
we will touch	અમે સ્પર્શ કરીશું	ame spa**rsh** karshu
you will touch	તમે સ્પર્શ કરશો	tame spa**rsh** karsho
they will touch	તેઓ સ્પર્શ કરશે	teo spa**rsh** karshe

ચ લુ ભવિષ્ય(Future Continuous)

English	Gujarati	Transliteration
I will be touching	હું સ્પર્શ કરતો હોઈશ	hun spa**rsh** karto hoish
you will be touching	તું સ્પર્શ કરતો હોઈશ	tu spa**rsh** karto hoish
he/she/it will be touching	તે/તેણીની/તે સ્પર્શ કરતો હશે	te/tenini/te spa**rsh** karto hashe
we will be touching	અમે સ્પર્શ કરતા હોઈશું	ame spa**rsh** karta hoishu
you will be touching	તમે સ્પર્શ કરતા હશો	tame spa**rsh** karta hasho
they will be touching	તેઓ સ્પર્શ કરતા હશે	Teo spa**rsh** karta hashe

પૂર્ણ ભવિષ્ય (Future Perfect)

English	Gujarati	Transliteration
I will have touched	મેં સ્પર્શ કર્યો હશે	mein spa**rsh** karyo hashe
you will have touched	તે સ્પર્શ કર્યો હશે	te spa**rsh** karyo hashe
he/she/it will have touched	તેણે સ્પર્શ કર્યો હશે	tene spa**rsh** karyo hashe
we will have touched	અમે સ્પર્શ કર્યો હશે	ame spa**rsh** karyo hashe
you will have touched	તમે સ્પર્શ કર્યો હશે	tame spa**rsh** karyo hashe
they will have touched	તેઓએ સ્પર્શ કર્યો હશે	teoye spa**rsh** karyo hashe

ચાલુ પૂર્ણ ભવિષ્ય (Future Perfect Continuous)

English	Gujarati	Transliteration
I will have been touching	હું સ્પર્શ કરી રહ્યો હોઈશ	hun spa**rsh** kari rahyo hoish
you will have been touching	તું સ્પર્શ કરી રહ્યો હોઈશ	tu spa**rsh** kari rahyo hoish
he/she/it will have been touching	તે/તેણીની/તે સ્પર્શ કરી રહ્યો હશે	te/tenini/te spa**rsh** kari rahyo hashe
we will have been touching	અમે સ્પર્શ કરી રહ્યાં હોઈશું	ame spa**rsh** kari rahya hoishu
you will have been touching	તમે સ્પર્શ કરી રહ્યાં હશો	tame spa**rsh** kari rahya hasho
they will have been touching	તેઓ સ્પર્શ કરી રહ્યાં હશે	teo spa**rsh** kari rahya hashe

92. To travel: મુસાફરી કરવી (mu**sa**fari karvi)

સાદો વર્તમાન (Simple Present)

English	Gujarati	Transliteration
I travel	હું મુસાફરી કરું છું	hun mu**sa**fari karun chhun
you travel	તું મુસાફરી કરે છે	tu mu**sa**fari kare chhe
he/she/it travels	તે/તેણીની/તે મુસાફરી કરે છે	te/tenini/te mu**sa**fari kare chhe
we travel	અમે મુસાફરી કરીયે છીએ	ame mu**sa**fari kariye chiye
you travel	તમે મુસાફરી કરો છો	tame mu**sa**fari karo chho
they travel	તેઓ મુસાફરી કરે છે	teo mu**sa**fari kare chhe

ચાલુ વર્તમાન (Present Continuous)

English	Gujarati	Transliteration
I am travelling	હું મુસાફરી કરી રહ્યો છું.	hun mu**sa**fari kari rahyo chhun
you are travelling	તું મુસાફરી કરી રહ્યો છે.	tu mu**sa**fari kari rahyo chhe
he/she/it is travelling	તે મુસાફરી કરી રહ્યો છે	te mu**sa**fari kari rahyo chhe
we are travelling	અમે મુસાફરી કરી રહ્યાં છીએ.	ame mu**sa**fari kari rahya chiye
you are travelling	તમે મુસાફરી કરી રહ્યાં છો.	tame mu**sa**fari kari rahya chho
they are travelling	તેઓ મુસાફરી કરી રહ્યાં છે.	teo mu**sa**fari kari rahya chhe

પૂર્ણ વર્તમાન (Present Perfect)

English	Gujarati	Transliteration
I have travelled	મેં મુસાફરી કરી છે	mein mu**sa**fari kari chhe
you have travelled	તે મુસાફરી કરી છે	te mu**sa**fari kari chhe
he/she/it has travelled	તેણે મુસાફરી કરી છે	tene mu**sa**fari kari chhe
we have travelled	અમે મુસાફરી કરી છે	ame mu**sa**fari kari chhe
you have travelled	તમે મુસાફરી કરી છે	tame mu**sa**fari kari chhe
they have travelled	તેઓએ મુસાફરી કરી છે	teoye mu**sa**fari kari chhe

ચ લુ પૂરણવરતમ ન (Present Perfect Continuous)

English	Gujarati	Transliteration
I have been travelling	હું મુસાફરી કરતો આવું છું.	hun musafari karto aavu chhun
you have been travelling	તું મુસાફરી કરતો આવે છે.	tu musafari karto aave chhe
he/she/it has been travelling	તે મુસાફરી કરતો આવે છે.	te/tenini/te musafari karto aave chhe
we have been travelling	અમે મુસાફરી કરતા આવીએ છીએ.	ame musafari karta aaviye chhiye
you have been travelling	તમે મુસાફરી કરતા આવો છો.	tame musafari karta aavo chho
they have been travelling	તેઓ મુસાફરી કરતા આવે છે.	teo musafari karta aave chhe

સાદો ભૂત (Simple Past)

English	Gujarati	Transliteration
I travelled	મેં મુસાફરી કરી	mein musafari kari
you travelled	તે મુસાફરી કરી	te musafari kari
he/she/it travelled	તેણે મુસાફરી કરી	tene musafari kari
we travelled	અમે મુસાફરી કરી	ame musafari kari
you travelled	તમે મુસાફરી કરી	tame musafari kari
they travelled	તેઓએ મુસાફરી કરી	teoye musafari kari

ચાલુ ભૂત (Past Continuous)

English	Gujarati	Transliteration
I was travelling	હું મુસાફરી કરતો હતો	hun musafari karto hato
you were travelling	તું મુસાફરી કરતો હતો	tu musafari karto hato
he/she/it was travelling	તે/તેણીની/તે મુસાફરી કરતો હતો	te/tenini/te musafari karto hato
we were travelling	અમે મુસાફરી કરતા હતાં	ame musafari karta hata
you were travelling	તમે મુસાફરી કરતા હતાં	tame musafari karta hata
they were travelling	તેઓ મુસાફરી કરતા હતાં	teo musafari karta hata

પૂરણભૂત (Past Perfect)

English	Gujarati	Transliteration
I had travelled	મેં મુસાફરી કરી હતી	mein musafari kari hati
you had travelled	તે મુસાફરી કરી હતી	te musafari kari hati
he/she/it had travelled	તેણે મુસાફરી કરી હતી	tene musafari kari hati
we had travelled	અમે મુસાફરી કરી હતી	ame musafari kari hati
you had travelled	તમે મુસાફરી કરી હતી	tame musafari kari hati
they had travelled	તેઓએ મુસાફરી કરી હતી	teoye musafari kari hati

ચાલુ પૂર્ણ ભૂત (Past Perfect Continuous)

English	Gujarati	Transliteration
I had been travelling	હું મુસાફરી કરી રહ્યો હતો	hun musafari kari rahyo hato
you had been travelling	તું મુસાફરી કરી રહ્યો હતો	tu musafari kari rahyo hato
he/she/it had been travelling	તે/તેણીની/તે મુસાફરી કરી રહ્યો હતો	te/tenini/te musafari kari rahyo hato
we had been travelling	અમે મુસાફરી કરી રહ્યાં હતાં	ame musafari kari rahya hata
you had been travelling	તમે મુસાફરી કરી રહ્યાં હતાં	tame musafari kari rahya hata
they had been travelling	તેઓ મુસાફરી કરી રહ્યાં હતાં	teo musafari kari rahya hata

સાદો ભવિષ્ય (Simple Future)

English	Gujarati	Transliteration
I will travel	હું મુસાફરી કરીશ	hun musafari karish
you will travel	તું મુસાફરી કરીશ	tu musafari karish
he/she/it will travel	તે/તેણીની/તે મુસાફરી કરશે	te/tenini/te musafari karshe
we will travel	અમે મુસાફરી કરીશું	ame musafari karshu
you will travel	તમે મુસાફરી કરશો	tame musafari karsho
they will travel	તેઓ મુસાફરી કરશે	teo musafari karshe

ચ લુ ભવ ષ્યિ(Future Continuous)

English	Gujarati	Transliteration
I will be travelling	હું મુસાફરી કરતો હોઈશ	hun musafari karto hoish
you will be travelling	તું મુસાફરી કરતો હોઈશ	tu musafari karto hoish
he/she/it will be travelling	તે/તેણીની/તે મુસાફરી કરતો હશે	te/tenini/te musafari karto hashe
we will be travelling	અમે મુસાફરી કરતા હોઈશું	ame musafari karta hoishu
you will be travelling	તમે મુસાફરી કરતા હશો	tame musafari karta hasho
they will be travelling	તેઓ મુસાફરી કરતા હશે	Teo musafari karta hashe

પૂર્ણ ભવિષ્ય (Future Perfect)

English	Gujarati	Transliteration
I will have travelled	મેં મુસાફરી કરી હશે	mein musafari kari hashe
you will have travelled	તે મુસાફરી કરી હશે	te musafari kari hashe
he/she/it will have travelled	તેણે મુસાફરી કરી હશે	tene musafari kari hashe
we will have travelled	અમે મુસાફરી કરી હશે	ame musafari kari hashe
you will have travelled	તમે મુસાફરી કરી હશે	tame musafari kari hashe
they will have travelled	તેઓએ મુસાફરી કરી હશે	teoye musafari kari hashe

ચાલુ પૂર્ણ ભવિષ્ય (Future Perfect Continuous)

English	Gujarati	Transliteration
I will have been travelling	હું મુસાફરી કરી રહ્યો હોઈશ	hun musafari kari rahyo hoish
you will have been travelling	તું મુસાફરી કરી રહ્યો હોઈશ	tu musafari kari rahyo hoish
he/she/it will have been travelling	તે/તેણીની/તે મુસાફરી કરી રહ્યો હશે	te/tenini/te musafari kari rahyo hashe
we will have been travelling	અમે મુસાફરી કરી રહ્યાં હોઈશું	ame musafari kari rahya hoishu
you will have been travelling	તમે મુસાફરી કરી રહ્યાં હશો	tame musafari kari rahya hasho
they will have been travelling	તેઓ મુસાફરી કરી રહ્યાં હશે	teo musafari kari rahya hashe

93. To understand: સમજવું (sa**ma**jvun)

સાદો વર્તમાન (Simple Present)

English	Gujarati	Transliteration
I understand	હું સમજુ છું	hun sa**ma**jun chhun
you understand	તું સમજે છે	tu sa**ma**je chhe
he/she/it understands	તે/તેણીની/તે સમજે છે	te/tenini/te sa**ma**je chhe
we understand	અમે સમજીએ છીએ	ame sa**ma**jiye chiye
you understand	તમે સમજો છો	tame sa**ma**jo chho
they understand	તેઓ સમજે છે	teo sa**ma**je chhe

ચાલુ વર્તમાન (Present Continuous)

English	Gujarati	Transliteration
I am understanding	હું સમજી રહ્યો છું.	hun sa**ma**ji rahyo chhun
you are understanding	તું સમજી રહ્યો છે.	tu sa**ma**ji rahyo chhe
he/she/it is understanding	તે સમજી રહ્યો છે	te sa**ma**ji rahyo chhe
we are understanding	અમે સમજી રહ્યાં છીએ.	ame sa**ma**ji rahya chiye
you are understanding	તમે સમજી રહ્યાં છો.	tame sa**ma**ji rahya chho
they are understanding	તેઓ સમજી રહ્યાં છે.	teo sa**ma**ji rahya chhe

પૂર્ણ વર્તમાન (Present Perfect)

English	Gujarati	Transliteration
I have understood	હું સમજ્યો છું	hun sa**ma**jyo chhu
you have understood	તું સમજ્યો છે	tu sa**ma**jyo chhe
he/she/it has understood	તે સમજ્યો છે	te sa**ma**jyo chhe
we have understood	અમે સમજ્યા છીએ	ame sa**ma**jya chhiye
you have understood	તમે સમજ્યા છો	tame sa**ma**jya chho
they have understood	તેઓ સમજ્યા છે	teo sa**ma**jya chhe

ચ લુ પૂરણવરતમ ન (Present Perfect Continuous)

English	Gujarati	Transliteration
I have been understanding	હું સમજતો આવું છું.	hun sa**ma**jto aavu chhun
you have been understanding	તું સમજતો આવે છે.	tu sa**ma**jto aave chhe
he/she/it has been understanding	તે સમજતો આવે છે.	te sa**ma**jto aave chhe
we have been understanding	અમે સમજતા આવીએ છીએ.	ame sa**ma**jta aaviye chhiye
you have been understanding	તમે સમજતા આવો છો.	tame sa**ma**jta aavo chho
they have been understanding	તેઓ સમજતા આવે છે.	teo sa**ma**jta aave chhe

સાદો ભૂત (Simple Past)

English	Gujarati	Transliteration
I understood	હું સમજ્યો	hun sa**ma**jyo
you understood	તું સમજ્યો	te sa**ma**jyo
he/she/it understood	તે સમજ્યો	tene sa**ma**jyo
we understood	અમે સમજ્યા	ame sa**ma**jya
you understood	તમે સમજ્યા	tame sa**ma**jya
they understood	તેઓ સમજ્યા	teo sa**ma**jya

ચાલુ ભૂત (Past Continuous)

English	Gujarati	Transliteration
I was understanding	હું સમજતો હતો	hun sa**ma**jto hato
you were understanding	તું સમજતો હતો	tu sa**ma**jto hato
he/she/it was understanding	તે/તેણીની/તે સમજતો હતો	te/tenini/te sa**ma**jto hato
we were understanding	અમે સમજતા હતાં	ame sa**ma**jta hata
you were understanding	તમે સમજતા હતાં	tame sa**ma**jta hata
they were understanding	તેઓ સમજતા હતાં	teo sa**ma**jta hata

પૂર્ણભૂત (Past Perfect)

English	Gujarati	Transliteration
I had understood	હું સમજ્યો હતો	hun sa**ma**jyo hato
you had understood	તું સમજ્યો હતો	tu sa**ma**jyo hato
he/she/it had understood	તે સમજ્યો હતો	te sa**ma**jyo hato
we had understood	અમે સમજ્યા હતાં	ame sa**ma**jya hata
you had understood	તમે સમજ્યા હતાં	tame sa**ma**jya hata
they had understood	તેઓ સમજ્યા હતાં	teo sa**ma**jya hata

ચાલુ પૂર્ણ ભૂત (Past Perfect Continuous)

English	Gujarati	Transliteration
I had been understanding	હું સમજી રહ્યો હતો	hun sa**ma**ji rahyo hato
you had been understanding	તું સમજી રહ્યો હતો	tu sa**ma**ji rahyo hato
he/she/it had been understanding	તે/તેણીની/તે સમજી રહ્યો હતો	te/tenini/te sa**ma**ji rahyo hato
we had been understanding	અમે સમજી રહ્યાં હતાં	ame sa**ma**ji rahya hata
you had been understanding	તમે સમજી રહ્યાં હતાં	tame sa**ma**ji rahya hata
they had been understanding	તેઓ સમજી રહ્યાં હતાં	teo sa**ma**ji rahya hata

સાદો ભવિષ્ય (Simple Future)

English	Gujarati	Transliteration
I will understand	હું સમજીશ	hun sa**ma**jish
you will understand	તું સમજીશ	tu sa**ma**jish
he/she/it will understand	તે/તેણીની/તે સમજશે	te/tenini/te sa**ma**jshe
we will understand	અમે સમજીશું	ame sa**ma**jishu
you will understand	તમે સમજશો	tame sa**ma**jsho
they will understand	તેઓ સમજશે	teo sa**ma**jshe

ચ લુ ભવિષ્ય (Future Continuous)

English	Gujarati	Transliteration
I will be understanding	હું સમજતો હોઈશ	hun sa**ma**jto hoish
you will be understanding	તું સમજતો હોઈશ	tu sa**ma**jto hoish
he/she/it will be understanding	તે/તેણીની/તે સમજતો હશે	te/tenini/te sa**ma**jto hashe
we will be understanding	અમે સમજતા હોઈશું	ame sa**ma**jta hoishu
you will be understanding	તમે સમજતા હશો	tame sa**ma**jta hasho
they will be understanding	તેઓ સમજતા હશે	Teo sa**ma**jta hashe

પૂર્ણ ભવિષ્ય (Future Perfect)

English	Gujarati	Transliteration
I will have understood	હું સમજ્યો હોઈશ	hun sa**ma**jyo hoish
you will have understood	તું સમજ્યો હોઈશ	tu sa**ma**jyo hoish
he/she/it will have understood	તે સમજ્યો હશે	te sa**ma**jyo hashe
we will have understood	અમે સમજ્યા હોઈશું	ame sa**ma**jya hoishu
you will have understood	તમે સમજ્યા હશો	tame sa**ma**jya hasho
they will have understood	તેઓ સમજ્યા હશે	teo sa**ma**jya hashe

ચાલુ પૂર્ણ ભવિષ્ય (Future Perfect Continuous)

English	Gujarati	Transliteration
I will have been understanding	હું સમજી રહ્યો હોઈશ	hun sa**ma**ji rahyo hoish
you will have been understanding	તું સમજી રહ્યો હોઈશ	tu sa**ma**ji rahyo hoish
he/she/it will have been understanding	તે/તેણીની/તે સમજી રહ્યો હશે	te/tenini/te sa**ma**ji rahyo hashe
we will have been understanding	અમે સમજી રહ્યાં હોઈશું	ame sa**ma**ji rahya hoishu
you will have been understanding	તમે સમજી રહ્યાં હશો	tame sa**ma**ji rahya hasho
they will have been understanding	તેઓ સમજી રહ્યાં હશે	teo sa**ma**ji rahya hashe

94. To use: ઉપયોગ કરવો (up**yo**g karvo)

__સાદો વર્તમાન (Simple Present)__

English	Gujarati	Transliteration
I use	હું ઉપયોગ કરું છું	hun up**yo**g karun chhun
you use	તું ઉપયોગ કરે છે	tu up**yo**g kare chhe
he/she/it uses	તે/તેણીની/તે ઉપયોગ કરે છે	te/tenini/te up**yo**g kare chhe
we use	અમે ઉપયોગ કરીયે છીએ	ame up**yo**g kariye chiye
you use	તમે ઉપયોગ કરો છો	tame up**yo**g karo chho
they use	તેઓ ઉપયોગ કરે છે	teo up**yo**g kare chhe

__ચાલુ વર્તમાન (Present Continuous)__

English	Gujarati	Transliteration
I am using	હું ઉપયોગ કરી રહ્યો છું.	hun up**yo**g kari rahyo chhun
you are using	તું ઉપયોગ કરી રહ્યો છે.	tu up**yo**g kari rahyo chhe
he/she/it is using	તે ઉપયોગ કરી રહ્યો છે	te up**yo**g kari rahyo chhe
we are using	અમે ઉપયોગ કરી રહ્યાં છીએ.	ame up**yo**g kari rahya chiye
you are using	તમે ઉપયોગ કરી રહ્યાં છો.	tame up**yo**g kari rahya chho
they are using	તેઓ ઉપયોગ કરી રહ્યાં છે.	teo up**yo**g kari rahya chhe

__પૂર્ણ વર્તમાન (Present Perfect)__

English	Gujarati	Transliteration
I have used	મેં ઉપયોગ કર્યો છે	mein up**yo**g karyo chhe
you have used	તે ઉપયોગ કર્યો છે	te up**yo**g karyo chhe
he/she/it has used	તેણે ઉપયોગ કર્યો છે	tene up**yo**g g karyo chhe
we have used	અમે ઉપયોગ કર્યો છે	ame up**yo**g karyo chhe
you have used	તમે ઉપયોગ કર્યો છે	tame up**yo**g karyo chhe
they have used	તેઓએ ઉપયોગ કર્યો છે	teoye up**yo**g karyo chhe

ચ લુ પૂરણવર્તમ ન (Present Perfect Continuous)

English	Gujarati	Transliteration
I have been using	હું ઉપયોગ કરતો આવું છું.	hun up**yo**g karto aavu chhun
you have been using	તું ઉપયોગ કરતો આવે છે.	tu up**yo**g karto aave chhe
he/she/it has been using	તે ઉપયોગ કરતો આવે છે.	te/tenini/te up**yo**g karto aave chhe
we have been using	અમે ઉપયોગ કરતા આવીએ છીએ.	ame up**yo**g karta aaviye chhiye
you have been using	તમે ઉપયોગ કરતા આવો છો.	tame up**yo**g karta aavo chho
they have been using	તેઓ ઉપયોગ કરતા આવે છે.	teo up**yo**g karta aave chhe

<u>સાદો ભૂત (Simple Past)</u>

English	Gujarati	Transliteration
I used	મેં ઉપયોગ કર્યો	mein up**yo**g karyo
you used	તે ઉપયોગ કર્યો	te up**yo**g karyo
he/she/it used	તેણે ઉપયોગ કર્યો	tene up**yo**g karyo
we used	અમે ઉપયોગ કર્યો	ame up**yo**g karyo
you used	તમે ઉપયોગ કર્યો	tame up**yo**g karyo
they used	તેઓએ ઉપયોગ કર્યો	teoye up**yo**g karyo

<u>ચાલુ ભૂત (Past Continuous)</u>

English	Gujarati	Transliteration
I was using	હું ઉપયોગ કરતો હતો	hun up**yo**g karto hato
you were using	તું ઉપયોગ કરતો હતો	tu up**yo**g karto hato
he/she/it was using	તે/તેણીની/તે ઉપયોગ કરતો હતો	te/tenini/te up**yo**g karto hato
we were using	અમે ઉપયોગ કરતા હતાં	ame up**yo**g karta hata
you were using	તમે ઉપયોગ કરતા હતાં	tame up**yo**g karta hata
they were using	તેઓ ઉપયોગ કરતા હતાં	teo up**yo**g karta hata

પૂરણભૂત (Past Perfect)

English	Gujarati	Transliteration
I had used	મેં ઉપયોગ કર્યો હતો	mein up**yo**g karyo hato
you had used	તે ઉપયોગ કર્યો હતો	te up**yo**g karyo hato
he/she/it had used	તેણે ઉપયોગ કર્યો હતો	tene up**yo**g karyo hato
we had used	અમે ઉપયોગ કર્યો હતો	ame up**yo**g karyo hato
you had used	તમે ઉપયોગ કર્યો હતો	tame up**yo**g karyo hato
they had used	તેઓએ ઉપયોગ કર્યો હતો	teoye up**yo**g karyo hato

ચાલુ પૂર્ણ ભૂત (Past Perfect Continuous)

English	Gujarati	Transliteration
I had been using	હું ઉપયોગ કરી રહ્યો હતો	hun up**yo**g kari rahyo hato
you had been using	તું ઉપયોગ કરી રહ્યો હતો	tu up**yo**g kari rahyo hato
he/she/it had been using	તે/તેણીની/તે ઉપયોગ કરી રહ્યો હતો	te/tenini/te up**yo**g kari rahyo hato
we had been using	અમે ઉપયોગ કરી રહ્યાં હતાં	ame up**yo**g kari rahya hata
you had been using	તમે ઉપયોગ કરી રહ્યાં હતાં	tame up**yo**g kari rahya hata
they had been using	તેઓ ઉપયોગ કરી રહ્યાં હતાં	teo up**yo**g kari rahya hata

સાદો ભવિષ્ય (Simple Future)

English	Gujarati	Transliteration
I will use	હું ઉપયોગ કરીશ	hun up**yo**g karish
you will use	તું ઉપયોગ કરીશ	tu up**yo**g karish
he/she/it will use	તે/તેણીની/તે ઉપયોગ કરશે	te/tenini/te up**yo**g karshe
we will use	અમે ઉપયોગ કરીશું	ame up**yo**g karshu
you will use	તમે ઉપયોગ કરશો	tame up**yo**g karsho
they will use	તેઓ ઉપયોગ કરશે	teo up**yo**g karshe

ચ લુ ભવિષ્ય(Future Continuous)

English	Gujarati	Transliteration
I will be using	હું ઉપયોગ કરતો હોઈશ	hun up**yo**g karto hoish
you will be using	તું ઉપયોગ કરતો હોઈશ	tu up**yo**g karto hoish
he/she/it will be using	તે/તેણીની/તે ઉપયોગ કરતો હશે	te/tenini/te up**yo**g karto hashe
we will be using	અમે ઉપયોગ કરતા હોઈશું	ame up**yo**g karta hoishu
you will be using	તમે ઉપયોગ કરતા હશો	tame up**yo**g karta hasho
they will be using	તેઓ ઉપયોગ કરતા હશે	Teo up**yo**g karta hashe

પૂર્ણ ભવિષ્ય (Future Perfect)

English	Gujarati	Transliteration
I will have used	મેં ઉપયોગ કર્યો હશે	mein up**yo**g karyo hashe
you will have used	તે ઉપયોગ કર્યો હશે	te up**yo**g karyo hashe
he/she/it will have used	તેણે ઉપયોગ કર્યો હશે	tene up**yo**g karyo hashe
we will have used	અમે ઉપયોગ કર્યો હશે	ame up**yo**g karyo hashe
you will have used	તમે ઉપયોગ કર્યો હશે	tame up**yo**g karyo hashe
they will have used	તેઓએ ઉપયોગ કર્યો હશે	teoye up**yo**g karyo hashe

ચાલુ પૂર્ણ ભવિષ્ય (Future Perfect Continuous)

English	Gujarati	Transliteration
I will have been using	હું ઉપયોગ કરી રહ્યો હોઈશ	hun up**yo**g kari rahyo hoish
you will have been using	તું ઉપયોગ કરી રહ્યો હોઈશ	tu up**yo**g kari rahyo hoish
he/she/it will have been using	તે/તેણીની/તે ઉપયોગ કરી રહ્યો હશે	te/tenini/te up**yo**g kari rahyo hashe
we will have been using	અમે ઉપયોગ કરી રહ્યાં હોઈશું	ame up**yo**g kari rahya hoishu
you will have been using	તમે ઉપયોગ કરી રહ્યાં હશો	tame up**yo**g kari rahya hasho
they will have been using	તેઓ ઉપયોગ કરી રહ્યાં હશે	teo up**yo**g kari rahya hashe

95. To wait: રાહ જોવી (**raa**h jovi)

સાદો વર્તમાન (Simple Present)

English	Gujarati	Transliteration
I wait	હું રાહ જોવું છું	hun **raa**h jovun chhun
you wait	તું રાહ જોવે છે	tu **raa**h jove chhe
he/she/it waits	તે/તેણીની/તે રાહ જોવે છે	te/tenini/te **raa**h jove chhe
we wait	અમે રાહ જોઈએ છીએ	ame **raa**h joiye chiye
you wait	તમે રાહ જોવો છો	tame **raa**h jovo chho
they wait	તેઓ રાહ જોવે છે	teo **raa**h jove chhe

ચાલુ વર્તમાન (Present Continuous)

English	Gujarati	Transliteration
I am waiting	હું રાહ જોઈ રહ્યો છું.	hun **raa**h joi rahyo chhun
you are waiting	તું રાહ જોઈ રહ્યો છે.	tu **raa**h joi rahyo chhe
he/she/it is waiting	તે રાહ જોઈ રહ્યો છે	te **raa**h joi rahyo chhe
we are waiting	અમે રાહ જોઈ રહ્યાં છીએ.	ame **raa**h joi rahya chiye
you are waiting	તમે રાહ જોઈ રહ્યાં છો.	tame **raa**h joi rahya chho
they are waiting	તેઓ રાહ જોઈ રહ્યાં છે.	teo **raa**h joi rahya chhe

પૂર્ણ વર્તમાન (Present Perfect)

English	Gujarati	Transliteration
I have waited	મેં રાહ જોઈ છે	mein **raa**h joi chhe
you have waited	તે રાહ જોઈ છે	te **raa**h joi chhe
he/she/it has waited	તેણે રાહ જોઈ છે	tene **raa**h joi chhe
we have waited	અમે રાહ જોઈ છે	ame **raa**h joi chhe
you have waited	તમે રાહ જોઈ છે	tame **raa**h joi chhe
they have waited	તેઓએ રાહ જોઈ છે	teoye **raa**h joi chhe

ચ લુ પૂરણવૂરત્મ ન (Present Perfect Continuous)

English	Gujarati	Transliteration
I have been waiting	હું રાહ જોતો આવું છું.	hun **raa**h joto aavu chhun
you have been waiting	તું રાહ જોતો આવે છે.	tu **raa**h joto aave chhe
he/she/it has been waiting	તે રાહ જોતો આવે છે.	te/tenini/te **raa**h joto aave chhe
we have been waiting	અમે રાહ જોતા આવીએ છીએ.	ame **raa**h jota aaviye chhiye
you have been waiting	તમે રાહ જોતા આવો છો.	tame **raa**h jota aavo chho
they have been waiting	તેઓ રાહ જોતા આવે છે.	teo **raa**h jota aave chhe

સાદો ભૂત (Simple Past)

English	Gujarati	Transliteration
I waited	મેં રાહ જોઈ	mein **raa**h joyi
you waited	તે રાહ જોઈ	te **raa**h joyi
he/she/it waited	તેણે રાહ જોઈ	tene **raa**h joyi
we waited	અમે રાહ જોઈ	ame **raa**h joyi
you waited	તમે રાહ જોઈ	tame **raa**h joyi
they waited	તેઓએ રાહ જોઈ	teoye **raa**h joyi

ચાલુ ભૂત (Past Continuous)

English	Gujarati	Transliteration
I was waiting	હું રાહ જોતો હતો	hun **raa**h joto hato
you were waiting	તું રાહ જોતો હતો	tu **raa**h joto hato
he/she/it was waiting	તે/તેણીની/તે રાહ જોતો હતો	te/tenini/te **raa**h joto hato
we were waiting	અમે રાહ જોતા હતાં	ame **raa**h jota hata
you were waiting	તમે રાહ જોતા હતાં	tame **raa**h jota hata
they were waiting	તેઓ રાહ જોતા હતાં	teo **raa**h jota hata

પૂરણભૂત (Past Perfect)

English	Gujarati	Transliteration
I had waited	મેં રાહ જોઈ હતી	mein **raa**h joyi hati
you had waited	તે રાહ જોઈ હતી	te **raa**h joyi hati
he/she/it had waited	તેણે રાહ જોઈ હતી	tene **raa**h joyi hati
we had waited	અમે રાહ જોઈ હતી	ame **raa**h joyi hati
you had waited	તમે રાહ જોઈ હતી	tame **raa**h joyi hati
they had waited	તેઓએ રાહ જોઈ હતી	teoye **raa**h joyi hati

ચાલુ પૂર્ણ ભૂત (Past Perfect Continuous)

English	Gujarati	Transliteration
I had been waiting	હું રાહ જોઈ રહ્યો હતો	hun **raa**h joi rahyo hato
you had been waiting	તું રાહ જોઈ રહ્યો હતો	tu **raa**h joi rahyo hato
he/she/it had been waiting	તે/તેણીની/તે રાહ જોઈ રહ્યો હતો	te/tenini/te **raa**h joi rahyo hato
we had been waiting	અમે રાહ જોઈ રહ્યાં હતાં	ame **raa**h joi rahya hata
you had been waiting	તમે રાહ જોઈ રહ્યાં હતાં	tame **raa**h joi rahya hata
they had been waiting	તેઓ રાહ જોઈ રહ્યાં હતાં	teo **raa**h joi rahya hata

સાદો ભવિષ્ય (Simple Future)

English	Gujarati	Transliteration
I will wait	હું રાહ જોઈશ	hun **raa**h joish
you will wait	તું રાહ જોઈશ	tu **raa**h joish
he/she/it will wait	તે/તેણીની/તે રાહ જોશે	te/tenini/te **raa**h joshe
we will wait	અમે રાહ જોઈશું	ame **raa**h joshu
you will wait	તમે રાહ જોશો	tame **raa**h josho
they will wait	તેઓ રાહ જોશે	teo **raa**h joshe

ચલુ ભવિષ્ય (Future Continuous)

English	Gujarati	Transliteration
I will be waiting	હું રાહ જોતો હોઈશ	hun **raah** joto hoish
you will be waiting	તું રાહ જોતો હોઈશ	tu **raah** joto hoish
he/she/it will be waiting	તે/તેણીની/તે રાહ જોતો હશે	te/tenini/te **raah** joto hashe
we will be waiting	અમે રાહ જોતા હોઈશું	ame **raah** jota hoishu
you will be waiting	તમે રાહ જોતા હશો	tame **raah** jota hasho
they will be waiting	તેઓ રાહ જોતા હશે	Teo **raah** jota hashe

પૂર્ણ ભવિષ્ય (Future Perfect)

English	Gujarati	Transliteration
I will have waited	મેં રાહ જોઈ હશે	mein **raah** joyi hashe
you will have waited	તે રાહ જોઈ હશે	te **raah** joyi hashe
he/she/it will have waited	તેણે રાહ જોઈ હશે	tene **raah** joyi hashe
we will have waited	અમે રાહ જોઈ હશે	ame **raah** joyi hashe
you will have waited	તમે રાહ જોઈ હશે	tame **raah** joyi hashe
they will have waited	તેઓએ રાહ જોઈ હશે	teoye **raah** joyi hashe

ચાલુ પૂર્ણ ભવિષ્ય (Future Perfect Continuous)

English	Gujarati	Transliteration
I will have been waiting	હું રાહ જોઈ રહ્યો હોઈશ	hun **raah** joi rahyo hoish
you will have been waiting	તું રાહ જોઈ રહ્યો હોઈશ	tu **raah** joi rahyo hoish
he/she/it will have been waiting	તે/તેણીની/તે રાહ જોઈ રહ્યો હશે	te/tenini/te **raah** joi rahyo hashe
we will have been waiting	અમે રાહ જોઈ રહ્યાં હોઈશું	ame **raah** joi rahya hoishu
you will have been waiting	તમે રાહ જોઈ રહ્યાં હશો	tame **raah** joi rahya hasho
they will have been waiting	તેઓ રાહ જોઈ રહ્યાં હશે	teo **raah** joi rahya hashe

96. To walk: ચાલવું (**cha**lvun)

સાદો વર્તમાન (Simple Present)

English	Gujarati	Transliteration
I walk	હું ચાલુ છું	hun **cha**lun chhun
you walk	તું ચાલે છે	tu **cha**le chhe
he/she/it walks	તે/તેણીની/તે ચાલે છે	te/tenini/te **cha**le chhe
we walk	અમે ચાલીયે છીએ	ame **cha**liye chiye
you walk	તમે ચાલો છો	tame **cha**lo chho
they walk	તેઓ ચાલે છે	teo **cha**le chhe

ચાલુ વર્તમાન (Present Continuous)

English	Gujarati	Transliteration
I am walking	હું ચાલી રહ્યો છું.	hun **cha**li rahyo chhun
you are walking	તું ચાલી રહ્યો છે.	tu **cha**li rahyo chhe
he/she/it is walking	તે ચાલી રહ્યો છે	te **cha**li rahyo chhe
we are walking	અમે ચાલી રહ્યાં છીએ.	ame **cha**li rahya chiye
you are walking	તમે ચાલી રહ્યાં છો.	tame **cha**li rahya chho
they are walking	તેઓ ચાલી રહ્યાં છે.	teo **cha**li rahya chhe

પૂર્ણ વર્તમાન (Present Perfect)

English	Gujarati	Transliteration
I have walked	હું ચાલ્યો છું	hun **cha**lyo chhu
you have walked	તું ચાલ્યો છે	tu **cha**lyo chhe
he/she/it has walked	તે ચાલ્યો છે	te **cha**lyo chhe
we have walked	અમે ચાલ્યા છીએ	ame **cha**lya chhiye
you have walked	તમે ચાલ્યા છો	tame **cha**lya chho
they have walked	તેઓ ચાલ્યા છે	teo **cha**lya chhe

ચ લુ પૂરણ્વ્રતમ ન (Present Perfect Continuous)

English	Gujarati	Transliteration
I have been walking	હું ચાલતો આવું છું.	hun **chal**to aavu chhun
you have been walking	તું ચાલતો આવે છે.	tu **chal**to aave chhe
he/she/it has been walking	તે ચાલતો આવે છે.	te **chal**to aave chhe
we have been walking	અમે ચાલતા આવીએ છીએ.	ame **chal**ta aaviye chhiye
you have been walking	તમે ચાલતા આવો છો.	tame **chal**ta aavo chho
they have been walking	તેઓ ચાલતા આવે છે.	teo **chal**ta aave chhe

સાદો ભૂત (Simple Past)

English	Gujarati	Transliteration
I walked	હું ચાલ્યો	hun **chal**yo
you walked	તું ચાલ્યો	te **chal**yo
he/she/it walked	તે ચાલ્યો	tene **chal**yo
we walked	અમે ચાલ્યા	ame **chal**ya
you walked	તમે ચાલ્યા	tame **chal**ya
they walked	તેઓ ચાલ્યા	teo **chal**ya

ચાલુ ભૂત (Past Continuous)

English	Gujarati	Transliteration
I was walking	હું ચાલતો હતો	hun **chal**to hato
you were walking	તું ચાલતો હતો	tu **chal**to hato
he/she/it was walking	તે/તેણીની/તે ચાલતો હતો	te/tenini/te **chal**to hato
we were walking	અમે ચાલતા હતાં	ame **chal**ta hata
you were walking	તમે ચાલતા હતાં	tame **chal**ta hata
they were walking	તેઓ ચાલતા હતાં	teo **chal**ta hata

પૂર્ણભૂત (Past Perfect)

English	Gujarati	Transliteration
I had walked	હું ચાલ્યો હતો	hun **cha**lyo hato
you had walked	તું ચાલ્યો હતો	tu **cha**lyo hato
he/she/it had walked	તે ચાલ્યો હતો	te **cha**lyo hato
we had walked	અમે ચાલ્યા હતાં	ame **cha**lya hata
you had walked	તમે ચાલ્યા હતાં	tame **cha**lya hata
they had walked	તેઓ ચાલ્યા હતાં	teo **cha**lya hata

ચાલુ પૂર્ણ ભૂત (Past Perfect Continuous)

English	Gujarati	Transliteration
I had been walking	હું ચાલી રહ્યો હતો	hun **cha**li rahyo hato
you had been walking	તું ચાલી રહ્યો હતો	tu **cha**li rahyo hato
he/she/it had been walking	તે/તેણીની/તે ચાલી રહ્યો હતો	te/tenini/te **cha**li rahyo hato
we had been walking	અમે ચાલી રહ્યાં હતાં	ame **cha**li rahya hata
you had been walking	તમે ચાલી રહ્યાં હતાં	tame **cha**li rahya hata
they had been walking	તેઓ ચાલી રહ્યાં હતાં	teo **cha**li rahya hata

સાદો ભવિષ્ય (Simple Future)

English	Gujarati	Transliteration
I will walk	હું ચાલીશ	hun **cha**lish
you will walk	તું ચાલીશ	tu **cha**lish
he/she/it will walk	તે/તેણીની/તે ચાલશે	te/tenini/te **cha**lshe
we will walk	અમે ચાલીશું	ame **cha**lishu
you will walk	તમે ચાલશો	tame **cha**lsho
they will walk	તેઓ ચાલશે	teo **cha**lshe

ચ ુ ભવ ષ્ચિ (Future Continuous)

English	Gujarati	Transliteration
I will be walking	હું ચાલતો હોઈશ	hun **cha**lto hoish
you will be walking	તું ચાલતો હોઈશ	tu **cha**lto hoish
he/she/it will be walking	તે/તેણીની/તે ચાલતો હશે	te/tenini/te **cha**lto hashe
we will be walking	અમે ચાલતા હોઈશું	ame **cha**lta hoishu
you will be walking	તમે ચાલતા હશો	tame **cha**lta hasho
they will be walking	તેઓ ચાલતા હશે	Teo **cha**lta hashe

પૂર્ણ ભવિષ્ય (Future Perfect)

English	Gujarati	Transliteration
I will have walked	હું ચાલ્યો હોઈશ	hun **cha**lyo hoish
you will have walked	તું ચાલ્યો હોઈશ	tu **cha**lyo hoish
he/she/it will have walked	તે ચાલ્યો હશે	te **cha**lyo hashe
we will have walked	અમે ચાલ્યા હોઈશું	ame **cha**lya hoishu
you will have walked	તમે ચાલ્યા હશો	tame **cha**lya hasho
they will have walked	તેઓ ચાલ્યા હશે	teo **cha**lya hashe

ચાલુ પૂર્ણ ભવિષ્ય (Future Perfect Continuous)

English	Gujarati	Transliteration
I will have been walking	હું ચાલી રહ્યો હોઈશ	hun **cha**li rahyo hoish
you will have been walking	તું ચાલી રહ્યો હોઈશ	tu **cha**li rahyo hoish
he/she/it will have been walking	તે/તેણીની/તે ચાલી રહ્યો હશે	te/tenini/te **cha**li rahyo hashe
we will have been walking	અમે ચાલી રહ્યાં હોઈશું	ame **cha**li rahya hoishu
you will have been walking	તમે ચાલી રહ્યાં હશો	tame **cha**li rahya hasho
they will have been walking	તેઓ ચાલી રહ્યાં હશે	teo **cha**li rahya hashe

97. To want: ઇચ્છવું (ichchhavun)

સાદો વર્તમાન (Simple Present)

English	Gujarati	Transliteration
I want	હું ઈચ્છું છું	hun ichchhun chhun
you want	તું ઈચ્છે છે	tu ichchhe chhe
he/she/it wants	તે/તેણીની/તે ઈચ્છે છે	te/tenini/te ichchhe chhe
we want	અમે ઈચ્છીએ છીએ	ame ichchhiye chiye
you want	તમે ઈચ્છો છો	tame ichchho chho
they want	તેઓ ઈચ્છે છે	teo ichchhe chhe

ચાલુ વર્તમાન (Present Continuous)

English	Gujarati	Transliteration
I am wanting	હું ઈચ્છી રહ્યો છું.	hun ichchhi rahyo chhun
you are wanting	તું ઈચ્છી રહ્યો છે.	tu ichchhi rahyo chhe
he/she/it is wanting	તે ઈચ્છી રહ્યો છે	te ichchhi rahyo chhe
we are wanting	અમે ઈચ્છી રહ્યાં છીએ.	ame ichchhi rahya chiye
you are wanting	તમે ઈચ્છી રહ્યાં છો.	tame ichchhi rahya chho
they are wanting	તેઓ ઈચ્છી રહ્યાં છે.	teo ichchhi rahya chhe

પૂર્ણ વર્તમાન (Present Perfect)

English	Gujarati	Transliteration
I have wanted	મેં ઈચ્છ્યું છે	mein ichchhyun chhe
you have wanted	તે ઈચ્છ્યું છે	te ichchhyun chhe
he/she/it has wanted	તેણે ઈચ્છ્યું છે	tene ichchhyun chhe
we have wanted	અમે ઈચ્છ્યું છે	ame ichchhyun chhe
you have wanted	તમે ઈચ્છ્યું છે	tame ichchhyun chhe
they have wanted	તેઓએ ઈચ્છ્યું છે	teoye ichchhyun chhe

ચ લુ પૂરણવ્રત્મ ન (Present Perfect Continuous)

English	Gujarati	Transliteration
I have been wanting	હું ઈચ્છતો આવું છું.	hun **ichchh**to aavu chhun
you have been wanting	તું ઈચ્છતો આવે છે.	tu **ichchh**to aave chhe
he/she/it has been wanting	તે ઈચ્છતો આવે છે.	te/tenini/te **ichchh**to aave chhe
we have been wanting	અમે ઈચ્છતા આવીએ છીએ.	ame **ichchh**ta aaviye chhiye
you have been wanting	તમે ઈચ્છતા આવો છો.	tame **ichchh**ta aavo chho
they have been wanting	તેઓ ઈચ્છતા આવે છે.	teo **ichchh**ta aave chhe

સાદો ભૂત (Simple Past)

English	Gujarati	Transliteration
I wanted	મેં ઈચ્છ્યું	mein **ichchh**yun
you wanted	તે ઈચ્છ્યું	te **ichchh**yun
he/she/it wanted	તેણે ઈચ્છ્યું	tene **ichchh**yun
we wanted	અમે ઈચ્છ્યું	ame **ichchh**yun
you wanted	તમે ઈચ્છ્યું	tame **ichchh**yun
they wanted	તેઓએ ઈચ્છ્યું	teoye **ichchh**yun

ચાલુ ભૂત (Past Continuous)

English	Gujarati	Transliteration
I was wanting	હું ઈચ્છતો હતો	hun **ichchh**to hato
you were wanting	તું ઈચ્છતો હતો	tu **ichchh**to hato
he/she/it was wanting	તે/તેણીની/તે ઈચ્છતો હતો	te/tenini/te **ichchh**to hato
we were wanting	અમે ઈચ્છતા હતાં	ame **ichchh**ta hata
you were wanting	તમે ઈચ્છતા હતાં	tame **ichchh**ta hata
they were wanting	તેઓ ઈચ્છતા હતાં	teo **ichchh**ta hata

પૂર્ણભૂત (Past Perfect)

English	Gujarati	Transliteration
I had wanted	મેં ઈચ્છ્યું હતું	mein **ichchh**yun hatu
you had wanted	તે ઈચ્છ્યું હતું	te **ichchh**yun hatu
he/she/it had wanted	તેણે ઈચ્છ્યું હતું	tene **ichchh**yun hatu
we had wanted	અમે ઈચ્છ્યું હતું	ame **ichchh**yun hatu
you had wanted	તમે ઈચ્છ્યું હતું	tame **ichchh**yun hatu
they had wanted	તેઓએ ઈચ્છ્યું હતું	teoye **ichchh**yun hatu

ચાલુ પૂર્ણ ભૂત (Past Perfect Continuous)

English	Gujarati	Transliteration
I had been wanting	હું ઈચ્છી રહ્યો હતો	hun **ichchh**i rahyo hato
you had been wanting	તું ઈચ્છી રહ્યો હતો	tu **ichchh**i rahyo hato
he/she/it had been wanting	તે/તેણીની/તે ઈચ્છી રહ્યો હતો	te/tenini/te **ichchh**i rahyo hato
we had been wanting	અમે ઈચ્છી રહ્યાં હતાં	ame **ichchh**i rahya hata
you had been wanting	તમે ઈચ્છી રહ્યાં હતાં	tame **ichchh**i rahya hata
they had been wanting	તેઓ ઈચ્છી રહ્યાં હતાં	teo **ichchh**i rahya hata

સાદો ભવિષ્ય (Simple Future)

English	Gujarati	Transliteration
I will want	હું ઈચ્છીશ	hun **ichchh**ish
you will want	તું ઈચ્છીશ	tu **ichchh**ish
he/she/it will want	તે/તેણીની/તે ઈચ્છશે	te/tenini/te **ichchh**she
we will want	અમે ઈચ્છીશું	ame **ichchh**shu
you will want	તમે ઈચ્છશો	tame **ichchh**sho
they will want	તેઓ ઈચ્છશે	teo **ichchh**she

ચ લુ ભવિષ્યિ(Future Continuous)

English	Gujarati	Transliteration
I will be wanting	હું ઈચ્છતો હોઈશ	hun **ichchh**to hoish
you will be wanting	તું ઈચ્છતો હોઈશ	tu **ichchh**to hoish
he/she/it will be wanting	તે/તેણીની/તે ઈચ્છતો હશે	te/tenini/te **ichchh**to hashe
we will be wanting	અમે ઈચ્છતા હોઈશું	ame **ichchh**ta hoishu
you will be wanting	તમે ઈચ્છતા હશો	tame **ichchh**ta hasho
they will be wanting	તેઓ ઈચ્છતા હશે	Teo **ichchh**ta hashe

પૂર્ણ ભવિષ્ય (Future Perfect)

English	Gujarati	Transliteration
I will have wanted	મેં ઈચ્છ્યું હશે	mein **ichchh**yun hashe
you will have wanted	તે ઈચ્છ્યું હશે	te **ichchh**yun hashe
he/she/it will have wanted	તેણે ઈચ્છ્યું હશે	tene **ichchh**yun hashe
we will have wanted	અમે ઈચ્છ્યું હશે	ame **ichchh**yun hashe
you will have wanted	તમે ઈચ્છ્યું હશે	tame **ichchh**yun hashe
they will have wanted	તેઓએ ઈચ્છ્યું હશે	teoye **ichchh**yun hashe

ચાલુ પૂર્ણ ભવિષ્ય (Future Perfect Continuous)

English	Gujarati	Transliteration
I will have been wanting	હું ઈચ્છી રહ્યો હોઈશ	hun **ichchh**i rahyo hoish
you will have been wanting	તું ઈચ્છી રહ્યો હોઈશ	tu **ichchh**i rahyo hoish
he/she/it will have been wanting	તે/તેણીની/તે ઈચ્છી રહ્યો હશે	te/tenini/te **ichchh**i rahyo hashe
we will have been wanting	અમે ઈચ્છી રહ્યાં હોઈશું	ame **ichchh**i rahya hoishu
you will have been wanting	તમે ઈચ્છી રહ્યાં હશો	tame **ichchh**i rahya hasho
they will have been wanting	તેઓ ઈચ્છી રહ્યાં હશે	teo **ichchh**i rahya hashe

98. To watch: જોવું (jovun)

સાદો વર્તમાન (Simple Present)

English	Gujarati	Transliteration
I watch	હું જોવું છું	hun **jo**vun chhun
you watch	તું જોવે છે	tu **jo**ve chhe
he/she/it watches	તે/તેણીની/તે જોવે છે	te/tenini/te **jo**ve chhe
we watch	અમે જોઈએ છીએ	ame **jo**iye chiye
you watch	તમે જોવો છો	tame **jo**vo chho
they watch	તેઓ જોવે છે	teo **jo**e chhe

ચાલુ વર્તમાન (Present Continuous)

English	Gujarati	Transliteration
I am watching	હું જોઈ રહ્યો છું.	hun **jo**i rahyo chhun
you are watching	તું જોઈ રહ્યો છે.	tu **jo**i rahyo chhe
he/she/it is watching	તે જોઈ રહ્યો છે	te **jo**i rahyo chhe
we are watching	અમે જોઈ રહ્યાં છીએ.	ame **jo**i rahya chiye
you are watching	તમે જોઈ રહ્યાં છો.	tame **jo**i rahya chho
they are watching	તેઓ જોઈ રહ્યાં છે.	teo **jo**i rahya chhe

પૂર્ણ વર્તમાન (Present Perfect)

English	Gujarati	Transliteration
I have watched	મેં જોયું છે	mein **jo**yu chhe
you have watched	તે જોયું છે	te **jo**yu chhe
he/she/it has watched	તેણે જોયું છે	tene **jo**yu chhe
we have watched	અમે જોયું છે	ame **jo**yu chhe
you have watched	તમે જોયું છે	tame **jo**yu chhe
they have watched	તેઓએ જોયું છે	teoye **jo**yu chhe

ચ લુ પૂરણવરતમ ન (Present Perfect Continuous)

English	Gujarati	Transliteration
I have been watching	હું **જો**તો આવું છું.	hun **jo**to aavu chhun
you have been watching	તું **જો**તો આવે છે.	tu **jo**to aave chhe
he/she/it has been watching	તે **જો**તો આવે છે.	te/tenini/te **jo**to aave chhe
we have been watching	અમે **જો**તા આવીએ છીએ.	ame **jo**ta aaviye chhiye
you have been watching	તમે **જો**તા આવો છો.	tame **jo**ta aavo chho
they have been watching	તેઓ **જો**તા આવે છે.	teo **jo**ta aave chhe

સાદો ભૂત (Simple Past)

English	Gujarati	Transliteration
I watched	મેં **જો**યું	mein **jo**yu
you watched	તે **જો**યું	te **jo**yu
he/she/it watched	તેણે **જો**યું	tene **jo**yu
we watched	અમે **જો**યું	ame **jo**yu
you watched	તમે **જો**યું	tame **jo**yu
they watched	તેઓએ **જો**યું	teoye **jo**yu

ચાલુ ભૂત (Past Continuous)

English	Gujarati	Transliteration
I was watching	હું **જો**તો હતો	hun **jo**to hato
you were watching	તું **જો**તો હતો	tu **jo**to hato
he/she/it was watching	તે/તેણીની/તે **જો**તો હતો	te/tenini/te **jo**to hato
we were watching	અમે **જો**તા હતાં	ame **jo**ta hata
you were watching	તમે **જો**તા હતાં	tame **jo**ta hata
they were watching	તેઓ **જો**તા હતાં	teo **jo**ta hata

પૂરણભૂત (Past Perfect)

English	Gujarati	Transliteration
I had watched	મેં જોયું હતું	mein **jo**yu hatu
you had watched	તે જોયું હતું	te **jo**yu hatu
he/she/it had watched	તેણે જોયું હતું	tene **jo**yu hatu
we had watched	અમે જોયું હતું	ame **jo**yu hatu
you had watched	તમે જોયું હતું	tame **jo**yu hatu
they had watched	તેઓએ જોયું હતું	teoye **jo**yu hatu

ચાલુ પૂર્ણ ભૂત (Past Perfect Continuous)

English	Gujarati	Transliteration
I had been watching	હું જોઈ રહ્યો હતો	hun **joi** rahyo hato
you had been watching	તું જોઈ રહ્યો હતો	tu **joi** rahyo hato
he/she/it had been watching	તે/તેણીની/તે જોઈ રહ્યો હતો	te/tenini/te **joi** rahyo hato
we had been watching	અમે જોઈ રહ્યાં હતાં	ame **joi** rahya hata
you had been watching	તમે જોઈ રહ્યાં હતાં	tame **joi** rahya hata
they had been watching	તેઓ જોઈ રહ્યાં હતાં	teo **joi** rahya hata

સાદો ભવિષ્ય (Simple Future)

English	Gujarati	Transliteration
I will watch	હું જોઈશ	hun **jo**ish
you will watch	તું જોઈશ	tu **jo**ish
he/she/it will watch	તે/તેણીની/તે જોઈશ	te/tenini/te **jo**she
we will watch	અમે જોઈશું	ame **jo**shu
you will watch	તમે જોશો	tame **jo**sho
they will watch	તેઓ જોઈશ	teo **jo**she

ચ લુ ભવ્ષિ્ય(Future Continuous)

English	Gujarati	Transliteration
I will be watching	હું **જોતો** હોઈશ	hun **jo**to hoish
you will be watching	તું **જોતો** હોઈશ	tu **jo**to hoish
he/she/it will be watching	તે/તેણીની/તે **જોતો** હશે	te/tenini/te **jo**to hashe
we will be watching	અમે **જોતા** હોઈશું	ame **jo**ta hoishu
you will be watching	તમે **જોતા** હશો	tame **jo**ta hasho
they will be watching	તેઓ **જોતા** હશે	Teo **jo**ta hashe

પૂર્ણ ભવિષ્ય (Future Perfect)

English	Gujarati	Transliteration
I will have watched	મેં **જોયું** હશે	mein **jo**yu hashe
you will have watched	તે **જોયું** હશે	te **jo**yu hashe
he/she/it will have watched	તેણે **જોયું** હશે	tene **jo**yu hashe
we will have watched	અમે **જોયું** હોઈશું	ame **jo**yu hashe
you will have watched	તમે **જોયું** હશો	tame **jo**yu hashe
they will have watched	તેઓએ **જોયું** હશે	teoye **jo**yu hashe

ચાલુ પૂર્ણ ભવિષ્ય (Future Perfect Continuous)

English	Gujarati	Transliteration
I will have been watching	હું **જોઈ** રહ્યો હોઈશ	hun **jo**i rahyo hoish
you will have been watching	તું **જોઈ** રહ્યો હોઈશ	tu **jo**i rahyo hoish
he/she/it will have been watching	તે/તેણીની/તે **જોઈ** રહ્યો હશે	te/tenini/te **jo**i rahyo hashe
we will have been watching	અમે **જોઈ** રહ્યાં હોઈશું	ame **jo**i rahya hoishu
you will have been watching	તમે **જોઈ** રહ્યાં હશો	tame **jo**i rahya hasho
they will have been watching	તેઓ **જોઈ** રહ્યાં હશે	teo **jo**i rahya hashe

99. To win: જીતવું (jitvun)

સાદો વર્તમાન (Simple Present)

English	Gujarati	Transliteration
I win	હું જીતું છું	hun ji**tun** chhun
you win	તું જીતે છે	tu ji**te** chhe
he/she/it wins	તે/તેણીની/તે જીતે છે	te/tenini/te ji**te** chhe
we win	અમે જીતીયે છીએ	ame jit**i**ye chiye
you win	તમે જીતો છો	tame ji**to** chho
they win	તેઓ જીતે છે	teo ji**te** chhe

ચાલુ વર્તમાન (Present Continuous)

English	Gujarati	Transliteration
I am winning	હું જીતી રહ્યો છું.	hun jit**i** rahyo chhun
you are winning	તું જીતી રહ્યો છે.	tu jit**i** rahyo chhe
he/she/it is winning	તે જીતી રહ્યો છે	te jit**i** rahyo chhe
we are winning	અમે જીતી રહ્યાં છીએ.	ame jit**i** rahya chiye
you are winning	તમે જીતી રહ્યાં છો.	tame jit**i** rahya chho
they are winning	તેઓ જીતી રહ્યાં છે.	teo jit**i** rahya chhe

પૂર્ણ વર્તમાન (Present Perfect)

English	Gujarati	Transliteration
I have won	હું જીત્યો છું	hun ji**tyo** chhu
you have won	તું જીત્યો છે	tu ji**tyo** chhe
he/she/it has won	તે જીત્યો છે	te ji**tyo** chhe
we have won	અમે જીત્યા છીએ	ame ji**tya** chhiye
you have won	તમે જીત્યા છો	tame ji**tya** chho
they have won	તેઓ જીત્યા છે	teo ji**tya** chhe

ચ લુ પૂરણવ્રતમ ન (Present Perfect Continuous)

English	Gujarati	Transliteration
I have been winning	હું જીતતો આવું છું.	hun jitato aavu chhun
you have been winning	તું જીતતો આવે છે.	tu jitato aave chhe
he/she/it has been winning	તે જીતતો આવે છે.	te/tenini/te jitato aave chhe
we have been winning	અમે જીતતા આવીએ છીએ.	ame jitata aaviye chhiye
you have been winning	તમે જીતતા આવો છો.	tame jitata aavo chho
they have been winning	તેઓ જીતતા આવે છે.	teo jitata aave chhe

સાદો ભૂત (Simple Past)

English	Gujarati	Transliteration
I won	હું જીત્યો	hun jityo
you won	તું જીત્યો	tu jityo
he/she/it won	તે જીત્યો	te jityo
we won	અમે જીત્યા	ame jitya
you won	તમે જીત્યા	tame jitya
they won	તેઓ જીત્યા	teo jitya

ચાલુ ભૂત (Past Continuous)

English	Gujarati	Transliteration
I was winning	હું જીતતો હતો	hun jitato hato
you were winning	તું જીતતો હતો	tu jitato hato
he/she/it was winning	તે/તેણીની/તે જીતતો હતો	te/tenini/te jitato hato
we were winning	અમે જીતતા હતાં	ame jitata hata
you were winning	તમે જીતતા હતાં	tame jitata hata
they were winning	તેઓ જીતતા હતાં	teo jitata hata

પૂરણભૂત (Past Perfect)

English	Gujarati	Transliteration
I had won	હું જીત્યો હતો	hun ji**tyo** hato
you had won	તું જીત્યો હતો	tu ji**tyo** hato
he/she/it had won	તે જીત્યો હતો	te ji**tyo** hato
we had won	અમે જીત્યા હતાં	ame ji**tya** hat**a**
you had won	તમે જીત્યા હતાં	tame ji**tya** hat**a**
they had won	તેઓ જીત્યા હતાં	teo ji**tya** hat**a**

ચાલુ પૂર્ણ ભૂત (Past Perfect Continuous)

English	Gujarati	Transliteration
I had been winning	હું જીતી રહ્યો હતો	hun ji**ti** rahyo hato
you had been winning	તું જીતી રહ્યો હતો	tu ji**ti** rahyo hato
he/she/it had been winning	તે/તેણીની/તે જીતી રહ્યો હતો	te/tenini/te ji**ti** rahyo hato
we had been winning	અમે જીતી રહ્યાં હતાં	ame ji**ti** rahya hat**a**
you had been winning	તમે જીતી રહ્યાં હતાં	tame ji**ti** rahya hat**a**
they had been winning	તેઓ જીતી રહ્યાં હતાં	teo ji**ti** rahya hat**a**

સાદો ભવિષ્ય (Simple Future)

English	Gujarati	Transliteration
I will win	હું જીતીશ	hun ji**ti**sh
you will win	તું જીતીશ	tu ji**ti**sh
he/she/it will win	તે/તેણીની/તે જીતશે	te/**te**nini/**te** jitshe
we will win	અમે જીતીશું	ame jitishu
you will win	તમે જીતશો	tame jitsho
they will win	તેઓ જીતશે	teo jitshe

ચ લુ ભવ્ષ્યિ(Future Continuous)

English	Gujarati	Transliteration
I will be winning	હું જીતતો હોઈશ	hun ji**ta**to hoish
you will be winning	તું જીતતો હોઈશ	tu ji**ta**to hoish
he/she/it will be winning	તે/તેણીની/તે જીતતો હશે	te/tenini/te ji**ta**to hashe
we will be winning	અમે જીતતા હોઈશું	ame **jitata** hoishu
you will be winning	તમે જીતતા હશો	tame **jitata** hasho
they will be winning	તેઓ જીતતા હશે	Teo ji**tata** hashe

પૂર્ણ ભવિષ્ય (Future Perfect)

English	Gujarati	Transliteration
I will have won	હું જીત્યો હોઈશ	hun ji**tyo**n hoish
you will have won	તું જીત્યો હોઈશ	tu **jityo**n hoish
he/she/it will have won	તે જીત્યો હશે	te **jityo**n hashe
we will have won	અમે જીત્યા હોઈશું	ame ji**tyan** hoishu
you will have won	તમે જીત્યા હશો	tame ji**tyan** hasho
they will have won	તેઓ જીત્યા હશે	teo ji**tyo**n hashe

ચાલુ પૂર્ણ ભવિષ્ય (Future Perfect Continuous)

English	Gujarati	Transliteration
I will have been winning	હું જીતી રહ્યો હોઈશ	hun ji**ti** rahyo hoish
you will have been winning	તું જીતી રહ્યો હોઈશ	tu ji**ti** rahyo hoish
he/she/it will have been winning	તે/તેણીની/તે જીતી રહ્યો હશે	te/tenini/te ji**ti** rahyo hashe
we will have been winning	અમે જીતી રહ્યાં હોઈશું	ame **jiti** rahya hoishu
you will have been winning	તમે જીતી રહ્યાં હશો	tame **jiti** rahya hasho
they will have been winning	તેઓ જીતી રહ્યાં હશે	teo **jiti** rahya hashe

100. To work: કામ કરવું (**kaa**m karvun)

સાદો વર્તમાન (Simple Present)

English	Gujarati	Transliteration
I work	હું કામ કરું છું	hun **kaa**m karun chhun
you work	તું કામ કરે છે	tu **kaa**m kare chhe
he/she/it works	તે/તેણીની/તે કામ કરે છે	te/tenini/te **kaa**m kare chhe
we work	અમે કામ કરીએ છીએ	ame **kaa**m kariye chiye
you work	તમે કામ કરો છો	tame **kaa**m karo chho
they work	તેઓ કામ કરે છે	teo **kaa**m kare chhe

ચાલુ વર્તમાન (Present Continuous)

English	Gujarati	Transliteration
I am working	હું કામ કરી રહ્યો છું.	hun **kaa**m kari rahyo chhun
you are working	તું કામ કરી રહ્યો છે.	tu **kaa**m kari rahyo chhe
he/she/it is working	તે કામ કરી રહ્યો છે	te **kaa**m kari rahyo chhe
we are working	અમે કામ કરી રહ્યાં છીએ.	ame **kaa**m kari rahya chiye
you are working	તમે કામ કરી રહ્યાં છો.	tame **kaa**m kari rahya chho
they are working	તેઓ કામ કરી રહ્યાં છે.	teo **kaa**m kari rahya chhe

પૂર્ણ વર્તમાન (Present Perfect)

English	Gujarati	Transliteration
I have worked	મેં કામ કર્યું છે	mein **kaa**m karyu chhe
you have worked	તે કામ કર્યું છે	te **kaa**m karyu chhe
he/she/it has worked	તેણે કામ કર્યું છે	tene **kaa**m karyu chhe
we have worked	અમે કામ કર્યું છે	ame **kaa**m karyu chhe
you have worked	તમે કામ કર્યું છે	tame **kaa**m karyu chhe
they have worked	તેઓએ કામ કર્યું છે	teoye **kaa**m karyu chhe

ચ લુ પૂરણવરતમ ન (Present Perfect Continuous)

English	Gujarati	Transliteration
I have been working	હું કામ કરતો આવું છું.	hun **kaa**m karto aavu chhun
you have been working	તું કામ કરતો આવે છે.	tu **kaa**m karto aave chhe
he/she/it has been working	તે કામ કરતો આવે છે.	te/tenini/te **kaa**m karto aave chhe
we have been working	અમે કામ કરતા આવીએ છીએ.	ame **kaa**m karta aaviye chhiye
you have been working	તમે કામ કરતા આવો છો.	tame **kaa**m karta aavo chho
they have been working	તેઓ કામ કરતા આવે છે.	teo **kaa**m karta aave chhe

સાદો ભૂત (Simple Past)

English	Gujarati	Transliteration
I worked	મેં કામ કર્યું	mein **kaa**m karyu
you worked	તે કામ કર્યું	te **kaa**m karyu
he/she/it worked	તેણે કામ કર્યું	tene **kaa**m karyu
we worked	અમે કામ કર્યું	ame **kaa**m karyu
you worked	તમે કામ કર્યું	tame **kaa**m karyu
they worked	તેઓએ કામ કર્યું	teoye **kaa**m karyu

ચાલુ ભૂત (Past Continuous)

English	Gujarati	Transliteration
I was working	હું કામ કરતો હતો	hun **kaa**m karto hato
you were working	તું કામ કરતો હતો	tu **kaa**m karto hato
he/she/it was working	તે/તેણીની/તે કામ કરતો હતો	te/tenini/te **kaa**m karto hato
we were working	અમે કામ કરતા હતાં	ame **kaa**m karta hata
you were working	તમે કામ કરતા હતાં	tame **kaa**m karta hata
they were working	તેઓ કામ કરતા હતાં	teo **kaa**m karta hata

પૂર્ણભૂત (Past Perfect)

English	Gujarati	Transliteration
I had worked	મેં કામ કર્યું હતું	mein **kaa**m karyu hatu
you had worked	તે કામ કર્યું હતું	te **kaa**m karyu hatu
he/she/it had worked	તેણે કામ કર્યું હતું	tene **kaa**m karyu hatu
we had worked	અમે કામ કર્યું હતું	ame **kaa**m karyu hatu
you had worked	તમે કામ કર્યું હતું	tame **kaa**m karyu hatu
they had worked	તેઓએ કામ કર્યું હતું	teoye **kaa**m karyu hatu

ચાલુ પૂર્ણ ભૂત (Past Perfect Continuous)

English	Gujarati	Transliteration
I had been working	હું કામ કરી રહ્યો હતો	hun **kaa**m kari rahyo hato
you had been working	તું કામ કરી રહ્યો હતો	tu **kaa**m kari rahyo hato
he/she/it had been working	તે/તેણીની/તે કામ કરી રહ્યો હતો	te/tenini/te **kaa**m kari rahyo hato
we had been working	અમે કામ કરી રહ્યાં હતાં	ame **kaa**m kari rahya hata
you had been working	તમે કામ કરી રહ્યાં હતાં	tame **kaa**m kari rahya hata
they had been working	તેઓ કામ કરી રહ્યાં હતાં	teo **kaa**m kari rahya hata

સાદો ભવિષ્ય (Simple Future)

English	Gujarati	Transliteration
I will work	હું કામ કરીશ	hun **kaa**m karish
you will work	તું કામ કરીશ	tu **kaa**m karish
he/she/it will work	તે/તેણીની/તે કામ કરશે	te/tenini/te **kaa**m karshe
we will work	અમે કામ કરીશું	ame **kaa**m karshu
you will work	તમે કામ કરશો	tame **kaa**m karsho
they will work	તેઓ કામ કરશે	teo **kaa**m karshe

ચ લુ ભવિષ્ય(Future Continuous)

English	Gujarati	Transliteration
I will be working	હું કામ કરતો હોઈશ	hun **kaa**m karto hoish
you will be working	તું કામ કરતો હોઈશ	tu **kaa**m karto hoish
he/she/it will be working	તે/તેણીની/તે કામ કરતો હશે	te/tenini/te **kaa**m karto hashe
we will be working	અમે કામ કરતા હોઈશું	ame **kaa**m karta hoishu
you will be working	તમે કામ કરતા હશો	tame **kaa**m karta hasho
they will be working	તેઓ કામ કરતા હશે	Teo **kaa**m karta hashe

પૂર્ણ ભવિષ્ય (Future Perfect)

English	Gujarati	Transliteration
I will have worked	મેં કામ કર્યું હશે	mein **kaa**m karyu hashe
you will have worked	તે કામ કર્યું હશે	te **kaa**m karyu hashe
he/she/it will have worked	તેણે કામ કર્યું હશે	tene **kaa**m karyu hashe
we will have worked	અમે કામ કર્યું હશે	ame **kaa**m karyu hashe
you will have worked	તમે કામ કર્યું હશે	tame **kaa**m karyu hashe
they will have worked	તેઓએ કામ કર્યું હશે	teoye **kaa**m karyu hashe

ચાલુ પૂર્ણ ભવિષ્ય (Future Perfect Continuous)

English	Gujarati	Transliteration
I will have been working	હું કામ કરી રહ્યો હોઈશ	hun **kaa**m kari rahyo hoish
you will have been working	તું કામ કરી રહ્યો હોઈશ	tu **kaa**m kari rahyo hoish
he/she/it will have been working	તે/તેણીની/તે કામ કરી રહ્યો હશે	te/tenini/te **kaa**m kari rahyo hashe
we will have been working	અમે કામ કરી રહ્યાં હોઈશું	ame **kaa**m kari rahya hoishu
you will have been working	તમે કામ કરી રહ્યાં હશો	tame **kaa**m kari rahya hasho
they will have been working	તેઓ કામ કરી રહ્યાં હશે	teo **kaa**m kari rahya hashe

101. To write: લખવું (lakhvun)

સાદો વર્તમાન (Simple Present)

English	Gujarati	Transliteration
I write	હું લખું છું	hun lakhun chhun
you write	તું લખે છે	tu lakhe chhe
he/she/it writes	તે/તેણીની/તે લખે છે	te/tenini/te lakhe chhe
we write	અમે લખીએ છીએ	ame lakhiye chiye
you write	તમે લખો છો	tame lakho chho
they write	તેઓ લખે છે	teo lakhe chhe

ચાલુ વર્તમાન (Present Continuous)

English	Gujarati	Transliteration
I am writing	હું લખી રહ્યો છું.	hun lakhi rahyo chhun
you are writing	તું લખી રહ્યો છે.	tu lakhi rahyo chhe
he/she/it is writing	તે લખી રહ્યો છે	te lakhi rahyo chhe
we are writing	અમે લખી રહ્યાં છીએ.	ame lakhi rahya chiye
you are writing	તમે લખી રહ્યાં છો.	tame lakhi rahya chho
they are writing	તેઓ લખી રહ્યાં છે.	teo lakhi rahya chhe

પૂર્ણ વર્તમાન (Present Perfect)

English	Gujarati	Transliteration
I have written	મેં લખ્યું છે	mein lakhyun chhe
you have written	તે લખ્યું છે	te lakhyun chhe
he/she/it has written	તેણે લખ્યું છે	tene lakhyun chhe
we have written	અમે લખ્યું છે	ame lakhyun chhe
you have written	તમે લખ્યું છે	tame lakhyun chhe
they have written	તેઓએ લખ્યું છે	teoye lakhyun chhe

ચ લુ પૂરણવ્રત્મ ન (Present Perfect Continuous)

English	Gujarati	Transliteration
I have been writing	હું લખતો આવું છું.	hun la**kh**to aavu chhun
you have been writing	તું લખતો આવે છે.	tu la**kh**to aave chhe
he/she/it has been writing	તે લખતો આવે છે.	te/tenini/te la**kh**to aave chhe
we have been writing	અમે લખતા આવીએ છીએ.	ame la**kh**ta aaviye chhiye
you have been writing	તમે લખતા આવો છો.	tame la**kh**ta aavo chho
they have been writing	તેઓ લખતા આવે છે.	teo la**kh**ta aave chhe

સાદો ભૂત (Simple Past)

English	Gujarati	Transliteration
I wrote	મેં લખ્યું	mein la**khyun**
you wrote	તે લખ્યું	te la**khyun**
he/she/it wrote	તેણે લખ્યું	tene la**khyun**
we wrote	અમે લખ્યું	ame la**khyun**
you wrote	તમે લખ્યું	tame la**khyun**
they wrote	તેઓએ લખ્યું	teoye la**khyun**

ચાલુ ભૂત (Past Continuous)

English	Gujarati	Transliteration
I was writing	હું લખતો હતો	hun la**kh**to hato
you were writing	તું લખતો હતો	tu la**kh**to hato
he/she/it was writing	તે/તેણીની/તે લખતો હતો	te/tenini/te la**kh**to hato
we were writing	અમે લખતા હતાં	ame la**kh**ta hata
you were writing	તમે લખતા હતાં	tame la**kh**ta hata
they were writing	તેઓ લખતા હતાં	teo la**kh**ta hata

પૂરણભૂત (Past Perfect)

English	Gujarati	Transliteration
I had written	મેં લખ્યું હતું	mein la**khyun** hatun
you had written	તે લખ્યું હતું	te la**khyun** hatun
he/she/it had written	તેણે લખ્યું હતું	tene la**khyun** hatun
we had written	અમે લખ્યું હતું	ame la**khyun** hatun
you had written	તમે લખ્યું હતું	tame la**khyun** hatun
they had written	તેઓએ લખ્યું હતું	teoye la**khyun** hatun

ચાલુ પૂર્ણ ભૂત (Past Perfect Continuous)

English	Gujarati	Transliteration
I had been writing	હું લખી રહ્યો હતો	hun la**khi** rahyo hato
you had been writing	તું લખી રહ્યો હતો	tu la**khi** rahyo hato
he/she/it had been writing	તે/તેણીની/તે લખી રહ્યો હતો	te/tenini/te la**khi** rahyo hato
we had been writing	અમે લખી રહ્યાં હતાં	ame la**khi** rahya hata
you had been writing	તમે લખી રહ્યાં હતાં	tame la**khi** rahya hata
they had been writing	તેઓ લખી રહ્યાં હતાં	teo la**khi** rahya hata

સાદો ભવિષ્ય (Simple Future)

English	Gujarati	Transliteration
I will write	હું લખીશ	hun la**khi**sh
you will write	તું લખીશ	tu la**khi**sh
he/she/it will write	તે/તેણીની/તે લખશે	te/tenini/te la**kh**she
we will write	અમે લખીશું	ame la**kh**shu
you will write	તમે લખશો	tame la**kh**sho
they will write	તેઓ લખશે	teo la**kh**she

ચ લુ ભવ ષ્ય(Future Continuous)

English	Gujarati	Transliteration
I will be writing	હું લખતો હોઈશ	hun la**kh**to hoish
you will be writing	તું લખતો હોઈશ	tu la**kh**to hoish
he/she/it will be writing	તે/તેણીની/તે લખતો હશે	te/tenini/te la**kh**to hashe
we will be writing	અમે લખતા હોઈશું	ame la**kh**ta hoishu
you will be writing	તમે લખતા હશો	tame la**kh**ta hasho
they will be writing	તેઓ લખતા હશે	Teo la**kh**ta hashe

પૂર્ણ ભવિષ્ય (Future Perfect)

English	Gujarati	Transliteration
I will have written	મેં લખ્યું હશે	mein la**khyun** hashe
you will have written	તે લખ્યું હશે	te la**khyun** hashe
he/she/it will have written	તેણે લખ્યું હશે	tene la**khyun** hashe
we will have written	અમે લખ્યું હશે	ame la**khyun** hashe
you will have written	તમે લખ્યું હશે	tame la**khyun** hashe
they will have written	તેઓએ લખ્યું હશે	teoye la**khyun** hashe

ચાલુ પૂર્ણ ભવિષ્ય (Future Perfect Continuous)

English	Gujarati	Transliteration
I will have been writing	હું લખી રહ્યો હોઈશ	hun la**khi** rahyo hoish
you will have been writing	તું લખી રહ્યો હોઈશ	tu la**khi** rahyo hoish
he/she/it will have been writing	તે/તેણીની/તે લખી રહ્યો હશે	te/tenini/te la**khi** rahyo hashe
we will have been writing	અમે લખી રહ્યાં હોઈશું	ame la**khi** rahya hoishu
you will have been writing	તમે લખી રહ્યાં હશો	tame la**khi** rahya hasho
they will have been writing	તેઓ લખી રહ્યાં હશે	teo la**khi** rahya hashe